கொங்கு நாட்டு வரலாறு

மயிலை சீனி. வேங்கடசாமி

நியூ செஞ்சுரி புக் ஹவுஸ் (பி) லிட்.,
41-பி, சிட்கோ இண்டஸ்டிரியல் எஸ்டேட்,
அம்பத்தூர், சென்னை- 600 050.
☎ : 044 - 26251968, 26258410, 48601884

Language: Tamil
Kongu Naattu Varalaaru
Author: **Mayilai Seeni. Venkatasamy**
N.C.B.H. First Edition: August, 2014
Second Edition: November, 2021
Copyright: Publisher
No. of pages: xii + 184 = 196
Publisher :
New Century Book House Pvt. Ltd.,
41-B, SIDCO Industrial Estate,
Ambattur, Chennai - 600 050.
Tamilnadu State, India.
email: info@ncbh.in
Online: www.ncbhpublisher.in

ISBN. 978-81-2342-688-4
Code No. A 3035
₹ 175/-

Branches
Ambattur (H.O.) 044 - 26359906 **Spenzer Plaza (Chennai)** 044-28490027
Trichy 0431-2700885 **Pudukkottai** 04322- 227773 **Thanjavur** 04362-231371
Tirunelveli 0462-4210990, 2323990 **Madurai** 0452 2344106, 4374106
Dindigul 0451-2432172 **Coimbatore** 0422-2380554 **Erode** 0424-2256667
Salem 0427-2450817 **Hosur** 04344-245726 **Krishnagiri** 0434-3234387
Ooty 0423 2441743 **Vellore** 0416-2234495 **Villupuram** 04146-227800
Pondicherry 0413-2280101 **Nagercoil** 04652-234990

கொங்கு நாட்டு வரலாறு
ஆசிரியர்: **மயிலை சீனி. வேங்கடசாமி**
என்.சி.பி.எச். முதற் பதிப்பு: ஆகஸ்ட், 2014
இரண்டாம் பதிப்பு: நவம்பர், 2021

அச்சிட்டோர்: **பாவை பிரிண்டர்ஸ் (பி) லிட்.,**
16 (142), ஜானி ஜான் கான் சாலை, இராயப்பேட்டை, சென்னை - 14
☎: 044-28482441

All rights reserved. No part of this book may be reprinted or reproduced or utilised in any form or by any electronic, mechanical, or other means, now known or hereafter invented, including photocopying and recording, or in any information storage or retrieval system, without permission in writing from the publishers.

முன்னுரை

கொங்குநாடு ஆதிகாலம் முதல் தமிழ்நாட்டின் ஒரு பகுதியாக இருந்து வருகிறது. அதனால் தமிழ்நாட்டுச் சரித்திரத்தில் கொங்கு நாடும் முக்கிய இடம் பெற்றுள்ளது. கொங்கு நாட்டுச் சரித்திரம் இல்லாமல் தமிழ்நாட்டுச் சரித்திரம் பூர்த்தியடைய முடியாது. தமிழ்நாட்டின் சரித்திரம் ஆதிகாலம் முதல் இன்றைய காலம் வரையும் தொடர்ந்து முழுமையாக எழுதப்படாதது போலவே கொங்கு நாட்டின் சரித்திரமும் முறையாகவும் தொடர்ச்சியாகவும் முழுமையாகவும் இதுவரையில் எழுதப்படவில்லை. அங்கும் இங்குமாகச் சில சரித்திரப் பகுதிகள் புத்தகமாக வெளிவந்துள்ளன. அவ்வளவுதான். பழங்காலத்துக் கொங்கு நாட்டின் வரலாறு எழுதப்படுவது இதுவே முதல்முறையாகும்.

தமிழகத்தின் வரலாறு சங்க காலத்திலிருந்து தொடங்குகிறது. சங்க காலத்துத் தமிழகம் ஆறு உட்பிரிவுகளைக் கொண்டிருந்தது. அந்தப் பிரிவுகள் துளு நாடு, சேரநாடு, பாண்டி நாடு, சோழ நாடு, தொண்டை நாடு, கொங்கு நாடு என்பவை. துளு நாடு, அரபிக்கடலுக்கும் மேற்குத் தொடர்ச்சி மலைகளுக்கும் இடையே சேர நாட்டுக்கு வடக்கே இருந்தது. இப்போது அது தென் கன்னட, வட கன்னட மாவட்டங்களில் அடங்கி மைசூர் (கன்னட) தேசத்தில் சேர்ந்து இருக்கிறது. துளு நாட்டுக்குத் தெற்கே அரபிக்கடலுக்கும் மேற்குத் தொடர்ச்சி மலைகளுக்கும் இடையே சேர நாடு இருக்கிறது. பழைய சேர நாடு இப்போது மலையாள நாடாக மாறிக் கேரள இராச்சியமாக அமைந்திருக்கிறது. துளு நாடும், சேர நாடும் பிற்காலத்தில் தமிழகத்திலிருந்து தனியாகப் பிரிந்து போய்விட்டன. பாண்டி நாடு தமிழகத்தின் தெற்கே வங்காள குடாக் கடல், இந்துமகா கடல், அரபிக்கடல் ஆகிய மூன்று கடல்களுக்கிடையே இருக்கிறது. பாண்டி நாட்டுக்கு வடக்கே, வங்காள குடாக் கடல் ஓரமாகச் சோழ நாடு இருக்கிறது. சோழ நாட்டுக்கு வடக்கே வங்காள குடாக் கடலையடுத்துத் தொண்டை நாடு இருக்கிறது. தொண்டை நாடு வடபெண்ணை ஆறு வரையில் இருந்தது. இவ்வாறு துளு நாடும், சேர நாடும், பாண்டிய நாடும், சோழ நாடும், தொண்டை நாடும் கடற்கரை யோரங்களில் அமைந்திருந்தன. ஆறாவது பிரிவாகிய கொங்குநாடு கடற்கரை இல்லாத உள் நாடு. அது இப்போதைய பழனிமலை வட்டாரத்திலிருந்து வடக்கே கன்னட நாட்டில் பாய்கிற காவிரி ஆறு வரையில் (ஸ்ரீரங்கப் பட்டணம் வரையில்) பரந்திருந்தது. அதனுடைய

மேற்கு எல்லை, மேற்குத் தொடர்ச்சி மலைகள். கிழக்கு எல்லை சோழ தொண்டை நாடுகளின் மேற்கு எல்லைகள். சங்க காலத்திலே பெரிய நிலப்பரப்பாக இருந்த கொங்கு நாடு பிற்காலத்தில் குறைந்து குறுகிவிட்டது.

சங்க காலத்திலே, பெரிய பரப்புள்ளதாக இருந்த கொங்கு நாட்டைச் சிறுசிறு குறுநில மன்னர்கள் அரசாண்டார்கள். சேர, சோழ, பாண்டியரைப் போல முடிதரித்து அரசாண்ட பெருமன்னர் அக்காலத்தில் கொங்கு நாட்டில் இல்லை. சிறு சிறு ஊர்களைச் சிற்றரசர் பலர் அரசாண்டு வந்தனர். அந்தச் சிற்றரசர்களை வென்று கொங்கு நாட்டைக் கைப்பற்றி அரசாளச் சேரரும், பாண்டியரும், சோழரும் முயன்றார்கள். ஆகவே, சங்க காலத்தில் கொங்கு நாட்டிலே பல போர்கள் நடந்தன. கடைசியில் சேர அரசர் கொங்கு நாட்டில் கால் ஊன்றினார்கள். பிறகு அவர்கள் கொஞ்சங்கொஞ்சமாகக் கொங்கு நாட்டுப் பகுதிகளைக் கைப்பற்றிக் கொங்கு இராச்சியத்தை அமைத்து அரசாண்டார்கள். கொங்கு நாட்டை அரசாண்ட சேரர், இளைய கால்வழியினரான பொறையர். அவர்களுக்கு இரும்பொறை என்றும் பெயர் உண்டு. மூத்த கால் வழியினரான சேரர் சேர நாட்டையும், இளைய கால் வழியினரான பொறையர் கொங்கு நாட்டையும் அரசாண்டார்கள். சில வரலாற்று ஆசிரியர்கள் சேர நாட்டையாண்ட சேர அரசரே கொங்கு நாட்டையும் அரசாண்டார்கள் என்று தவறாகக் கருதிக்கொண்டு அவ்வாறே சரித்திரம் எழுதியுள்ளனர். அவர் கூற்று தவறானது. ஒரே குலத்தைச் சேர்ந்த மூத்த வழி, இளைய வழியினராக இருந்தாலும் சேர நாட்டை அரசாண்ட சேர அரசர் வேறு. கொங்கு நாட்டை அரசாண்ட பொறைய அரசர் வேறு.

கொங்கு நாட்டு வரலாற்றின் சரித்திரக் காலம், இப்போது கிடைத்துள்ள வரையில், ஏறத்தாழக் கி.பி. முதல் நூற்றாண்டில் தொடங்குகிறது. கி.பி. முதல் நூற்றாண்டில் தொடங்குகிற கொங்கு நாட்டுச் சரித்திரம் கி.பி. மூன்றாம் நூற்றாண்டில் (ஏறத்தாழ கி.பி. 250-இல்) முடிகிறது. அதாவது, தமிழ்நாடு களப்பிர அரசருக்குக் கீழடங்கியபோது கொங்கு நாட்டுச் சரித்திரத்தின் பழைய வரலாறு முடிவடைகிறது.

ஒரு நாட்டின் வரலாறு எழுதுவதற்கு நல்ல சான்றுகளாக இருப்பவை **ஆர்க்கியாலஜி** (பழம்பொருள் அகழ்வாராய்ச்சி). **எபிகிராபி** (சாசன எழுத்துக்கள்). **நூமிஸ்மாட்டிக்ஸ்** (பழங்காசுகள்) இலக்கியச் சான்றுகள் முதலானவை. கொங்கு நாட்டுப் பழைய சரித்திரம் எழுதுவதற்கு இந்தச் சான்றுகளில் இலக்கியச் சான்றுகளைத் தவிர ஏனைய சான்றுகள் மிகமிகக் குறைவாக உள்ளன.

அகழ்வாராய்ச்சி **(ஆர்க்கியாலஜி)** கொங்கு நாட்டில் தொடங்கவில்லை என்றே கூறவேண்டும். தமிழ்நாட்டின் ஏனைய மண்டலங்களில் **ஆர்க்கியாலஜி** முறையாகவும் தொடர்ந்தும், முழுமையுமாகச் செயற்படாமலிருப்பது போலவே, கொங்கு மண்டலத்திலும் **ஆர்க்கியாலஜி** அதிகமாகச் செயற்படவில்லை. ஆகவே, **ஆர்க்கியாலஜி** சான்றுகள் நமக்குப் போதுமான அளவு கிடைக்கவில்லை.

எபிகிராபி (பழைய சாசன எழுத்துச் சான்று) ஓரளவு கிடைத்துள்ளன. அவை பிராமி எழுத்துகளில் எழுதப்பட்டிருக்கிற படியால் நம்முடைய கொங்கு நாட்டுப் பழைய சரித்திரத்துக்கு ஓரளவு உதவியாக இருக்கின்றன. பிராமி எழுத்துச் சாசனங்கள், கொங்கு நாட்டில் உள்ளவை. முழுமையும் இன்னும் கண்டுபிடிக்கப்படாமல் உள்ளன. கிடைத்திருக்கிற பிராமி எழுத்துச் சாசனங்களும் அக்காலத்து அரசரைப் பற்றிய செய்திகளைக் கூறவில்லையாகையால் இவையும் நமக்கு அதிகமாகப் பயன்படவில்லை. ஆனால், இந்தச் சாசன எழுத்துகள் அக்காலத்து (மத) சமயங்கள் சம்பந்தமாகவும், சமூக வரலாறு சம்பந்தமாகவும் நமக்குப் பயன்படுகின்றன. கொங்கு நாட்டில் கிடைத்துள்ள பெரும்பான்மையான பிற்காலத்து வட்டெழுத்துச் சாசனங்கள் நம்முடைய பழங்கால ஆராய்ச்சிக்குப் பயன்படவில்லை.

நூமிஸ்மாட்டிக்ஸ் என்னும் பழங்காசுச் சான்றுகள் கிடைத்திருக்கிற போதிலும் இவை கொங்கு நாட்டுக்கேயுரிய பழங்காசுகளாக இல்லாமல், உரோமாபுரி நாணயங்களாக இருக்கின்றன. எனவே, இந்தப் பழங்காசுகளிலிருந்து கொங்கு நாட்டின் பழைய சரித்திரத்தை அறிய முடியவில்லை. ஆனால், இந்த ரோமாபுரிப் பழங்காசுகள் அக்காலத்துக் கொங்கு நாட்டின் வாணிக வரலாற்றை அறியப் பயன்படுகின்றன.

இவ்வளவு குறைபாடுகள் உள்ள நிலையில் கொங்கு நாட்டின் பழைய சரித்திரத்தை எழுத வேண்டியிருக்கிறது. இப்போது கிடைத்துள்ள ஒரே கருவி சங்க இலக்கியங்கள் மட்டுமே. சங்க இலக்கியம் என்பவை **எட்டுத்தொகை நூல்களாகும்.**

அகநானூறு, புறநானூறு, நற்றிணை நானூறு, குறுந்தொகை நானூறு, ஐங்குறுநூறு, பதிற்றுப்பத்து, பரிபாடல், கலித்தொகை என்பவை எட்டுத்தொகை நூல்களாகும். எட்டுத்தொகையில் பதிற்றுப்பத்தும், புறநானூறு, அகநானூறும், நற்றிணையும் ஆகிய நான்கு நூல்கள் கொங்கு நாட்டுப் பழைய சரித்திர ஆராய்ச்சிக்குப்

பயனுள்ளவையாக இருக்கின்றன. இந்த நான்கு நூல்களின் உதவியும் சான்றும் இல்லாமல் போனால் கொங்குநாட்டின் பழைய வரலாறுகள் கொஞ்சமும் தெரியாமல் அடியோடு மறைந்து போயிருக்கும். நற்காலமாக இந்த நூல்களில் கொங்கு நாட்டின் பழைய வரலாற்றுச் செய்திகள் அங்கும் இங்குமாகக் காணப்படுகின்றன. அவை முறையாக அமையாமல் அங்கும் இங்குமாக ஒவ்வோரிடங்களில் குறிக்கப் பட்டுள்ளன. வரலாறு கூறுவது என்பது இந்தப் பழைய நூல்களின் நோக்கம் அன்று. தங்களைப் போற்றிப் பரந்த அரசர், சிற்றரசர் முதலானோரைப் புகழ்ந்து பாடிய செய்யுள்களாக அமைந்துள்ள இந்தப் பழைய நூல்களில் சரித்திர வரலாற்றுச் செய்திகளும் தற்செயலாக இடம் பெற்றிருக்கின்றன. இந்த வரலாற்றுச் செய்திகளைத் தக்க முறையில் ஏனைய செய்திகளுடன் பொருத்தி ஆராய்ந்து வரலாற்றை அமைக்க வேண்டியது சரித்திரம் எழுதுவோரின் கடமையாகிறது.

கொங்கு நாட்டுப் பழைய வரலாறு எழுதுவதற்குப் பெருந்துணையாக இருக்கிற இந்த நூல்களைப் பற்றிச் சிறிது கூறுவோம்.

பதிற்றுப்பத்து

சங்க இலக்கியங்களில் ஒன்றான பதிற்றுப்பத்து சங்க காலத்துச் சேர அரசர்கள் மேல் பாடப்பட்டது. ஒவ்வொரு அரசன் மேலும் பத்துப்பத்துச் செய்யுள்களாகப் பத்து அரசர் மேல் பாடப்பட்டபடியால் இது பதிற்றுப்பத்து என்று பெயர் பெற்றது. இப்போது கிடைத்துள்ள பதிற்றுப்பத்தில் முதல் பத்தும், பத்தாம் பத்தும் காணப்படாதபடியால் எட்டுப் பத்துக்கள் மட்டுமே எஞ்சியுள்ளன. ஆகவே பதிற்றுப்பத்தில் எட்டு அரசர்களைப் பற்றிய வரலாறு மட்டும் கிடைக்கின்றது.

சேர நாட்டு அரசர்களைப் பற்றிக் கூறுகிற பதிற்றுப்பத்துக்கும் கொங்கு நாட்டு வரலாற்றுக்கும் என்ன சம்பந்தம் உண்டு என்று கேட்கலாம். இப்போது பெரும்பான்மையோர் கருதிக் கொண்டிருக்கிறபடி, பதிற்றுப்பத்து சேர நாட்டு வரலாற்றை மட்டும் கூறவில்லை. கொங்கு நாட்டு வரலாற்றையுங் கூறுகின்றது. முதல் ஆறு பத்துகள் சேர நாட்டுச் சேர அரசர்களைப் பற்றிக் கூறுகின்றது. அடுத்த நான்கு பத்துக்கள், கொங்கு நாட்டையாண்ட கொங்குச் சேர அரசர்களைப் பற்றிக் கூறுகின்றன. இந்த உண்மையை இதுவரையில் சரித்திரக்காரர்கள் உணரவில்லை.

பதிற்றுப்பத்து அரசர்களை மூத்தவழியரசர் என்றும் இளையவழியரசர் என்றும் இரு பிரிவாகப் பிரிக்கலாம். மூத்த

வழியரசர்கள் சேர நாட்டை அரசாண்டார்கள். இளைய வழியரசர்கள் கொங்கு நாட்டை அரசாண்டார்கள். கொங்கு நாட்டை அரசாண்ட இளையவழி அரசர்களுக்குக் கொங்குச் சேரர் என்று பெயர் கூறலாம். சங்க இலக்கியங்களில் அவர்கள் பொறையர் என்று கூறப்பட்டுள்ளனர். ஆனால், மூத்தவழிப் பரம்பரையாருக்கும் இளையவழிப் பரம்பரையாருக்கும் கொங்கு நாட்டுச் சரித்திரத்தில் பெரும் பங்கு உண்டு. மூத்த வழியைச் சேர்ந்த சேர அரசர் கொங்குநாட்டைச் சிறிது சிறிதாகக் கைப்பற்றிச் சேர சாம்ராச்சியத்தோடு (சேரப் பேரரசோடு) இணைத்துக்கொள்ள பல காலம் முயன்றனர். கொங்கு நாடு, சேர இராச்சியத்துக்கு அடங்கிய பிறகு சேர அரசர்களின் இளைய பரம்பரையார் கொங்கு நாட்டில் வந்து தங்கி கருவூரைத் தலைநகரமாக அமைத்துக் கொண்டு கொங்குச் சேரர் என்னும் பெயர் பெற்றுக் கொங்கு நாட்டையரசாண்டார்கள். இந்த வரலாற்றை அறிவதற்கு பெருந்துணையாக இருப்பது பதிற்றுப்பத்து. முக்கியமாக 7,8,9ஆம் பத்துகள் கொங்கு நாட்டுப் பழைய வரலாற்றை அறிவதற்கு உதவியாக உள்ளன.

புறநானூறு

புறநானூறு சங்க காலத்திலிருந்த சேர, சோழ, பாண்டிய அரசர்கள், சிற்றரசர்கள் மேலும் புலவர்கள் அவ்வப்போது பாடிய செய்யுள்களின் தொகுப்பு ஆகும். புறநானூற்றுச் செய்யுள்களில் சேர அரசரைப் பற்றிய செய்யுள்களும் உள்ளன. கொங்குச் சேரர்களைப் பற்றிப் பதிற்றுப்பத்தில் கூறப்பட்ட வரலாறுகள் சில புறநானூற்றுச் செய்யுள்களிலும் கூறப்படுகின்றன. பதிற்றுப்பத்தில் கூறப்படாத கொங்கு நாட்டு அரசர் செய்திகளும் புறநானூற்றில் கூறப்படுகின்றன. மேலும் கொங்கு நாட்டை அக்காலத்தில் அரசாண்ட சிற்றரசர்கள் (பதிற்றுப்பத்தில் கூறப்படாதவர்) சிலர் புறநானூற்றில் கூறப்படுகின்றனர். ஆகவே, புறநானூறு கொங்கு நாட்டுச் சரித்திரத்தை அறிவதற்கு இன்னொரு முக்கியக் கருவி நூலாக இருக்கிறது.

அகநானூறு

அகநானூறு அகப்பொருளாகிய காதற்செய்திகளைக் கூறுகிற நூல். ஆகையால் அதில் பொதுவாகச் சரித்திரச் செய்திகளும் வரலாற்றுச் செய்திகளும் இடம் பெறுவதில்லை. ஆனால், அச்செய்யுள்களைப் பாடிய புலவர்களில் சிலர், தங்களை ஆதரித்த அரசர், சிற்றரசர்களைப் பற்றிய வரலாற்றுச் செய்திகளை இந்தக் காதற் செய்யுள்களில் புகுத்திப் பாடியுள்ளனர். இப்படிப்பட்ட வரலாற்றுச் செய்திகள் சில, கொங்கு

நாட்டு வரலாற்றை அறிவதற்கு உதவியாக இருக்கின்றன. எனவே அகநானூற்றுச் செய்யுள்களும் நமது சரித்திர ஆராய்ச்சிக்கு உதவியாக இருக்கின்றன.

நற்றிணை நானூறு

அகநானூற்றைப் போலவே, நற்றிணை நானூறும் அகப்பொருளைக் கூறுகிறது. அகநானூற்றுச் செய்யுள்கள் சில அரசர்களைப் பற்றிய வரலாற்றுச் செய்திகளைக் கூறுவதுபோல நற்றிணைச் செய்யுட்கள் சிலவற்றிலும் வரலாற்றுச் செய்திகள் கூறப்படுகின்றன. அதனால் நற்றிணைச் செய்யுள்களில் சில கொங்கு நாட்டு வரலாற்றுக்குத் துணைசெய்கின்றன. குறுந்தொகை, ஐங்குறுநூறு போன்ற வேறு சில அகப்பொருள் நூல்களிலும் ஆங்காங்கே சில இடங்களில் காணப்படுகிற வரலாற்றுச் செய்திகள் இந்நூலில் இடம் பெறுகின்றன.

சிலப்பதிகாரம்

இளங்கோ அடிகள் இயற்றிய சிலப்பதிகாரமும் இந்த நூலை எழுதுவதற்குத் துணையாக இருந்தது. பதிற்றுப்பத்தில் கூறப்படுகிற சேரர்களைப் பற்றிய குறிப்புகள் சிலப்பதிகாரத்திலும் காணப் படுகின்றன. ஆகவே இந்த வரலாறு எழுதுவதற்கு இது துணை செய்கின்றது. மேலும் கொங்கு நாட்டுப் பொறை அரசர்களின் காலத்தைக் கணித்து நிறுவுவதற்கும் சிலம்பு பெரிய உதவியாக இருக்கிறது.

இது கொங்கு நாட்டின் முழு வரலாறு அன்று, சங்க காலத்துக் கொங்கு நாட்டின் வரலாறு ஆகும். கொங்கு நாட்டின் புகழூரை அடுத்த மலைப்பாறையில் எழுதப்பட்ட பிராமி எழுத்துச் சாசனம். கொங்கு நாட்டையாண்ட பெருங்கடுங்கோன், இளங்கடுங்கோன், இளங்கோன் என்னும் மூன்று அரசர்களைக் கூறுகிறது. அவர்களைப் பற்றிய வரலாறு தெரியவில்லை. நமக்குக் கிடைத்த வரையில் உள்ள சான்றுகளை யெல்லாம் தொகுத்து வரன்முறையாக எழுதப்பட்ட சங்க காலத்துக் கொங்கு நாட்டுச் சரித்திரம் இது.

இவ்வாறு சங்க காலத்துக் கொங்கு நாட்டு வரலாற்றை எழுதுவதற்கு என்னென்ன சாதனங்களும், கருவிகளும், சான்றுகளும் கிடைத்திருக்கின்றனவோ (அவை மிகச் சில) அவற்றையெல்லாம் பயன்படுத்திக்கொண்டு இந்தக் கொங்கு நாட்டுப் பழைய வரலாற்றினை எழுதுகிறேன். இதைச் சரியாகச் செய்திருக்கிறேனா என்பதை வாசகர்தான் கூறவேண்டும்.

இந்த நூலை நான் எழுதுவதற்குக் காரணமாக இருந்தவருக்கு நன்றி செலுத்துகிறேன். பொள்ளாச்சி பெருந்தகையார் திரு. நா. மகாலிங்கம் அவர்கள், இந்நூலை எழுதுமாறு என்னைத் தூண்டி ஊக்கப்படுத்தினார்கள். அவர்களின் தூண்டுகோல் இல்லாமற் போனால் இந்நூலை நான் எழுதியிருக்க முடியாது. அவர்களுக்கு என்னுடைய நன்றியினைச் செலுத்தக் கடமைப்பட்டுள்ளேன்.

இந்த வரலாற்று நூலைப் பொதுமக்கள் ஆதரித்து எனக்கு மேன் மேலும் ஊக்கம் அளிக்குமாறு வேண்டுகிறேன். இதைப் போன்ற பணிகளில் என்னைச் செலுத்தித் தமிழகச் சமய வரலாறு, மொழி வரலாறு, சமுதாய வரலாறு, நுண்கலை வரலாறுகளை எழுத உதவியருள வேண்டுகிறேன்.

மயிலை சீனி. வேங்கடசாமி

பொருளடக்கம்

		பக்கம்
1.	கொங்கு நாடு	3
2.	கொங்கு நாட்டுக் குறுநில மன்னர்கள்	31
3.	கொங்கு நாட்டில் சேரர் ஆட்சி	48
4.	செங்கட் சோரலழன், கணைக்கால் இரும்பொறை காலம்	94
5.	வேறு கொங்குச் சேரர்	99
6.	இரும்பொறை அரசர்களின் கால நிர்ணயம்	103
7.	இரும்பொறை அரசரின் ஆட்சி முறை	108
8.	கொங்கு நாட்டுச் ரமய நிலை	110
9.	பயிர்த்தொழில், கைத் தொழில், வாணிபம்	115
10.	அயல் நாட்டு வாணிகம்	119
11.	கொங்கு நாட்டுப் புலவர்கள்	130
12.	கொங்கு நாட்டுச் சங்க நூல்கள்	147
13.	சங்க காலத்துத் தமிழெழுத்து	153
14.	கொங்கு நாட்டுப் பிராமி எழுத்துச் சாசனங்கள்	156
	BIBLIOGRAPHY	180
	தமிழ் நூல்கள்	182

கொங்கு நாட்டு வரலாறு

1
கொங்கு நாடு

கடைச் சங்க காலத்திலே, 1800 ஆண்டுகளுக்கு முன்பு தமிழகம் ஆறு நாடுகளாகப் பிரிந்திருந்தது. அந்தப் பிரிவுகள், துளு நாடு, சேரநாடு, பாண்டிய நாடு, சோழநாடு, அருவா நாடு, கொங்கு நாடு என்பவை. இந்த ஆறு நாடுகளில் துளு நாடும், சேர நாடும் மேற்குக் கடற்கரையோரத்தில் இருந்தன. துளு நாடு இப்போது தென்கன்னடம், வடகன்னடம் என்று பெயர் பெற்று, மைசூர் இராச்சியத்தோடு இணைந்திருக்கின்றது. சேர நாடு இப்போது கேரள நாடு என்று பெயர் பெற்று மலையாளம் பேசும் நாடாக மாறிப்போயிற்று. தமிழகத்தின் தென்கோடியில் பாண்டிய நாடு மூன்று கடல்கள் சூழ்ந்த நாடாக இருந்தது. சோழ நாடும், அருவா நாடும் (தொண்டை நாடு) கிழக்குக் கடற்கரையோரமாக அமைந்துள்ளன. கொங்கு நாடு தமிழகத்தின் இடை நடுவே கடற்கரை இல்லாத உள்நாடாக அமைந்திருந்தது (படம் காண்க).

கொங்கு நாடு இப்போது சேலம் வட்டம், கோயம்புத்தூர் வட்டங்களில் அடங்கியிருப்பதாகக் கூறுவர். பிற்காலத்திலே சுருங்கிப்போன கொங்கு நாட்டைத்தான் அதாவது கோயம்புத்தூர் சேலம் வட்டங்களைத்தான், இக்காலத்தில் கொங்கு நாடு என்று கூறுகின்றோம். ஆனால், சங்க காலத்திலிருந்த கொங்குநாடு இப்போதுள்ள கொங்கு நாட்டைவிட மிகப்பெரியதாக இருந்தது. பிற்காலத்துச் செய்யுள்கள் கொங்கு நாட்டின் எல்லையைக் குறுக்கிக் கூறுகின்றன.

வடக்குத் தலைமலையாம் வைகாவூர் தெற்குக்
குடக்கு வெள்ளிப் பொருப்புக் குன்று - கிழக்குக்
கழித்தண்டலை சூழும் காவிரிசூழ் நாடா
குழித்தண் டலையளவே கொங்கு

என்றும்,

வடக்குப் பெரும்பாலை வைகாவூர் தெற்குக்
குடக்குப் பொருப்புவெள்ளிக் குன்று - கிடக்கும்
களித்தண் டலைமேவும் காவிரிசூழ் நாட்டுக்
குளித்தண் டலையளவே கொங்கு

என்றும் கூறுகின்றன பழம் பாடல்கள்.

கொங்கு மண்டல சதகம் கொங்கு நாட்டின் எல்லைகளை இவ்வாறு கூறுகிறது.

மதிற்கரை கீட்டிசை தெற்குப் பழனி மதிகுடக்குக்
கதித்துள வெள்ளிமலை பெரும்பாலை கவின்வடக்கு
விதித்துள நான்கெல்லை சூழ வளமுற்றும் மேவிவிண்ணோர்
மதித்திட வாழ்வு தழைத்திடு நீள்கொங்கு மண்டலமே

இவ்வாறு கூறுவன எல்லாம் பிற்காலத்து எல்லைகள். ஆனால், மிக முற்காலத்திலே, கடைச்சங்க காலத்தில் கொங்கு நாடு பரந்து விரிவாக இருந்தது.

அதன் தெற்கு எல்லைக்கு அப்பால் பாண்டி நாடு இருந்தது. அதன் மேற்கு எல்லை சையகிரி (மேற்குத் தொடர்ச்சி) மலைகள். மேற்குத் தொடர்ச்சி மலைகளுக்கு மேற்கே சேர நாடும், துளு நாடும் இருந்தன. கொங்கு நாட்டின் கிழக்கு எல்லைக்கப்பால் சோழ நாடும், தொண்டை நாடும் இருந்தன. அதன் வடக்கு எல்லை, மைசூரில் பாய்கிற காவிரியாறு (சீரங்கப்பட்டணம்) வரையில் இருந்தது. இவ்வாறு பழங்கொங்கு நாட்டின் பரப்பும் எல்லையும் மிகப் பெரியதாக இருந்தன.

இப்போது பாண்டி நாட்டுடன் இணைந்து இருக்கிற (மதுரை மாவட்டம் மதுரை தாலுகாவில் சேர்ந்திருக்கிற) வையாவி நாடு (பழனிமலை வட்டாரம்) அக்காலத்தில் கொங்கு நாட்டின் தென்பகுதியாக இருந்தது. பழனிமலை சங்க காலத்தில் பொதினி என்று வழங்கப் பெற்றது. பொதினி பிற்காலத்தில் பழனியாயிற்று. கொங்கு நாட்டின் தென் கோடியாகிய வையாவி நாட்டை அக்காலத்தில் வையாவிக்கோ என்னும் அரச பரம்பரையார் அரசாண்டார்கள். சேர நாடு, துளு நாடுகளின் கிழக்கே வடக்குத் தெற்காக நீண்டு கிடக்கிற சைய மலைகள் (மேற்குத் தொடர்ச்சி மலைகள்) கொங்கு நாட்டின் மேற்கு எல்லைகளாக அமைந்திருந்தன. யானை மலைப்பிரதேசம் கொங்கு நாட்டைச் சேர்ந்திருந்தது. அது அக்காலத்தில் உம்பற்காடு என்று பெயர் பெற்றிருந்தது (உம்பல் - யானை). மேற்குத் தொடர்ச்சி

சங்க காலத் தமிழகம்
(ஆறு நாடுகள்)

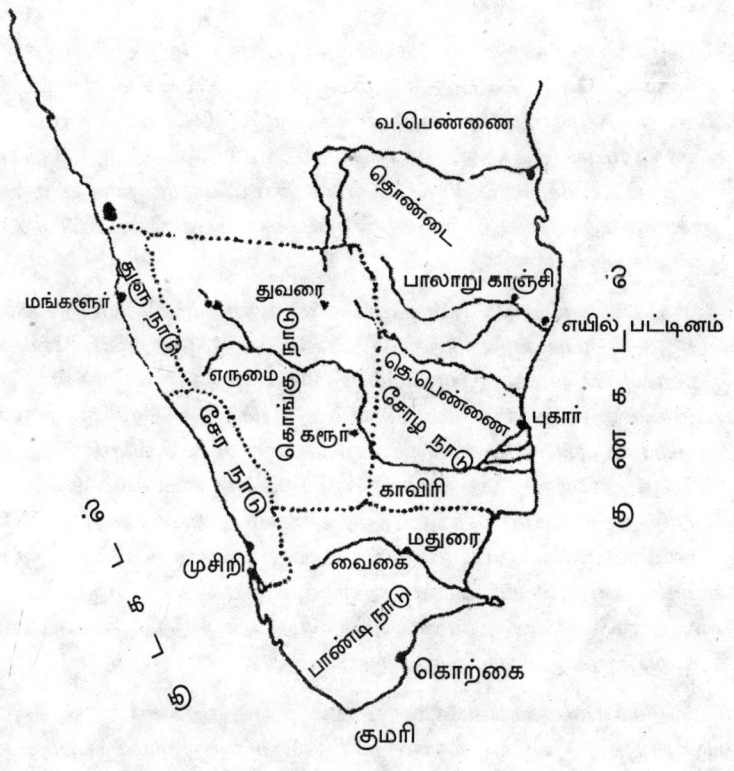

குமரிக்கடல்

மலையில் உள்ள பாலைக் காட்டுக் கணவாய், சேர நாட்டையும் கொங்கு நாட்டையும் இணைத்துப் போக்குவரத்துக்கு உதவியாக இருந்தது. மற்ற இடங்களில் மேற்குத் தொடர்ச்சி மலைகள் உயரமாக அமைந்து இரண்டு நாடுகளுக்கும் போக்குவரத்து இல்லாதபடி தடுத்துவிட்டன. பாலைக்காட்டு அருகில் மலைகள் தாழ்ந்து கணவாயாக அமைந்து இருப்பதால் அது சேர நாட்டுக்கும் கொங்கு நாட்டுக்கும் போக்குவரத்துக்கு ஏற்றதாக இருக்கின்றது. இந்தக் கணவாய் வழியாகச் சேர அரசர் படையெடுத்து வந்து கொங்கு நாட்டைக் கைப்பற்றினார்கள்.

இப்போது திருச்சிராப்பள்ளி மாவட்டத்தில் சேர்ந்திருக்கிற கரூர் தாலுகாவும் வேறு சில பகுதிகளும் பழங்காலத்தில் கொங்கு நாட்டில் சேர்ந்திருந்தன. அக்காலத்தில் கருவூர், கொங்கு நாட்டின் தலைநகரமாக இருந்தது. கொங்கு நாட்டைச் சேர்ந்திருந்த அந்தப் பகுதிகள் ஆங்கிலேய கிழக்கிந்தியக் கும்பினியார் நாடு பிடித்து அரசாளத் தொடங்கிய பிற்காலத்தில் திருச்சிராப்பள்ளி மாவட்டத்தில் இணைக்கப்பட்டன.

பழங்கொங்கு நாட்டின் வடக்கெல்லை மைசூரில் பாய்கிற காவிரி ஆற்றுக்கு அப்பால் நெடுந்தூரம் பரவியிருந்தது என்று கூறினோம். இக்காலத்தில் மைசூர் இராச்சியத்தின் தென்பகுதிகளாக இருக்கிற பல நாடுகள் அக்காலத்தில் வடகொங்கு நாட்டைச் சேர்ந்திருந்தன. பேர்போன புன்னாடு, கப்பிணி ஆற்றங்கரை மேல் உள்ள கிட்டூரைத் (கட்டூர்) தலைநகரமாகக் கொண்டிருந்தது. அது சங்க காலத்தில் வட கொங்கு நாட்டைச் சேர்ந்திருந்தது. எருமை ஊரை அக்காலத்தில் அரசாண்டவன் எருமையூரன் என்பவன். எருமை ஊர் பிற்காலத்தில் மைசூர் என்று பெயர் பெற்றது (எருமை - மகிஷம்). எருமையூர் - மைசூர். எருமை ஊர், மைசூர் என்றாகிப் பிற்காலத்தில் கன்னடநாடு முழுவதுக்கும் பெயராக அமைந்துவிட்டது.

இப்போதைய மைசூர் நாட்டில் உள்ள ஹளேபீடு (ஹளே - பழைய, பீடு - வீடு) அக்காலத்தில் துவரை என்று வழங்கப்பட்டது. துவரை, இக்காலத்தில் துவார சமுத்திரம் என்று பெயர் பெற்றுள்ளது. இங்கு ஒரு பெரிய ஏரியும் அதற்கு அருகிலே உள்ள மலையடிவாரத்தில் அழிந்து போன நகரமும் உள்ளன. இந்த நகரம் சங்க நூல்களில் கூறப்படுகின்ற அரையம் என்னும் நகரமாக இருக்கக்கூடும். துவரையையும் அதற்கு அருகில் இருந்த அரையத்தையும் புலிகடிமால் என்னும் அரச பரம்பரை அரசாண்டது. மிகப் பிற்காலத்தில் மைசூரை அரசாண்ட ஹொய்சளர், பழைய புலிகடிமால் அரச பரம்பரையார்

என்று தோன்றுகின்றனர். ஹொய்சள என்பது புலிகடிமால் என்பதன் மொழிபெயர்ப்பாகத் தெரிகின்றது.

கொங்கு நாட்டின் வடஎல்லை பழங்காலத்தில் கி.பி. 19-ஆம் நூற்றாண்டுக்கு முன்பு மைசூர் நாட்டில் பாய்கிற காவிரி ஆற்றுக்கு அப்பால் இருந்தது என்று கூறுவது வெறும் கற்பனையன்று, சரித்திர உண்மையே. அக்காலத்தில் கன்னட நாடு (வடுகநாடு) வடக்கே வெகுதூரம் கோதாவரி ஆறுவரையில் பரவியிருந்தது. இப்போது மகாராட்டிர நாடாக இருக்கிற இடத்தின் தென்பகுதிகள் அக்காலத்தில் கன்னடம் பேசப்பட்ட கன்னட நாடாக இருந்தன. பிற்காலத்தில் மகாராட்டிரர், வடக்கே இருந்த கன்னட நாட்டில் புகுந்து குடியேறினார்கள். காலஞ் செல்லச் செல்ல அந்தப் பகுதி மகாராட்டிர நாடாக மாறிப்போயிற்று. இதன் காரணமாக, மகாராட்டிர பாஷையில் பல கன்னட மொழிச் சொற்கள் கலந்திருப்பதைக் காண்கின்றோம்.

இக்காலத்தில் உள்ள கன்னட (மைசூர்) நாட்டின் தென் பகுதிகள் அப்பழங்காலத்தில், தமிழ் நாடாக (வடகொங்கு நாட்டின் பகுதியாக) இருந்தன. வடக்கேயிருந்த கன்னட நாட்டில் மராட்டியர் புகுந்து குடியேறியபோது, கன்னடர் தெற்கே வடகொங்கு நாட்டு எல்லையில் புகுந்து குடியேறினார்கள். மைசூரில் பாய்கிற காவிரி ஆற்றுக்கு வடக்கிலிருந்து வடக்கே கோதாவரி ஆறு வரையில் பழங்காலத்தில் கன்னட நாடு பரவியிருந்தது என்று கூறுவதற்குக் கன்னட இலக்கண நூல் சான்று கூறுகின்றது. கி.பி. 9-ஆம் நூற்றாண்டில் வாழ்ந்திருந்த நிருபதுங்க அரசன் (கி.பி. 850-இல்) இயற்றிய கவிராஜ மார்க்கம் என்னும் கன்னட இலக்கண நூலில், பழங் கன்னட நாட்டின் எல்லை கூறப்படுகின்றது. அதில் கன்னட நாட்டின் அக்காலத் தென் எல்லை மைசூரில் பாய்கிற காவிரி ஆறு என்று கூறப்படுகின்றது.

காவேரியிந்த மா கோதாவரி வரமிர்ப நாடதா கன்னட தொள்
பாவிஸித ஜனபதம் வஸுதாவளய விலீன விஸத
விஷய விஸேஷம்

(கவிராஜ மார்க்கம் 1-36)

இதனால் கி.பி. ஒன்பதாம் நூற்றாண்டில் கன்னட நாட்டின் எல்லை காவிரி ஆறு (மைசூர் நாட்டில் பாயும் காவிரி ஆறு) என்று தெளிவாகத் தெரிகின்றது. 9-ஆம் நூற்றாண்டிலே இது கன்னட நாட்டின் தென் எல்லையாக இருந்தது என்றால் அதற்கு முற்பட்ட சங்க காலத்தில் (கி.பி. 200-க்கு முன்பு)பழைய கன்னட நாட்டின் தென் எல்லை காவிரி ஆற்றுக்கு வடக்கே இருந்திருக்க வேண்டுமென்பதில் ஐயம் என்ன?

கன்னடர், தமிழகமாக இருந்த வடகொங்கு நாட்டில் வந்து பரவியதும், பிற்காலத்தில் அந்தப் பகுதிகள் கன்னட மொழியாக மாறிப்போனதும் பிற்காலத்தில் (கி.பி. 10-ஆம் நூற்றாண்டுக்குப் பிறகு) ஏற்பட்டவையாகும். எனவே நமது ஆராய்ச்சிக்குரிய கடைச் சங்க காலத்தில் கொங்குநாடு, மைசூர் நாட்டுக் காவிரி ஆற்றுக்கு அப்பால் வடக்கே வெகுதூரம் பரவியிருந்தது என்பதும் அந்த எல்லைக்குள் இருந்த புன்னாடு பகுதியும் கொங்கு நாட்டில் அடங்கியிருந்தது என்பதும் நன்கு தெரிகின்றன.

கொங்கு நாடு நெய்தல் நிலமில்லாத-(கடற்கரையில்லாத) உள்நாடு என்று கூறினோம். அங்கு மலைகள் அதிகம். எனவே, அங்கே குறிஞ்சி நிலம் அதிகமாயிருந்தது. காடும் காட்டைச் சேர்ந்த முல்லை நிலங்களும் அதிகம். நெல்பயிரான மருத நிலங்களும் இருந்தன. கொங்கு நாட்டிலிருந்த ஊர்கள், மலைகள், ஆறுகள் முதலியவற்றின் முழு விவரங்கள் சங்க நூல்களில் கிடைக்கவில்லை. சில பெயர்கள் மட்டும் தெரிகின்றன. நமக்குக் கிடைத்துள்ள வரையில், சங்க இலக்கியங்களில் கூறப்படுகின்ற கொங்கு நாட்டின் இடங்களைக் கீழே தருகிறோம்.

உம்பற் காடு [யானை மலைக்காடு]

இது கொங்கு நாட்டின் தென்மேற்கிலுள்ள யானை மலைப் பிரதேசம் (உம்பல்-யானை). இது கோயம்புத்தூர் மாவட்டத்தில் பொள்ளாச்சித் தாலுக்காவை அடுத்திருக்கின்றது. யானை மலைகள் சராசரி 7,000 அடி உயரமுள்ளவை. யானை முடி மிக உயரமானது. அதன் உயரம் 8,837 அடி. இங்குள்ள காடுகளில் யானைகள் அதிகமாக இருந்ததினால் இவை யானை மலைக்காடு (உம்பற்காடு) என்று பெயர் பெற்றது.

சேர நாட்டு அரசர் கொங்கு நாட்டைப் பிடிக்கத் தொடங்கினபோது முதல் முதலாக யானை மலைப் 'பிரதேசத்தைப் பிடித்தார்கள். இமயவரம்பன் நெடுஞ்சேரலாதனுடைய தம்பி பல்யானைச் செல்கெழு குட்டுவன் உம்பற் காட்டை வென்று கைப்பற்றினான். இவன், 'உம்பற் காட்டைத் தன்கோல் நிரீஇயினான்' என்று பதிற்றுப்பத்து மூன்றாம் பத்துப்பதிகங்கள் கூறுகின்றன. அவனுடைய தமயனாகிய இமயவரம்பன் நெடுஞ்சேரலாதன் (செங்குட்டுவனுடைய தந்தை) தன் மீது 2ஆம் பத்துப்பாடிய குமட்டூர்க் கண்ணனார்க்கு உம்பற் காட்டில் ஐஞ்ஞூறூர் பிரமதாயங் கொடுத்தான் (இரண்டாம் பத்துப் பதிகம் அடிக்குறிப்பு) சேரன் செங்குட்டுவன் தன்மீது ஐந்தாம் பத்துப் பாடிய பரணர்க்கு உம்பற் காட்டு வரியைக் (வருவாயை) கொடுத்தான் (ஐந்தாம் பத்துப் பதிகம் அடிக்குறிப்பு). இதனால் யானை

மலைப் பிரதேசங்களைச் சேர மன்னர் கைப்பற்றி இருந்தார்கள் என்பது தெரிகின்றது. உம்பற் காட்டில் பல ஊர்கள் அடங்கியிருந்தன.

ஒகந்தூர்

இது கொங்கு நாட்டிலிருந்த ஊர். இது இருந்த இடம் தெரியவில்லை. கொங்கு நாட்டையரசாண்ட செல்வக் கடுங்கோவாழியாதன் இந்த ஊரைத் திருமால் கோயிலுக்குத் தானஞ் செய்தான் என்று பதிற்றுப்பத்து ஏழாம் பத்துப் பதிகங் கூறுகிறது.

கருவூர்

இது கொங்கு நாட்டில் மதிலரண் சூழ்ந்த ஊர். ஆன் பொருநையாற்றின் கரைமேல் அமைந்திருந்தது. இது சேரரின் கொங்கு இராச்சியத்தின் தலைநகரமாகவும் இருந்தது. சேரர் இந்த நகரத்தைக் கைப்பற்றிய பிறகு, தங்கள் சேர நாட்டுத் தலைநகரமான கருவூரின் பெயரையே இதற்கு இட்டனர் என்று தோன்றுகிறது. இதற்கு வஞ்சி என்றும் வேறு பெயர் உண்டு. இவ்வூரில் வேண்மாடம் என்னும் பெயருள்ள அரண்மனையை அமைத்துக்கொண்டு 'இரும்பொறையரசர்' கொங்குநாட்டை அரசாண்டனர். இப்போது இந்தக் கருவூர், திருச்சிராப்பள்ளி மாவட்டத்தில் கரூர் தாலுகாவில் இருக்கிறது.

ஏறத்தாழ கி.பி. 150-இல் இருந்த தாலமி (Ptolemy) என்பவர் தம்முடைய நூலில் இதைக் கரொவுர (Karoura) என்று கூறுகின்றார். இவ்வூர் உள்நாட்டில் இருந்தது என்றும் கேரொபொத்ரருக்கு (கேரளபுத்திரர்க்கு) உரியது என்றும் கூறுகின்றார். இக்கருவூர் உள்நாட்டில் இருந்ததென்று கூறுகிறபடியால், கடற்கரைக்கு அருகில் இருந்த சேர நாட்டுக் கருவூர் அன்று என்பதும், கொங்கு நாட்டுக் கருவூரைக் குறிக்கின்றது என்றும் தெரிகின்றன. மேலும், இக்கருவூரில் உரோம் தேசத்துப் பழங்காசுகள் கிடைத்திருப்பது இவ்வூரில் யவன வாணிகத் தொடர்பு இருந்ததைத் தெரிவிக்கின்றது.

சங்க காலத்தின் இறுதியில் கி.பி. முதல் நூற்றாண்டின் தொடக்கத்தில் இரண்டு கருவூர்கள் இருந்தன. ஒன்று மேற்குக் கடற்கரையில் சேரரின் தலைநகரமாக இருந்த கருவூர். இன்னொன்று கொங்கு நாட்டில் இருந்த இந்தக் கருவூர் இவ்விரண்டு கருவூருக்கும் வஞ்சி என்று வேறு பெயரும் உண்டு. இரண்டு கருவூர்களையும் சங்க இலக்கியங்கள் கூறுகின்றன. இரண்டு கருவூர்கள் இருந்ததையறியாமல், ஒரே கருவூர் இருந்ததாகக் கருதிக்கொண்டு சேரர் தலைநகரமாகிய கருவூர் வஞ்சி, சேர நாட்டிலிருந்ததா கொங்கு நாட்டிலிருந்ததா என்று சென்ற தலைமுறையில் அறிஞர்களுக்குள் வாதப் பிரதிவாதங்கள்

நடந்தன. இதைப் பற்றிக் கட்டுரைகளும் நூல்களும் இரு தரத்தாராலும் எழுதப்பட்டன. ஒரே காலத்தில் இரண்டு (கருவூர்) வஞ்சி மாநகர்கள், சேர நாட்டிலும் கொங்கு நாட்டிலும் இருந்தன என்பதை அறியாதபடியால் இந்த ஆராய்ச்சி நடந்தது. கொங்கு நாட்டையாண்ட சேர அரசர் காலத்திலும் அதற்குப் பிற்பட்ட காலங்களிலும் கருவூர் கொங்கு நாட்டின் தலைநகரமாக இருந்தது. இது ஒரு பெரிய வாணிக நகரமாகவும் இருந்தது. சங்கப் புலவர்களில் சிலர் இவ்வூரினராவர்.

கண்டிரம்

இப்பெயரையுடைய ஊர் கொங்கு நாட்டிலிருந்தது. அது எந்த இடத்திலிருந்தது என்பது தெரியவில்லை. கண்டிர நாட்டில் பெரிய மலையொன்று தோட்டிமலை என்று பெயர் பெற்றிருந்தது. அந்நாட்டை அரசாண்ட மன்னர்கள் கண்டீரக்கோ என்று பெயர் பெற்றிருந்தார்கள். அவர்களில் ஒருவன் நள்ளி என்றும் பெயருடையவன். தோட்டி மலையையும் அதன் அரசனாகிய நள்ளியையும் வன்பரணர் கூறுகின்றார்.[1]

கண்டிர நாட்டின் சோலைகளிலே காந்தள் முதலிய மலர்கள் மலர்ந்தன என்று பரணரும் கபிலரும் கூறுகின்றனர் (அகம் 152:15-17, *238: 14-18*). நள்ளியின் கண்டிர நாட்டுக் காடுகளில் இடையர் பசு மந்தைகளை வளர்த்தனர் என்றும், அவ்வூர் நெய்க்குப் பேர் போனது என்றும் காக்கைப்பாடினியார் கூறுகிறார்.[2] கண்டிரத்துக் காட்டில் யானைகளும் இருந்தன. கண்டிர நாட்டில் நள்ளியின் பெயரால் நள்ளியூர் என்று ஓர் ஊர் இருந்ததைக் கொங்கு நாட்டுச் சாசனம் ஒன்று கூறுகின்றது.

கட்டி நாடு

கட்டி நாடு என்பது தமிழகத்தின் வடக்கேயிருந்தது. அது கொங்கு நாட்டைச் சேர்ந்தது. கட்டி நாட்டையாண்ட அரசர் பரம்பரையார் ‘கட்டியர்’, ‘கட்டி’ என்று பெயர் பெற்றிருந்தனர். கட்டி நாட்டின் வட எல்லை வடுக (கன்னட) நாட்டின் எல்லை வரையில் இருந்தது. கட்டி நாட்டுக்கு அப்பால் மொழி பெயர் தேயம்.[3] (வேறு மொழி கன்னட மொழி) பேசும் தேசம் இருந்தது.

கட்டி நாடு வடகொங்கு நாட்டில் இருந்தது. கட்டியரசு பரம்பரை விசயநகர அரசர் காலத்திலும் இருந்தது.

காமூர்

இதுவும் கொங்கு நாட்டிலிருந்த ஊர். இங்கு இடையர் வாழ்ந்து வந்தனர். அவர்களின் தலைவன் கழுவுள்.[4] கழுவுளின் காமூரில்

பலமான கோட்டையிருந்தது. அது ஆழமான அகழியையும் உயரமான கோட்டை மதிலையுங் கொண்டிருந்தது. கொங்கு நாட்டை அரசாண்ட பெருஞ்சேரலிரும்பொறை காமூரை வென்று அதைத் தன்னுடைய இராச்சியத்துடன் சேர்த்துக் கொண்டான். (பதிற்று. 9-ஆம் பத்து 8: 7-9). பெருஞ்சேரலிரும்பொறை காமூரை முற்றுகையிட்ட போது வேளிர்கள் (சிற்றரசர்) அவனுக்கு உதவியாக இருந்தார்கள் (அகம் 135:11-14).

குதிரைமலை

இது கொங்கு நாட்டிலிருந்த மலை. இதை 'ஊராக் குதிரை' என்று கூறுகிறார் கருவூர் கதப்பிள்ளைச் சாத்தனார் (ஊராக்குதிரை - சவாரி செய்யமுடியாத குதிரை. அதாவது குதிரைமலை). 'மைதவழ் உயர்சிமைக் குதிரை மலை' என்று இம்மலையை ஆலம்பேரி சாத்தனார் கூறுகிறார் (அகம் 143:13). குதிரை மலையையும் அதனைச் சார்ந்த நாட்டையும் பிட்டங்கொற்றன் அரசாண்டான். இம்மலையில் வாழ்ந்த குறவர்கள் மலைச்சாரலில் தினையரிசியைப் பயிர் செய்து அந்த அரிசியைக் காட்டுப் பசுவின் பாலில் சமைத்து உண்டார்கள் (புறம் 168: 1-14). குதிரைமலை, உடுமலைப்பேட்டை வட்டாரத்தில் இருந்ததென்று கருதுகின்றார்.

நன்றாமலை

இது கொங்கு நாட்டில் இருந்த மலை. இந்த மலையின் மேலிருந்து பார்ப்பவர்களுக்கு இதைச் சூழ்ந்துள்ள ஊர்கள் தெரிந்தன. ஆகையால் இது 'நாடுகாண் நெடுவரை' என்று (பதிற்று. 9-ஆம் பத்து 5:7) கூறப்படுகின்றது. ''நாடுகாண் நெடுவரையென்றது தன்மேல் ஏறி நாட்டைக் கண்டு இன்புறுவதற்கு ஏதுவாகிய ஒக்கமுடைய'' மலை என்று இதற்குப் பழைய உரையாசிரியர் விளக்கம் கூறுகின்றார்.

செல்வக்கடுங்கோ வாழியாதன் மேல் கபிலர் 7-ஆம் பத்துப் பாடியபோது அவருக்கு அவ்வரசன் இந்த மலைமேலிருந்து கண்ணிற் கண்ட நாடுகளைக் காட்டி அந்நாடுகளின் வருவாயை அவருக்குப் பரிசாக அளித்தான் என்று 7-ஆம் பத்து அடிக்குறிப்புக் கூறுகின்றது. ''பாடிப் பெற்ற பரிசில், சிறுபுறமென நூறாயிரங் காணங்கொடுத்து நன்றா வென்னும் குன்றேறி நின்று தன் கண்ணிற் கண்ட நாடெல்லாங் காட்டிக் கொடுத்தான் அக்கோ'' என்று அடிக்குறிப்புக் கூறுகின்றது. கி.பி. 7-ஆம் நூற்றாண்டில் திருஞானசம்பந்தர் காலத்தில் இவ்வூர் திருநணா என்று பெயர் வழங்கப்பட்டது.

விச்சிநாடு

சங்க காலத்துக் கொங்கு நாட்டிலே இருந்த ஊர்களில் விச்சி என்பதும் ஒன்று. பச்சைமலை என்று இப்போது பெயர் வழங்குகிற மலை அக்காலத்தில் விச்சி மலை என்று பெயர் பெற்றிருந்தது. சேலம், திருச்சிராப்பள்ளி மாவட்டங்களில் விச்சிமலை (பச்சை மலை) இருக்கின்றது. இந்த மலை ஏறக்குறைய 200 மைல் நீளம் உள்ளது. இது கடல் மட்டத்துக்குமேல் ஏறத்தாழ 2000அடி உயரம் உள்ளது. மலையின் மேலே வேங்கை, தேக்கு, கருங்காலி, சந்தனம் முதலிய மரங்கள் உள்ளன. விச்சி நாட்டு மலைப் பக்கங்களில் பலா மரங்கள் இருந்தன என்று கபிலர் கூறுகிறார் (புறம் 200 :1-2). விச்சி மலைமேல் 'ஐந்தெயில்' என்னும் கோட்டையிருந்தது. அது காட்டரண் உடையதாக இருந்தது. விச்சி நாட்டையரசாண்ட பரம்பரையாருக்கு விச்சிக்கோ என்று பெயர் இருந்தது. கொங்குச் சேரனாகிய இளஞ்சேரல் இரும்பொறை, ஐந்தெயில் கோட்டையை வென்று விச்சி நாட்டைக் கைப்பற்றினான் என்று 9-ஆம் பத்துப் பதிகங் கூறுகின்றது,

வெள்ளலூர்

கோயம்புத்தூருக்குத் தென்கிழக்கில் ஐந்து மைல் தூரத்தில் இவ்வூர் இருக்கின்றது. இங்கு 'பழங்காலத்துப் பாண்டு குழிகள்' உள்ளன. இந்தப் பண்டவர் குழிகளிலிருந்து முதுமக்கள் தாழிகள் கண்டெடுக்கப்பட்டன. 1842-ஆம் ஆண்டில் இவ்வூரில் பழங்காசுப் புதையல் ஒரு மண்பாண்டத்தில் கிடைத்தது. அப்புதையலில் 522 உரோம் தேசத்து நாணயங்கள் இருந்தன. அந்தக் காசுகளில் உரோமாபுரிச் சக்கரவர்த்திகளான அகஸ்தஸ், தைபீரியர், கலிகுல்லா, கிளாடியஸ் ஆகியோரின் உருவங்கள் பொறிக்கப்பட்டிருந்தன. இவை கி.பி. முதல் நூற்றாண்டில் வழங்கப்பட்ட காசுகள். இதிலிருந்து அக்காலத்தில் இந்த ஊரில் யவனருடன் வியாபாரத் தொடர்பு இருந்தது என்பது தெரிகின்றது.

வையாவி நாடு

இது கொங்கு நாட்டின் தென்கோடியில் இருந்தது. ஆவி நாடு என்றும் வையாவி நாடு என்றும் பெயர் பெற்றிருந்தது. பிற்காலத்தில் வைகாவூர் என்றும் வையாபுரி என்றும் பெயர் வழங்கப்பட்டது. இது இப்போது மதுரை மாவட்டத்து மதுரை தாலுகாவில் இருக்கின்றது. பழனி மலை வட்டாரம் பழைய வையாவி நாடாகும். வையாவி நாட்டின் தலைநகரம் பொதினி. ஆவி (வையாவி) நாட்டையரசாண்ட அரசர் 'வேள் ஆவிக்கோமான்' என்று பெயர் பெற்றனர்[5] பொதினி

என்னும் பெயர் இப்போது பழனி என்று மருவி வழங்குகிறது. வேள் ஆவி அரசர்கள் சேர அரசர் பரம்பரையில் பெண் கொடுத்து உறவு கொண்டார்கள். வையாவிக் கோப்பெரும்பேகனும் வேள் ஆவிக் கோமான் பதுமனும் இவ்வூரை ஆண்ட அரசர்கள். வையாவிக் கோப்பெரும் பேகனை அவன் மனைவி கண்ணகி காரணமாகப் பரணர், கபிலர், வன்பரணர், அரிசில்கிழார், பெருங்குன்றூர் கிழார், நல்லூர் நத்தத்தனார் ஆகிய புலவர்கள் பாடியுள்ளனர். இதனால் இவர்கள் சம காலத்தில் இருந்தவர்கள் என்பது தெரிகின்றது. வேளாவிக்கோமான் பதுமனுடைய மகள் ஒருத்தியைக் குடக்கோ நெடுஞ்சேரலன் மணஞ்செய்திருந்தான் (4-ஆம் பத்துப் பதிகம், 6-ஆம் பத்துப் பதிகம்). இன்னொரு மகளைச் செல்வக் கடுங்கோ வாழியாதன் (குடக்கோ நெடுஞ்சேரலாதனின் தாயாதித்தம்பி) மணஞ்செய்திருந்தான் (8ஆம் பத்துப் பதிகம்).

கொல்லி மலையும் கொல்லிக் கூற்றமும்

கொங்கு நாட்டுப் பேர் போன கொல்லிமலையைச் சங்கச் செய்யுள்கள் கூறுகின்றன. கொல்லி மலையை இந்தக் காலத்தில் சதுரகிரி என்று பெயர் கூறுகிறார்கள். பார்வைக்குச் சதுர வடிவமாக அமைந்திருப்பதனால் சதுரகிரி என்று பெயர் பெற்றது. கொல்லிமலை, சேலம் மாவட்டத்தில் ஆத்தூர் தாலுகாவிலும், நாமக்கல் தாலுகாவிலும் அடங்கியிருக்கின்றது. ஏறக்குறைய 180 சதுர மைல் பரப்புள்ளது. கொல்லிமலைகள் கடல் மட்டத்துக்கு மேலே 3500 அடி முதல் 4000 அடி வரையில் உயரம் உள்ளன. கொல்லி மலைகளில் வேட்டைக்காரன் மலை (ஆத்தூர் தாலுகா) உயரமானது. அது கடல் மட்டத்துக்கு மேலே 4663 அடி உயரமாக இருக்கிறது.

கொல்லி மலைகளில் ஊர்கள் உள்ளன. பல அருவிகளும் உள்ளன. மலையிலேயே தினை, வரகு, ஐவன, நெல் முதலிய தானியங்கள் பயிரிடப்பட்டன. மலைகளில் மூங்கிற் புதர்களும், சந்தனம், கருங்காலி, தேக்கு முதலிய மரங்களும் வளர்ந்தன. அக்காலத்தில் தேக்கு மரம் இல்லை. பலா மரங்கள் இருந்தன.[6] கொல்லிமலைத் தேன் பேர் போனது.

பிற்காலத்து நூலாகிய கொங்கு மண்டல சதகமும் கொல்லிமலையைக் கூறுகிறது.

முத்தீட்டு வாரிதி சூழுல கத்தினின் மோகமுறத்
தொத்தீட்டு தேவர்க்கு மற்றுமுள்ளோர்க்குஞ் சுவைமதுரக்

கொத்தீட் டியபுதுப் பூத் தேனும் ஊறுங் குறிஞ்சியின் தேன்
வைத்தீட் டியகொல்லி மாமலை யுங்கொங்கு மண்டலமே

கொங்கு நாட்டிலே மற்ற இடங்களில் கிடைத்தது போலவே கொல்லி மலையிலும் விலையுயர்ந்த மணிகளும் கிடைத்தனவாம்.[7]

கொல்லி மலையின் மேற்குப் பக்கத்தில் பேர் போன 'கொல்லிப்பாவை' என்னும் உருவம் அழகாக அமைந்திருந்ததாம். பெண் வடிவமாக அமைந்திருந்த அந்தப் பாவை தெய்வத்தினால் அமைக்கப்பட்டதென்று கூறப்படுகிறது.[8] இயற்கையாக அமைந்திருந்த அழகான அந்தக் கொல்லிப் பாவை, காற்றடித்தாலும் மழை பெய்தாலும் இடியிடித்தாலும் பூகம்பம் உண்டானாலும் எதற்கும் அழியாததாக இருந்தது என்று பரணர் கூறுகிறார்.[9]

கொல்லி மலையில் கொல்லிப் பாவை இருந்ததைப் பிற்காலத்துக் கொங்கு மண்டல சதகமும் கூறுகிறது.

தாணு முலகிற் கடன் முர சார்ப்பத் தரந்தரமாய்ப்
பூணு முலைமட வார்சேனை கொண்டு பொருது மலர்ப்
பாணன் முதலெவ ரானாலுங் கொல்லியம் பாவை முல்லை
வாணகை யாலுள் ளுருக்குவதுங் கொங்கு மண்டலமே

இப்படிப்பட்ட கொல்லிப் பாவை இப்போது என்னவாயிற்று என்பது தெரியவில்லை. இப்போதுள்ள பொய்ம்மான் கரடு போன்று கொல்லிப் பாவையும் உருவெளித் தோற்றமாக இருந்திருக்கக்கூடும்.

கொல்லிமலை வட்டாரம் 'கொல்லிக்கூற்றம்' என்று பெயர் பெற்றிருந்தது. சங்க காலத்தில் கொல்லிக் கூற்றத்தையும், கொல்லி மலைகளையும் ஓரி என்னும் அரச பரம்பரையார் ஆட்சி செய்து வந்தார்கள். கடை எழுவள்ளல்களில் ஓரியும் ஒருவன். ஓரி அரசருக்கு உரியதாக இருந்த கொல்லிக் கூற்றத்தைப் பிற்காலத்தில் கொங்கு நாட்டுச் சேரர் கைப்பற்றிக் கொண்டு அரசாண்டனர். இந்த வரலாற்றை இந்நூலில் வேறு இடத்தில் காண்க.

திருச்செங்கோடு

கொங்கு நாட்டில் சேலம் மாவட்டத்தில் உள்ள மலை இது. செங்கோட்டு மலையில் நெடுவேளாகிய முருகனுக்குத் தொன்று தொட்டுக் கோவில் உண்டு. அக்காலத்தில் முருகன் எழுந்தருளியிருந்த இடங்களில் செங்கோடும் ஒன்று என்று சிலப்பதிகாரம் கூறுகின்றது.

சீர்கெழு செந்திலும் செங்கோடும் வெண்குன்றும்
ஏரகமும் நீங்கா இறைவன் (குன்றக் குரவை)

என்று கூறுவது காண்க. பழைய அரும்பதவுரையாசிரியர் 'செங்கோடு - திருச்செங்கோடு' என்று உரை எழுதியுள்ளார். மதுரையை விட்டு வெளிப்பட்ட கண்ணகியார் பதினான்கு நாள்களாக இரவும் பகலும் நடந்து சென்று ''நெடுவேள் குன்றம் அடிவைத் தேறிப் பூத்தவேங்கைப் பொங்கர்க்கீழ்''த் தங்கியபோது அவர் உயிர் பிரிந்தது என்று சிலப்பதிகாரம் (கட்டுரை காதை190-91) கூறுகிறது. அந்த நெடுவேள் குன்றம் என்பது திருச்செங்கோடுமலை என்று பழைய அரும்பத உரையாசிரியர் எழுதுகிறார். மீண்டும் வாழ்த்துக் காதையில், கண்ணகியார் கடவுள் நல்லணி காட்டிய செய்யுளில்,

வென்வேலான் குன்றில் விளையாட்டு யானகலேன்
என்னோடுந் தோழிமீர் எல்லீரும் வம்மெல்லாம்

என்று கூறுகின்றார். இதற்கு உரை எழுதிய பழைய அரும்பத உரையாசிரியர் ''வென்வேலான் . குன்று - செங்கோடு. நான் குன்றில் வந்து விளையாடுவேன், நீங்களும் அங்கே வாருங்களென்றாள்'' என்று விளக்கங் கூறுகிறார்.

இதனால், அரும்பதவுரையாசிரியர் காலத்தில் கண்ணகியார் உயிர்விட்ட இடம் திருச்செங்கோடு மலை என்ற செவிவழிச் செய்தி இருந்தது என்பது தெரிகின்றது. கொங்குச் சேரரின் கீழ் இருந்த கொங்கிளங்கோசர், செங்குட்டுவன் சேர நாட்டில் பத்தினிக் கோட்டம் அமைத்து விழாச் செய்த பிறகு தாங்களும் கொங்கு நாட்டில் கண்ணகிக்கு விழாச் செய்தார்கள் என்று சிலப்பதிகார உரைபெறு கட்டுரை கூறுகின்றது. கொங்கிளங்கோசர் கண்ணகிக்குக் கோயில் எடுத்ததும் திருச்செங்கோட்டு மலையில் என்று தோன்றுகிறது.

பழைய அரும்பதவுரையாசிரியருக்குச் சில நூற்றாண்டுக்குப் பிறகு இருந்த அடியார்க்கு நல்லார் என்னும் சிலப்பதிகார உரையாசிரியர், கண்ணகியார் உயிர் நீத்த இடம் திருச்செங்கோடுமலை என்று அரும்பதவுரையாசிரியர் கூறியிருப்பதை மறுக்கிறார். சிலப்பதிகாரப் பதிகம் மூன்றாவது அடியில் வரும் 'குன்றக்குறவர்' என்பதற்கு உரை எழுதுகிற அவர் கண்ணகியார் உயிர்விட்ட இடம் சேர நாட்டில் உள்ள செங்குன்று என்றும், கொங்கு நாட்டுத் திருச்செங்கோடு அன்று என்றுங் கூறுகிறார். அவர் எழுதுவது, ''குன்றக் குறவர் ஏழனுருபுத்தொகை. குன்றம் - கொடுங்கோளூருக்கு அயலதாகிய செங்குன்றென்று மலை. அது திருச்செங்கோடென் பவாலெனின். அவரறியார் என்னை? அத்திருச்செங்கோடு வஞ்சிநகர்க்கு (சேர நாட்டு வஞ்சி நகர்க்கு) வடகீழ்த்திசைக் கண்ணதாய் அறுபதின்காதவாறு

உண்டாகலானும் அரசனும் (செங்குட்டுவன்) உரிமையும் மலை காண்குவமென்று வந்து கண்ட அன்றே வஞ்சி புகுதலானும் அது கூடாமையினென்க.''

பழைய அரும்பதவுரையாசிரியர் கூறுவதையும் அடியார்க்கு நல்லார் கூறுவதையும் ஆராய்வதற்கு இப்போது நாம் புகவில்லை. கொங்கு நாட்டுத் திருச்செங்கோடு மலையில், கண்ணகியார் உயிர் நீத்தார் என்று பழைய செவிவழிச் செய்தி அரும்பதவுரையாசிரியர் காலத்தில் இருந்தது என்பது மட்டும் உறுதியாகத் தெரிகின்றது. அரும்பதவுரையாசிரியர் திருச்செங்கோட்டில் கண்ணகியார் உயிர் நீத்தார் என்று கூறுவதற்குக் காரணம் இருக்க வேண்டும். இல்லாமல் அவர் கூறியிருக்க மாட்டார்.

நன்றா மலை

இந்த மலையின் உச்சியிலிருந்து பார்ப்பவருக்கு இதனைச் சுற்றிலுமுள்ள ஊர்கள் நன்றாகத் தெரிந்தன. ஆனது பற்றி இது 'நாடுகாண் நெடுவரை' என்று கூறப்பட்டது. ''தீஞ்சுனை நிலைஇய திருமா மருங்கில், கோடுபல விரிந்த நாடுகாண் நெடுவரை'' (9-ஆம் பத்து 5:6,7). ''நாடுகாண் நெடுவரை என்றது தன்மேல் ஏறி நாட்டைக் கண்டு இன்புறுவதற்கு ஏதுவாகிய ஒழுக்கமுடைய மலை என்றவாறு, இச்சிறப்பானே இதற்கு நாடுகாண் நெடுவரை என்று பெயராயிற்று'' என்று இதன் பழைய உரை கூறுகிறது.

செல்வக் கடுங்கோ வாழியாதன் மேல் 7-ஆம் பத்தைப் பாடிய கபிலருக்கு அவ்வரசன் இந்த நன்றாமலை மேலிருந்து பரிசில் வழங்கினான் என்று ஏழாம் பத்துப் பதிகக் குறிப்புக் கூறுகின்றது. ''பாடிப்பெற்ற பரிசில்: சிறு புறமென நூறாயிரங் காணம் கொடுத்து நன்றாவென்னுங் குன்றேறி நின்றுதன் கண்ணிற் கண்ட நாடெல்லாம் காட்டிக் கொடுத்தான் அக்கோ'' என்பது அந்த வாசகம்.

நன்றா என்னும் பெயர் பிற்காலத்தில் நணா என்று மாறி வழங்கிற்று. திருஞான சம்பந்தர் கொங்கு நாட்டுத் திருநணா என்னும் திருப்பதியைப் பாடியுள்ளார். சுவாமி பெயர் சங்கமுக நாதேசுவரர். தேவியார் வேதமங்கையம்மை, பவானி ஆறு காவிரியாற்றுடன் சேருமிடமாகையால் இந்த இடம் பவானி கூடல் என்று பெயர் வழங்கப்படுகிறது. இப்போது ஊராட்சிமலை என்று பெயர் கூறப்படுவது நன்றாமலையாக இருக்குமோ? இது ஆராய்ச்சிக்குரியது.

படியூர்

கொங்கு நாட்டிலிருந்த படியூர் விலையுயர்ந்த மணிகளுக்குப் பேர் போனது. இப்போதைய கோயம்புத்தூர் மாவட்டத்தில் தாராபுரம்

தாலுகாவில் படியூர் இருக்கிறது. வடகொங்கு நாட்டிலிருந்த புன்னாட்டில் விலையுயர்ந்த நீலக்கற்கள் கிடைத்தது போலவே படியூரிலும் நீலக்கற்கள் (Beryl) கிடைத்தன. சங்கச் செய்யுள்களில் படியூரைப் பற்றிக் காணப்படவில்லை. ஆனால், கொங்கு நாட்டில் விலையுயர்ந்த திருமணிகள் கிடைத்ததை அக்காலத்துப் புலவர்கள் கூறுகின்றனர். கொங்கு நாட்டில் உழவர் நிலத்தை உழுகிற போது சில சமயங்களில் திருமணிகள் கிடைத்தன என்று அரிசில் கிழார் கூறுகிறார். ''கருவி வானம் தண்தளி சொரிந்தெனப் பல்விதை உழவில் சில்லேராளர்...இலங்கு கதிர்த்திருமணி பெறூஉம். அகன்கண் வைப்பின் நாடுகிழவோயே'' (*பதிற்று. 8-ஆம் பத்து 6: 10-15*). இதற்குப் பழைய உரைகாரர் இவ்வாறு விளக்கங் கூறுகிறார். ''தண்டளி (மழை) சொரிந்தென ஏராளர் கதிர்த் திருமணி பெறூஉம் நாடெனக் கூட்டி, மழை பெய்தலானே ஏராளர் உழுது விளைத்துக் கோடலேயன்றி உழுத இடங்கள் தோறும் ஒளியையுடைய திருமணிகளை எடுத்துக் கொள்ளு நாடென வுரைக்க.'' கபிலரும் கொங்கு நாட்டில் மணிக்கல் கிடைத்ததைக் கூறுகிறார். ''வான் பளிங்கு விரைஇய செம்பரன் முரம்பின் இலங்கு கதிர்த் திருமணி பெறூஉம். அகன் கண்வைப்பின் நாடு கிழ வோனே'' (*7-ஆம் பத்து 6: 18 - 20*). ''திருமணி பெறுவார் அந்நாட்டாராகக் கொள்க'' என்பது பழைய உரை.

பொதுவாகக் கொங்கு நாட்டில் திருமணிகள் கிடைத்ததைப் புலவர் கூறினாலும் சிறப்பாகப் படியூரில் கிடைத்ததை அவர்கள் கூறவில்லை. ஆனால், அக்காலத்து யவனர்கள் எழுதியுள்ள குறிப்புகளிலிருந்து படியூரில் திருமணிகள் கிடைத்ததையும் அதை யவன வாணிகர் கப்பல்களில் வந்து வாங்கிக்கொண்டு போனதையும் அறிகிறோம். பிளைனி (Pliny) என்னும் யவனர் இச்செய்தியை எழுதியுள்ளார். இவர் படியூரை படொரஸ் (Paedoros) என்று கூறுகின்றார். படொரஸ் என்பது படியூரென்பதன் திரிபு. இச்சொல்லின் இறுதியில் அஸ் என்னும் விகுதியைச் சேர்த்திருக்கிறார். (*படியூரைப் பற்றி* Indian Antiquary Vol.V, p.237 *இல் காண்க*). இந்தப் படியூர் மணிச் சுரங்கத்தைப் பற்றி ஒன்றும் தெரியவில்லை. மிகப் பிற்காலத்தில் கி.பி. *1798*-இல் இவ்வூர்வாசிகள் மறைவாக மணிக் கற்களை எடுத்தனர் என்று கூறப்படுகின்றது. இதை எப்படியோ அறிந்த ஒரு ஐரோப்பியன் கி.பி. *1819 - 20* -இல் இந்தச் சுரங்கத்தை வாடகைக்கு எடுத்துத் தோண்டியதில் அந்த ஒரே ஆண்டில் *2196* மணிகள் (Beryls) கிடைத்தனவாம். அவை *1201* பவுன் மதிப்புள்ளவையாம். பிறகு இந்தச் சுரங்கத்தில் நீர் சுரந்து அகழ முடியாமற் போய்விட்டது. (Rice, Ep.Car., IV, p.4).

கோயம்புத்தூர் மாவட்டத்திலுள்ள வாணியம்பாடியிலும் நீலக்கற்கள் கிடைத்தன.

புகழியூர்

திருச்சிராப்பள்ளி மாவட்டம் கரூர் தாலுகாவில் புகளூர் என்னும் புகழியூர் இருக்கிறது. இவ்வூருக்கு இரண்டு கல் தொலைவிலுள்ள ஆறு நாட்டார் மலை என்னும் குன்றில் இயற்கையாயுள்ள குகையிலே கற்படுக்கைகளும் பிராமி எழுத்துக் கல்வெட்டுகளும் இருக்கின்றன. பிராமி எழுத்து கி.பி. முதல் நூற்றாண்டில் பொறிக்கப்பட்டவை. பிராமி எழுத்துச் சாசனங்களில் ஒன்று கடுங்கோ என்னும் இரும்பொறையரசன் இளங்கோவாக இருந்த காலத்தில் செங்காயபன் என்னும் முனிவர் இந்தக் குகையில் வசிப்பதற்காகக் கற்படுக்கையை அமைத்துக் கொடுத்த செய்தியைக் கூறுகிறது. கோ ஆதன் சேரலிரும்பொறை மகன் பெருங்கடுங்கோன் என்றும் அவனுடைய மகன் இளங்கடுங்கோ என்றும் இந்தக் கல்வெட்டெழுத்துக் கூறுகிறது. இங்கு வேறு சில பிராமிக் கல்வெட்டெழுத்துகளும் உள்ளன.

ஆறுநாட்டார் மலைக்கு ஏழு கல் தூரத்தில் அர்த்தநாரிபாளையம் என்னும் ஊர் இருக்கிறது. இவ்வூர் வயல்களுக்கு இடையில் பெரிய கற்பாறை ஐவர் சுனை என்று பெயர் பெற்றிருக்கிறது. இங்கு ஒரு நீர் ஊற்றுச் சுனையும் ஐந்து கற்படுக்கைகளும் காணப்படுகின்றன. இந்தக் கற்படுக்கைகள் கி.பி. முதல் நூற்றாண்டில் அமைக்கப்பட்டவை. இங்கு அக்காலத்தில் முனிவர்கள் தங்கித் தவம் செய்தனர் என்பது தெரிகிறது.

புன்னாடு

புன்னாடு சங்க காலத்தில் வடகொங்கு நாட்டில் இருந்தது. இக்காலத்தில் இது மைசூர் இராச்சியத்தின் தெற்கில் ஹெக்கட தேவன தாலுகாவில் சேர்ந்திருக்கிறது. சங்க இலக்கியங்களிலே புன்னாடும் அதன் தலைநகரமான கட்டூரும் கூறப்படுகின்றன. காவிரி ஆற்றின் உபநதியாகிய கப்பிணி ஆற்றைச் சூழ்ந்து புன்னாடு இருந்தது. கபிணி ஆறு கப்ணி என்றும் கூறப்பட்டது. மேற்குத் தொடர்ச்சி மலையில் உண்டாகிக் கிழக்குப் பக்கமாகப் பாய்ந்து (மைசூரில் நரசபூருக்கு அருகில்) காவிரியுடன் சேர்கிறது. பிற்காலத்தில் இது புன்னாடு ஆறாயிரம் என்று பெயர் பெற்றிருந்தது. சங்க காலத்தில் புன்னாட்டைச் சிற்றரசர் ஆண்டு வந்தனர். புன்னாட்டின் தலைநகரமான கட்டூர், கபிணி ஆற்றங்கரைமேல் அமைந்திருந்தது. பிற்காலத்தில் கட்டூர், கிட்டூர் என்று வழங்கப்பட்டது. அது, இன்னும் பிற்காலத்தில் கித்திபுரம் என்றும் பிறகு கீர்த்திபுரம் என்றும் வழங்கப்பட்டது.

புன்னாட்டில் அந்தக் காலத்திலேயே ஒரு வகையான நீலக்கல் கிடைத்தது. அந்தக் கற்கள் புன்னாட்டுச் சுரங்கத்திலிருந்து அகழ்ந்தெடுக்கப்பட்டன. நவரத்தினங்களில் ஒன்றான இந்தக் கல் அந்தக் காலத்தில் உலகத்திலேயே புன்னாட்டில் மட்டுந்தான் கிடைத்தது. அக்காலத்தில் பேர் பெற்றிருந்த உரோமாபுரி சாம்ராச்சியத்து மக்கள் இந்தக் கற்களை அதிகமாக விரும்பினார்கள். ஆகவே, தமிழ்நாட்டுக்கு வந்த யவன வாணிகர் இந்த நீலக் கற்களையும் பாண்டி நாட்டு முத்துக்களையும் சேரநாட்டு மிளகையும் வாங்கிக்கொண்டு போனார்கள். புன்னாட்டு நீலக்கற்களைப் பற்றிச் சங்க இலக்கியங்களில் ஒரு குறிப்பும் காணப்படவில்லை. ஆனால், மேல் நாட்டவரான தாலமி (Ptolemy) என்னும் யவனர் எழுதியுள்ள பூகோள நூலில் இதைப் பற்றிக் கூறியுள்ளார். ஸிடொஸ்தொமஸ் (Psedostomse) என்னும் இடத்துக்கும் பரிஸ் (Beris) என்னும் இடத்துக்கும் இடையே நீலக்கல் (Beryl) கிடைக்கிற பொவுன்னட (Pounnata) என்னும் ஊர் இருக்கிறது என்று அவர் எழுதியுள்ளார். பொவுன்னட என்பது புன்னாடு என்பதன் கிரேக்க மொழித் திரிபு என்று அறிஞர்கள் கண்டுள்ளனர். ('Mysore and Coorg from Inscriptions,' Z. Rice, *Indian Culture,* III.,pp.10, 146, Roman Trade with Deccan, Dr.B.A. Saletore in *Proceedings of the Deccan History Conference* First Hyderabad Session, 1945 pp. 303-317) நீலக்கல் வாணிகத்தினால் புன்னாட்டாருக்குப் பெரும் வருவாய் கிடைத்தது.

புன்னாட்டையடுத்து அதற்கு மேற்கில் இருந்தது துளு நாடு. அக்காலத்தில் துளு நாட்டை அரசாண்ட நன்னன் என்னும் அரசன் புன்னாட்டைக் கைப்பற்றிக் கொள்ள எண்ணி அதன் மேல் போர் செய்ய எண்ணினான். புன்னாட்டின் நீலக்கல் வாணிகம் நன்னனைக் கவர்ந்த காரணத்தால் அந்த வாணிகத்தின் ஊதியத்தைத் தான் பெறுவதற்கு அவன் எண்ணினான் என்று தெரிகிறது. இச்செய்தி தெரிந்தவுடன், நன்னனுடைய பகையரசான சேர நாட்டுக் களங்காய்க் கண்ணி நார்முடிச்சேரல் என்பவன் தன்னுடைய சேனைத் தலைவனாகிய வெளியன் வேண்மான் ஆய்எயினன் என்பவனைத் துளு நாட்டு நன்னனுக்கு எதிராகப் புன்னாட்டு அரசனுக்கு உதவி செய்ய அனுப்பினான். ஆய் எயினன் புன்னாட்டு அரசனுக்கு உதவியாகச் சென்று அவனை அஞ்ச வேண்டாம் என்று உறுதி மொழி கொடுத்ததோடு நன்னனுடைய துளு நாட்டின் மேல் படை எடுத்துச் சென்றான். நன்னனுடைய சேனாதிபதியான மிஞிலி என்பவன் பாழிப்பறந்தலை என்னும் இடத்தில் ஆய்எயினனுடன் போர்

செய்தான். அந்தப் போரில் ஆய் எயினன் இறந்துபோனான். ''பொலம்பூண் நன்னன் புன்னாடு கடிந்தனெ யாழிசை மறுகிற் பாழியாங்கண், அஞ்சலென்ற ஆஅ யெயின், இகலடு கற்பின் மிஞிலியொடு தாக்கித் தன்னுயிர் கொடுத்தனன் சொல்லிய தமையாது'' (அகம் 396: 2-6). ''வெளியன் வேண்மான் ஆஅயெயினின், அளியியல் வாழ்க்கைப் பாழிப் பறந்தலை, இழையணி யானை இயல்தேர் மிஞிலியொடு, நண்பகல் உற்ற செருவிற் புண்கூர்ந்து ஒள்வாள் மயங்கமர் வீழ்ந்தென'' (அகம் 208: 5-9). பிறகு சேர அரசனான களங்காய்க்கண்ணி நார்முடிச் சேரலுக்கும் நன்னனுக்கும் நடந்த போரில் நன்னன் தோற்றான். துளு நாடு சேரன் ஆட்சிக்குக் கீழடங்கிற்று. புன்னாட்டு அரசனும் கொங்கு நாட்டுச் சேரருக்குக் கீழடங்கினான். புன்னாட்டின் தலைநகரமான கட்டூரின் மேல், பெரும்பூண் சென்னி என்னும் சோழ அரசனுடைய சேனாதிபதி படையெடுத்துச் சென்றான். அந்தச் சேனாதிபதியின் பெயர் பழையன் என்பது. சோழ நாட்டுக் காவிரிக் கரையில் இருந்த போர் என்னும் ஊரில் பழையன் பரம்பரையார் சோழரின் படைத் தலைவராகப் பரம்பரை பரம்பரையாக இருந்தனர். (அகம் 326:9-12). பழையன் கட்டூரின்மேல் படையெடுத்து வந்தபோது, கொங்குச் சேரனுக்குக் கீழடங்கியிருந்த நன்னன், ஏற்றை, அத்தி, கங்கன், கட்டி, புன்றுறை என்னும் சிற்றரசர்கள் பழையனுடன் போர் செய்து அவனைப் போர்க்களத்தில் கொன்றுவிட்டனர். இவ்வாறு சோழனுடைய கட்டூர்ப் படையெடுப்பு தோல்வியாக முடிந்தது. ''நன்னன் ஏற்றை நறும்பூண் அத்தி துன்னருங் கடுந்திறல் கங்கன் கட்டி, பொன்னணி வல்வில் புன்றுறை என்றாங்கு, அன்றவர் குழீஇய அளப்பருங் கட்டூர்ப் பருந்துபடப் பண்ணிப் பழையன் பட்டென'' (அகம் 44:7-11). இதற்குப் பிறகு புன்னாட்டின் வரலாறு தெரியவில்லை.

கி.பி. 5-ஆம் நூற்றாண்டு வரையில் புன்னாட்டு அரசர் பரம்பரை புன்னாட்டை அரசாண்டு வந்தனர். ஸ்கந்தவர்மன் என்னும் புன்னாட்டு அரசனுக்கு ஆண்மகன் இல்லாதபடியால் அவனுடைய ஒரே மகளைக் கங்க அரசனான அவனிதனுடைய மகனான துர்வினிதன் மணம் செய்துகொண்டான். துர்வினிதன் கி.பி. 482 முதல் 517 வரையில் கங்க நாட்டை அரசாண்டான். புன்னாட்டு அரசனுடைய மகளை மணஞ் செய்து கொண்ட இவன் புன்னாட்டைத் தன்னுடைய கங்க இராச்சியத்தோடு இணைத்துச் சேர்த்துக் கொண்டான் (Mysore coorg and from Inscriptions by B.Leuies Rice, 1909). புன்னாட்டின் வரலாறு இவ்வாறு முடிவடைகிறது.

எருமையூர் [எருமை நாடு]

எருமையூரையும் அதனை அரசாண்ட எருமையூரனையும் சங்கச் செய்யுள்கள் கூறுகின்றன. இது வட கொங்கு நாட்டின் வட எல்லையில் இருந்தது. ''நாரரி நறவின் எருமையூரன்'' என்றும் (அகம்36:17) ''நேராவன்றோள் வடுகர் பெருமகன், பேரிசை எருமை நன்னாடு''என்றும் (அகம் 253 : 18-19) கூறுவது காண்க. எருமையூரன் குடநாட்டையும் (குடகு நாட்டை) அரசாண்டான் என்பது ''நுண்பூண் எருமை குடநாடு'' (அகம் 115:5) என்பதனால் தெரிகின்றது (எருமை - எருமையூரன்).

எருமை நாட்டில் அயிரி ஆறு பாய்ந்தது. ''நேரா வன்றோள் வடுகர் பெருமகன், பேரிசை எருமை நன்னாட்டுள்ளதை, அயிரி ஆறு'' (அகம் 253: 18-20) ''கான மஞ்ஞைக் கமஞ்சூல் மாப்பெடை, அயிரை யாற்றடைகரை வயிரின் நரலும் காடு'' (அகம் 177: 10-11). இந்த அயிரி ஆறு, சேர நாட்டில் அயிரி மலையில் தோன்றுகிற அயிரி ஆறு (பெரியாறு) அன்று.

தலையாலங்கானம் என்னும் ஊரில் பாண்டியன் நெடுஞ்செழிய னுடன் சோழனும் சேரனும் போர் செய்தபோது சோழ, சேரர்களுக்குத் துணையாக இருந்த ஐந்து வேள் அரசர்களில் எருமையூரனும் ஒருவன் (அகம் 36: 13-20). எருமையூரன் வடுகர் பெருமகன் என்று கூறப்படுகின்றான்.

ஹொய்சள அரசர் காலத்திலும் எருமை என்னும் பெயர் இவ்வூருக்கு வழங்கப்பட்டிருந்ததென்பதை அவ்வரசர்களுடைய சாசன எழுத்திலும் காண்கிறோம். (Erumai = Erumainadu of Tamil Literature and Erumainadu of the Hoysala Records, Epi.Car., Xc.W.20).

எருமையூர் என்னும் பெயர் பிற்காலத்தில் மைசூர் என்று வழங்கப்பட்டது. எருமை என்பதற்குச் சமஸ்கிருதச் சொல் மகிஷம் என்பது. எருமை ஊர் மகிஷஊர் என்றாகிப் பிறகு மைசூர் என்றாயிற்று. மைசூர் (எருமையூர்) என்னும் இவ்வூரின் பெயர் மிகமிகப் பிற்காலத்தில் கன்னட தேசம் முழுவதுக்கும் பெயராக மைசூர் என்று அமைந்துவிட்டது.

துவரை [துவார சமுத்திரம்]

இதுவும் இப்போதைய தெற்கு மைசூரில் இருக்கும் ஊர். இப்போது ஹளெபீடு என்று பெயர் பெற்று இருக்கிறது. (ஹளெ -

பழைய , பீடு-வீடு. அதாவது, பழைய படைவீடு என்பது பொருள். படைவீடு - பாடிவீடு. பாசறை). இப்பொழுதும் துவரையில் துவார சமுத்திரம் என்னும் பெரிய ஏரி இருக்கின்றது. இங்கு அரையம் என்னும் ஊரில் இருங்கோவேள் அரச பரம்பரையார் இருந்து அரசாண்டார்கள். அந்த அரையம் என்னும் நகரம் சிற்றரையம், பேரரையம் என்று இரண்டு பிரிவாக இருந்தது. இருங்கோவேள் அரசர் புலிகடிமால் என்று பெயர் பெற்றிருந்தார்.(இந்தப் புலிகடிமால் அரசராகிய இருங்கோவேள் அரசரின் சந்ததியார் பிற்காலத்தில் ஹொய்சளர் என்று புதுப்பெயர் பெற்றுச் சிறப்பாக அரசாண்டார்கள் என்று தோன்றுகின்றது). பாரி வள்ளல் என்னும் அரசனுடைய பரம்பு நாட்டை மூவேந்தர் வென்றுகொண்ட பிறகு, பாரியின் மகளிராகிய அங்கவை, சங்கவை என்பவரைக் கபிலர் இளங்கோவேள் அரசனிடம் அழைத்து வந்து மணஞ்செய்துகொள்ளும்படி கேட்டார். இருங்கோவேள் மறுத்துவிட்டான். (இச்செய்திகளையெல்லாம் புறம் 201, 202இல் காண்க.) தலையாலங்கானத்தில் சேரனும் சோழனும் பாண்டியன் நெடுஞ்செழியனுடன் போர் செய்தபோது, சேர, சோழர்களுக்கு உதவியாக இருந்த ஐந்துவேள் அரசர்களில் இருங்கோவேளும் ஒருவன். "தேங்கமழ் அகலத்துப் புலர்ந்த சாந்தின், இருங்கோ வேண்மான்" (அகம் 36:18-19). இருங்கோவேளுடன் எருமையூரனும் அப்போரில் கலந்துகொண்டான்.

குறிப்பு: சங்கச் செய்யுளில் இவ்வளவு தெளிவான நல்ல சான்று இருந்துங்கூட அதனைச் சரியாகத் தெரிந்து கொள்ளாமல் கிருஸ்து சகாப்தத்தின் தொடக்கக் காலத்தில் மைசூருக்கு எருமை நாடு என்று பெயர் இருந்ததில்லை என்று ஒரு சரித்திரக்காரர் எழுதுகிறார். பழைய கர்நாடகம் துளுவ நாட்டு வரலாறு என்னும் நூலை ஆங்கிலத்தில் எழுதிய பாஸ்கர் ஆனந்த சாலிதொரே என்பவர் இதைப் பற்றி இவ்வாறு எழுதுகிறார். "எருமை நாட்டுக்கு மேற்கில் துளு நாடு இருந்தது என்று அகம் 294-ஆம் செய்யுள் கூறுகிறது. கிருஸ்து சகாப்தத்தின் தொடக்க நூற்றாண்டுகளில் மைசூருக்கு அந்தப் பெயர் (எருமை நாடு என்னும் பெயர்) இருந்தது என்பதற்குச் சான்று இல்லை என்று கூறலாம். சங்க காலத்துப் புலவர்கள் கர்நாடக தேசத்தின் பழைய பெயர்களைக் கூறாதபடியினாலே - உதாரணமாகக் கழபப்பு (இப்போதைய சந்திரகிரிமலை), புன்னாடு, குந்தள நாடு முதலியன - கி.பி. முதல் அல்லது இரண்டாம் நூற்றாண்டுகளில் மைசூர் (எருமை நாடு) மகிஷமண்டலத்தைக் குறிக்கிறது என்னும் கருத்தை ஒதுக்கிவிடலாம். ஆகவே அகம் 294-ஆம் செய்யுள் பழைய துளு நாட்டின் பழமையைத் தீர்மானிப்பதற்கு உதவவில்லை".[10]

இவ்வாறு இவர் நன்றாக ஆராயாமலும் விஷயத்தைச் சரியாகத் தெரிந்து கொள்ளாமலும் எழுதுகின்றார். முதலில் இவர் மேற்கோள் காட்டுகிற அகம் 294-ஆம் செய்யுளில் துளு நாட்டைப் பற்றியோ எருமை நாட்டைப் பற்றியோ ஒன்றும் இல்லை. இவர் குறிப்பிட விரும்புவது அகம் 15-ஆம் செய்யுள் என்று தோன்றுகிறது. இந்தச் செய்யுளில் துளு நாடு குறிப்பிடப்படுகிறது. கர்நாடக தேசத்தின் (கன்னட தேசத்தின்) பழைய ஊர்ப்பெயர்களைச் சங்க நூல்கள் கூறவில்லை என்று இவர் சுட்டிக்காட்டுகிறார். சங்கப் புலவர்கள் சந்தர்ப்பம் நேர்ந்தபோது சில ஊர்களைக் குறிப்பிட்டிருக்கிறார்கள். அவர்கள் எல்லா ஊர்ப் பெயர்களையும் குறிப்பிடவேண்டிய அவசியம் இல்லை. சாலிதொரே அவர்கள் கூறுவதுபோல, புன்னாட்டின் பெயரைச் சங்கப்புலவர் கூறாமல் விடவில்லை. அந்தப் பெயரைக் கூறவேண்டிய சந்தர்ப்பம் வாய்த்தபோது புன்னாட்டின் பெயரைக் கூறியிருக்கிறார்கள். சேரன் செங்குட்டுவனைப் பாடிய பரணர் என்னும் சங்ககாலப் புலவர், துளு நாட்டு அரசர் நன்னன் என்பவன் புன்னாட்டின்மேல் போர் செய்ததைக் கூறுகிறார் (அகம் 266:2). "பொலம்பூண் நன்னன் புன்னாடு கடிந்தென." சாலிதொரே அவர்கள் இதையறியாமல், சங்கச் செய்யுளில் புன்னாட்டின் பெயர் சொல்லப்பட வில்லை என்று கூறுவது பொய்யாகிறது. புன்னாடு, எருமைநாடு (மைசூர்), துளு நாடு முதலிய பெயர்கள் சங்கச் செய்யுள்களில் கூறப்படுவதைச் சாலிதொரே அவர்கள் அறியாமல் தவறாக எழுதியுள்ளதைப் பிழையெனத் தள்ளுக.

பூழி நாடு

இது கொங்கு நாட்டைச் சேர்ந்தது அன்று. சேர நாட்டைச் சேர்ந்தது. இங்குத் தோண்டி, மாந்தை என்னும் துறைமுகப் பட்டினங்கள் இருந்தன. இத்துறைமுகங்கள் கொங்குச் சேரருக்கு உரியதாக இருந்தபடியால் இதைப் பற்றி இங்குக் கூறுகிறோம். பூழி நாடு சேர நாட்டுக்கும் துளு (கொங்கணம்) நாட்டுக்கும் இடையில் கடற்கரையோரமாக இருந்தது. பூழி என்றால் புழுதிமண் என்பது பொருள். பெரும்பாலும் புழுதி மண்ணாக இருந்தபடியால் இந்த நாட்டுக்குப் பூழி நாடு என்று பெயர் கூறப்பட்டது. பூழி நாடு கடற்கரையோரமாக அமைந்திருந்ததை அம்மூவனாரின் குறுந்தொகைச் செய்யுளினால் அறிகின்றோம்.

யாரணங் குற்றனை கடலே:பூழியர்
சிறுதலை வெள்ளைத் தோடுபரந் தன்ன

மீனார் குருகின் கானலம் பெருந்துறை
வெள்வீத் தாழைத் திரையலை
நள்ளென் கங்குலுங் கேட்டும்நின் குரலே *(குறுந்.163)*

பூழி நாட்டின் கிழக்குப் பக்கத்தில் இருந்த மேற்குத் தொடர்ச்சிமலைப் பகுதிக்குச் செருப்பு என்பது பெயர். அந்த மலையைச் சார்ந்து காடுகளும் முல்லை நிலங்களும் புல்வயல்களும் இருந்தன. அங்கு ஆடுமாடுகளை வளர்த்துக் கொண்டு ஆயர்கள் வாழ்ந்து வந்தனர். மலைக்காடுகளில் விலையுயர்ந்த கதிர்மணிகளும் கிடைத்தன.

முல்லைக் கண்ணிப் பல்லான் கோவலர்
புல்லுடை வியன்புலம் பல்லா பரப்பிக்
கல்லுயர் கடத்திடைக் கதிர்மணி பெறூஉம்
மிதியல் செருப்பில் பூழியர் கோவே!

(3-ஆம் பத்து 1:20-23)

(கோவலர் -ஆயர், இடையர், ஆபரப்பி - பசுக்களை மேயவிட்டு, கல் - மலை, மிதியல் செருப்பு-காலுக்கு அணியாத செருப்பு. அதாவது செருப்பு என்னும் மலை.)

மரம்பயில் சோலை மலியப் பூழியர்
உருவத் துருவின் நாள்மேய லாரும்
மாரி எண்கின் மலைச் சுரம் *(நற். 192: 3,5)*

(துரு - ஆடு மாடுகள். எண்கு - சுரடி. சுரம் - காட்டுவழி)

இமயவரம்பன் நெடுஞ்சேரலாதனுடைய தம்பியாகிய பல்யானைச் செல்கழு குட்டுவன் (நார்முடிச் சேரலுக்கும் சேரன் செங்குட்டுவனுக்கும் ஆயர்கோட்பாட்டுச் சேரலாதனுக்கும் சிற்றப்பன்). பூழியர்கோ (பூழி நாட்டின் அரசன்) என்று கூறப்படுகிறான் *(3-ஆம் பத்து 1: 20 -23)*. இவன் பூழி நாட்டையாண்டதோடு கொங்கு நாட்டின் சில ஊர்களை வென்றான். பூழி நாட்டை 25 ஆண்டு அரசாண்டபிறகு இவன் அரசைத் துறந்து காட்டுக்குத் தவஞ் செய்யப் போய்விட்டான் *(3-ஆம் பத்துப் பதிகம்)*.

ஆதிகாலம் முதல் சேரருக்கு உரியதாக இருந்த பூழி நாட்டை அதன் வடக்கிலிருந்த துளு நாட்டு நன்னன் கைப்பற்றிக் கொண்டான். அதனால், சேரர் தாங்கள் இழந்த பூழி நாட்டை மீட்டுக்கொள்ள வேண்டியிருந்தது. சேர நாட்டை அரசாண்ட களங்காய்க் கண்ணி

நார்முடிச் சேரல் (சேரன் செங்குட்டுவனுடைய தமயன்)நன்னனோடு போர் செய்து அவனை வென்று தனக்குக் கீழடக்கிக் கொண்டதோடு, அவன் கைப்பற்றியிருந்த பூழி நாட்டையும் மீட்டுக்கொண்டான்.

ஊழின் ஆகிய உயர்பெருஞ் சிறப்பில்
பூழிநாட்டைப் படையெடுத்துத் தழீஇ
உருள் பூங் கடம்பின் பெருவாயில் நன்னனை
நிலைச் செருவின் ஆற்றலை யறுத்து

(4ஆம் பத்து பதிகம்)

.... குடா அது
இரும்பொன் வாகை பெருந்துறைச் செருவில்
பொலம்பூண் நன்னன் பொருதுகளத் தொழிய
வலம்படு கொற்றந் தந்த வாய்வாள்
களங்காய்க் கண்ணி நார்முடிச் சேரல்
இழந்த நாடு தந்தன்ன வளம் *(அகம் 199: 18-23)*

பூழி நாட்டுக்குக் கொங்காணம் என்று பெயர் இருந்ததென்று சிலர் கூறுகின்றனர். இவ்வாறு கே.ஜி.சேஷ ஐயர் முதலியோர் கூறுவது தவறு.[11] கொங்காண நாட்டரசனாகிய நன்னன் பூழி நாட்டை வென்று சில காலம் தன் ஆட்சியின் கீழ் வைத்திருந்தான். ஆனால், பூழி நாட்டுக்குக் கொண்காணம் என்று பெயர் இருந்ததில்லை.

களங்காய்க் கண்ணி நார்முடிச் சேரல் பூழி நாட்டை மீட்டுக் கொண்டதையறிந்தோம். ஆனாலும், பூழி நாடு சேர அரசர்களுக்கு இல்லாமல் கொங்குச் சேரருக்கு உரியதாக இருந்து வந்தது. ஏனென்றால், உள்நாடாகிய கொங்கு நாட்டுக்குக் கடற்கரையும் துறைமுகமும் இல்லாதபடியால், கொங்கு நாட்டையரசாண்ட கொங்குச் சேரர்களுக்குத் துறைமுகப் பட்டினம் வேண்டியதாக இருந்தது. கொங்கு நாட்டையடுத்து மேற்கிலிருந்த பூழி நாட்டிலே தொண்டி, மாந்தை என்று இரண்டு துறைமுகத்துப்பட்டினங்கள் இருந்தபடியால் இத்துறைமுகங்களையுடைய பூழி நாட்டைச் சேர அரசர், கொங்கு நாட்டுச் சேரர்களுக்குக் கொடுத்தனர். சேரர்களின் சேர நாட்டில் பேர்போன முசிறித் துறைமுகம் இருந்தபடியால் அவர்கள் இத்துறைமுகங்களையும் பூழி நாட்டையும் கொங்குச் சேரர்களுக்குக் கொடுத்தார்கள் என்று தெரிகின்றது. பிறகு பூழி நாடும் அதன் துறைமுகப் பட்டினங்களும் கொங்குச் சேரர்களிடம் இருந்தன.

கொங்கு நாட்டரசர்கள் பூழியர்கோ என்றும் பூழியர் மெய்ம்மறை என்றும் கூறப்பட்டனர். செல்வக்கடுங்கோ வாழியாதன்,

ஊழி வாழி பூழியர் பெருமகன்
பிணர்மருப் பியானைச் செருமிகு நோன்றாள்
செல்வக் கடுங்கோ வாழியாதன் *(புறம் 387:28-30)*

என்று கூறப்படுகின்றான். அவனுடைய மகனான தகடூர் எறிந்த பெருஞ்சேரல் இரும்பொறை 'பூழியர் மெய்ம்மறை' *(8-ஆம பத்து 3:13)* என்று கூறப்படுகின்றான். அவனுக்குப் பிறகு கொங்கு நாட்டையரசாண்ட இளஞ்சேரல் இரும்பொறை 'பூழியர் கோவே' என்றும் *(9-ஆம் பத்து 4:6)*' 'பூழியர் மெய்ம்மறை' என்றும் *(9-ஆம் பத்து 10:27)* கூறப்படுகின்றான். இதனால் கொங்குச் சேரர் பூழி நாட்டையும் அதனைச் சேர்ந்த மாந்தை, தொண்டி என்னுந் துறைமுகப் பட்டினங்களையும் வைத்திருந்தனர் என்பது தெரிகின்றது.

பூழி நாடு மேற்குக் கடற்கரையோரத்தில் துளு நாட்டுக்குத் தெற்கிலும் சேர நாட்டுக்கு வடக்கிலும் அமைந்திருந்ததையறிந்தோம். இந்த நாட்டின் இயற்கை வளத்தையும் இங்கிருந்த தொண்டித் துறைமுகத்தையும் குறுங்கோழியூர் கிழார் கூறுகின்றார்.

குலையிறைஞ்சிய கோள்தாழை
அகல்வயல் மலைவேலி
நிலவு மணல் வியன்கானல்
தெண்கழிமிசைத் தீப்பூவின்
தண்தொண்டியோர் அடுபொருந! *(புறம் 17: 9-13)*

கடலை மேற்கு எல்லையாகவும், மேற்குத் தொடர்ச்சி மலையைக் கிழக்கு எல்லையாகவும் கொண்ட இந்த நாடு, தாழை (தென்னை) மரச் சோலைகளும் அகன்ற நெல் வயல்களும் கடற்கரை உப்புக்கழிகளும் உடையதாய், தொண்டித் துறைமுகத்தையும் உடையதாய் இருந்தது என்று இதனால் தெரிகின்றது.

மாந்தை

பூழி நாட்டில் மாந்தை என்னுந் துறைமுகப்பட்டினம் இருந்ததும், அது தொன்றுதொட்டுச் சேரருக்குரியதாக இருந்ததும் அறிந்தோம். துறைமுகப்பட்டினமாக இருந்தபடியால் அங்கு அயல்நாட்டுக் கப்பல் வாணிகர் வந்து வாணிகம் செய்தார்கள். அதனால், சேரர்களுக்குச் சுங்க வருவாய் கிடைத்தது. இமயவர்மன் நெடுஞ்சேரலாதன் மாந்தைப் பட்டினத்தில் பொன் முதலான பெருஞ் செல்வத்தைப் புதைத்து வைத்திருந்தான் என்று மாமூலனார் கூறுகிறார்.

வலம்படு முரசிற் சேரல் ஆதன்
முந்நீர் ஓட்டிக் கடம்பறுத் திமயத்து
முன்னோர் மருள வணங்குவிற் பொறித்து
நன்னகர் மரந்தை முற்றத்து ஒன்னார்
பணிதிறை தந்த பாடுசால் நன்கலம்
பொன்செய் பாவை வயிரமொடு ஆம்பல்
ஒன்றுவாய் நிறையக் குவைஇ அன்றவன்
நிலந் தினத் துறந்த நிதியம் *(அகம் 127: 3-10)*

மாந்தைப் பட்டினம் மரந்தை என்றுங் கூறப்பட்டது.

குரங்குஉளைப் புரவிக் குட்டுவன்
மரந்தை யன்ன என்நலம் *(அகம் 376: 17-18)*

எதுகை நோக்கி இவ்வாறு சில பதிப்புகளில் மரந்தை என்று கூறப்பட்டது. சில பதிப்புகளில் இது 'மாந்தை' என்றே பதிப்பிக்கப் பட்டுள்ளது.

குட்டுவன்.... கடல்கெழு மாந்தை *(நற். 395: 4-9)*

என்றும் 'குட்டுவன் மாந்தை' (குறுந்.34 : 6) என்றும் 'துறைகெழு மாந்தை' (நற்.35:7) என்றும் இது கூறப்படுகிறது. செல்வக் கடுங்கோ வாழியாதன், மாந்தரன் என்று கூறப்படுகின்றான். ''பலர்மேந் தோன்றிய கவிகை வள்ளல், நிறையருந் தானை வெல்போர் மாந்தரம், பொறையன் கடுங்கோப் பாடிச் சென்ற, குறையோர் கொள்கலம்போல'' (அகம் 142: 3-6) அவனுடைய பேரனான இளஞ்சேரல் இரும்பொறை ''விறல் மாந்தரன் விறல் மருக'' என்று (9-ஆம் பத்து 10:13) கூறப்படுகின்றான். இதனால், மாந்தைத் துறைமுகப்பட்டினம் செல்வக்கடுங்கோ வாழியாதன் காலத்திலிருந்த கொங்கு நாட்டுத் துறைமுகமாக இருந்தது என்று தெரிகின்றது.

தொண்டி

சங்க காலத்தில் தமிழகத்தில் இரண்டு தொண்டித் துறைமுகப் பட்டினங்கள் இருந்தன. ஒன்று, கிழக்குக் கடற்கரையில் பாண்டியருக்கு உரியதாக இருந்தது. மற்றொன்று, மேற்குக் கடற்கரையில் பூழி நாட்டில் சேரருக்கும் பொறையருக்கும் உரியதாக இருந்தது. கொங்கு நாட்டை அரசாண்ட பொறையர்களுக்குத் துறைமுகப்பட்டினம் இல்லாதபடியால் அவர்கள் தொண்டியைத் தங்களுடைய துறைமுகப்பட்டினமாகக்

கொண்டிருந்தார்கள். சங்கச் செய்யுள்கள் தொண்டிப் பட்டினத்தைக் கூறுகின்றன. "வெண்கோட்டியானை விறல் போர்க் குட்டுவன், தெண் திரைப் பரப்பில் தொண்டி முன்துறை" (அகம் 290:12-18) என்றும் "திண்தேர்ப் பொறையன் தொண்டி முன்துறை" என்றும் (குறுந். 128: 2). "வளைகடல் முழவின் தொண்டியோர் பொருந" என்றும் (9-ஆம் பத்து 4:21) . "திண்தேர்ப் பொறையன் தொண்டி" என்றும் (அகம் : 7), "கல்லெண் புள்ளியன் கானலந் தொண்டி" என்றும் (நற். 195:5). "அகல்வயல், அரிநர் அரிந்தும் தருவநர்ப் பெற்றும், தண்சேறு தாஅய் மதனுடை நோன்றாள், கண்போல் நெய்தல் போர் விற்பூக்கும் திண்டேர்ப் பொறையன், தொண்டி" என்றும் (நற். 8: 5-9) இந்தப் பட்டினம் கூறப்படுகிறது.

தொண்டிப் பட்டினத்தைச் சூழ்ந்து கோட்டை மதில் இருந்தது. கோட்டை வாயிலின் கதவில் மூவன் என்பவனுடைய பல்லைப் பிடுங்கிப் பதித்திருந்தது என்று நற்றிணைச் செய்யுள் கூறுகிறது. "மூவன், முழுவலி முள்ளெயிறு அழுத்திய கதவில், கானலந் தொண்டிப் பொருநன் வென்வேல், தெறலருந்தானைப் பொறையன்" (நற். 18: 2-5). யவனர்கள் தொண்டியைத் 'திண்டிஸ்' (Tindis) என்று கூறினார்கள்.

அடிக்குறிப்பு

1. இரும்பு புனைந்தியற்றாப் பெரும்பெயர்த் தோட்டி
அம்மலை காக்கும் அணி நெடுங்குன்றில்
பளிங்கு வகுத்தன்ன தீநீர்
நளிமலை நாடன் நள்ளி (புறம் 150: 25-28)

தோட்டி-யானைப்பாகர் யானைகளை அடக்கி நடத்துகிற ஓர் ஆயுதம். இது இரும்பினால் செய்யப்படுவது. அந்தப் பெயரையுடைய இந்த மலை 'இரும்பு புனைந்து இயற்றாத் தோட்டி' எனப்பட்டது.

2. 'திண்தேர் நள்ளி கானத்து அண்டர் பல்லா பயந்த நெய்' (குறுந். 210: 1-2)
(நள்ளி - கண்டிரக்கோ அரசன் பெயர். அண்டர் - ஆயர், இடையர்)

3. குல்லைக் கண்ணி வடுகர் முனையது பல்வேற் கட்டி நன்னாட்டும்பர் மொழி பெயர் தேஎம் (குறுந். 11: 5-7)

4. 'கழுவுள் காமூர்' - அகம் 365: 12, 8-ஆம் பத்து 1:12:18.

5. முருகன் நன்போர் நெடுவேள் ஆவி
அறுகோட்டியானைப் பொதினி (அகம் 1: 3-4)

முழவுறழ் திணிதோள் நெடுவேள் ஆவி
பொன்னுடை நெடுநகர்ப் பொதினி (அகம் 61:15-16)

6. பல்பழப் பலவின் பயங்கெழு கொல்லி (அகம் 208: 22)
செல்வேர்ப் பலவின் பயங்கெழு கொல்லி (நற்.20: 5)

7. தன்மலைப் பிறந்த தாவில் நன்பொன்
பன்மணிக் குவையொடும் விரைஇக் கொண்மெனச்
சுரத்திடை நல்கியோனே விடர்ச்சிமை
ஓங்கிருங்கொல்லிப் பொருநன் (புறம் 152: 28-31)

பகல்செலப், பல்கதிர் வாங்கிய படுசுடர் அமையத்துப்,
பெருமரங்கொன்ற கால்புகு வியன்புனத்து,
எரிமருள் கதிர திருமணியிமைக்கும்,
வெல்போர்வானவன் கொல்லிக்குடவரை (அகம் 213: 11-15)

8. ''கடவுள் எழுதிய பாவை'' (அகம் 62: 15)
''தெய்வம் எழுதிய வினைமாண் பாவை'' (நற். 185:10)

9. செவ்வேர்ப் பலவின் பயங்கெழு கொல்லித்
தெய்வங்காக்கும் தீதுதீர் நெடுங்கோட்டு
அவ்வெள்ளருவிக் குடவரையகத்துக்

கால்பொரு திடிப்பினும் கதழுறை கடுகினும்,
உருமுடன் றெறியினும் ஊறுபல தோன்றினும்,
பெருநிலங்கிளறினுந் திருநல வுருவின்,
மாயா இயற்கைப் பாவை   (நற்றிணை 201: 5-11).

10. Ancient Karnataka, Vol.I, 'History of Tuluva,' Baskar Anand Saletore, 1936.)

11. Cera Kings of the Sangam Period. K.G. Sesha Aiyar, 1937, p. 33. சங்க காலச் சிறப்புப் பெயர்கள், பக்கம் 258, 335, வேளிர் வரலாறு பக்கம் 65.

2

கொங்கு நாட்டுக் குறுநில மன்னர்கள்

அதிகமான் அரசர்

கொங்கு நாட்டைச் சேர அரசர் கைப்பற்றுவதற்கு முன்பு அந்தநாட்டைப் பல சிற்றரசர் பரம்பரை அரசாண்டு கொண்டிருந்தது. அச்சிற்றரசர்களைப் பற்றி நமக்குத் தெரிந்த வரையில் கூறுகின்றோம். கொங்கு நாட்டை அரசாண்ட சிற்றரசர்களில் தகடூரை அரசாண்ட அதிகமான் அரசர் பேர்போனவர். அவர்கள் அதிகமான் என்றும் அதியமான் என்றும் கூறப்பட்டனர். தகடூர் இப்போது தர்மபுரி என்று பெயர் கூறப்படுகிறது. சேலம் மாவட்டத்தில் உள்ள தர்மபுரி தாலுகாவே பழைய தகடூர் நாடு. தகடூர் அதிகமான் அரசர் தகடூரில் கோட்டை கட்டிக் கொண்டு அரசாண்டார்கள். அது அதிகமான் கோட்டை என்று பெயர் பெற்றிருந்தது. அதிகமான் கோட்டை என்பது பிற்காலத்தில் 'அதமன் கோட்டை' என்று சிதைந்து வழங்கப்பட்டது. இந்த அதிகமான் கோட்டை தகடூரிலிருந்து (தர்மபுரியிலிருந்து) தென்மேற்கே 5 மைல் தூரத்திலிருக்கின்றது. சேலத்திலிருந்து வடக்கே 29 மைலில் இருக்கிறது.

தகடூரை, அதிகமான் அரசர் பரம்பரை பரம்பரையாக அரசாண்டார்கள். சங்க காலத்தில் அரசாண்ட தகடூர் அதிகமான்களில் மூவர் பெயர் மட்டும் தெரிகின்றது. அதிகமான் அரசர்களின் முன்னோன் ஒருவன் தேவலோகத்திலிருந்து கரும்பைக் கொண்டு வந்து கொங்கு நாட்டில் பயிராக்கினான் என்று ஔவையார் கூறுகிறார்,[1] தேவலோகத்திலிருந்து கரும்பு கொண்டு வந்தான் என்பது மிகைப்படக் கூறலாகும். வேறு ஊர் எங்கிருந்தோ அவன் கரும்பைக் கொண்டு வந்து பயிராக்கினான் என்பதே சரியாகும்.

அதிகமான் அரசர்களில் முதன்முதலாக அறியப்படுகிறவன் நெடுமிடல் அஞ்சி என்பவன். சேர நாட்டு அரசனான களங்காய்க் கண்ணி நார்முடிச் சேரல் (சேரன் செங்குட்டுவனுடைய தமயன்) நெடுமிடல் அஞ்சியை ஒரு போரில் வென்றான் என்று பதிற்றுப்பத்துச் செய்யுள் கூறுகிறது.[2]

இதில் கூறப்படுகிற நெடுமிடல் என்பது அதிகமான் அரசர்களில் ஒருவனுடைய பெயர் என்று பழைய உரையாசிரியர் கூறுகிறார். ''நெடுமிடல் அஞ்சி இயற்பெயராம்'' என்று உரையாசிரியர் தெளிவாகக் கூறுவது காண்க. பரணர், தம்முடைய செய்யுள் ஒன்றில் நெடுமிடலைக் கூறுகிறார். பதிற்றுப்பத்து கூறுகிற நெடுமிடல் அஞ்சியே இந்த நெடுமிடல் என்பதில் ஐயமில்லை. இந்த நெடுமிடல் பசும்பூண் பாண்டியனுடைய நண்பனாகவும், சேனைத்தலைவனாகவும் இருந்தான். பசும்பூண் பாண்டியனுடைய பகைவர்கள் சிலர், நெடுமிடலுடன் போர் செய்து அவனை வென்றார்கள் என்று பரணர் கூறுகிறார்.[3] இந்த அதிகமான் நெடுமிடல் அஞ்சியும் பசும்பூண் பாண்டியனும் நண்பர்கள் என்பது அகம் 162 செய்யுளினால் தெரிகின்றது.[4]

(குறிப்பு- இந்தப் பசும்பூண் பாண்டியன் தலையாலங்கானத்துச் செருவென்ற நெடுஞ்செழியனாகிய பசும்பூண் செழியன் அல்லன். இவனுக்கு முன்பு களங்காய்க்கண்ணி நார்முடிச் சேரலின் காலத்திலிருந்தவன். இரண்டு பசும்பூண் பாண்டியரில் முதல் பசும்பூண் பாண்டியன் அதிகமான் நெடுமிடல் அஞ்சியின் காலத்திலிருந்தவன்.)

பசும்பூண் பாண்டியன் துளு நாட்டு நன்னன்மேல் படை யெடுத்துச் சென்றான். அவனுடைய படைக்குச் சேனாதிபதியாக இருந்தவன் அதிகமான் நெடுமிடல் அஞ்சி. துளு நாட்டு வாகைப் பறந்தலை என்னுமிடத்தில் துளு நாட்டுச் சேனாதிபதியாகிய மிஞிலிக்கும் நெடுமிடல் அஞ்சிக்கும் போர் நடந்தது. அந்தப் போரில் நெடுமிடல் அஞ்சி இறந்து போனான்.[5]

அதிகமான் நெடுமிடல் அஞ்சிக்குப் பிறகு தகடூர் நாட்டுக்கு அரசனானவன் அதிகமான் நெடுமான் அஞ்சி என்பவன். அதிகமான் நெடுமான் அஞ்சி ஔவையாரை ஆதரித்தவன். இவன் கடையெழு வள்ளல்களில் ஒருவன். ஔவையார் இவனுடைய வீரத்தையும் வெற்றிகளையும் பாடியுள்ளார் (புறம் *87, 88, 89, 90, 91, 92, 93, 94, 95, 97, 98, 315,390*). இவன் ஏழு அரசர்களோடு போர் செய்து வென்றதை ஔவையார் கூறுகிறார்.[6] இவன், மலையமான் திருமுடிக்காரியின் கோவலூரின் மேல் படையெடுத்துச் சென்று போரில் வென்றான் என்றும் அந்த வெற்றியைப் பரணர் புகழ்ந்து பாடினார் என்றும் ஔவையார் கூறுகின்றார். இவனுடைய வெற்றியைப் பரணர் புகழ்ந்து பாடிய செய்யுள் இப்போது கிடைக்கவில்லை. கோவலூர்ப் போரை இவன் வென்றானேயல்லாமல் கோவலூரை இவன் பிடிக்கவில்லை.

அதிகமான் நெடுமான் அஞ்சி வேறு சில போர்களில் வெற்றி பெற்றான் என்று ஔவையார் கூறுகிறார். ''கடிமதில் அரண்பல கடந்த

நெடுமான் அஞ்சி'' (புறம் 92: 5-6). இந்தப் போர்கள் யாருடன் எங்கு நடந்தன என்பதும் தெரியவில்லை.

உண்டவரை நெடுங்காலம் வாழச் செய்கிற கிடைத்ததற்கரிய கருநெல்லிக்கனி அதிகமான் நெடுமான் அஞ்சிக்குக் கிடைத்தது. அக்கனியை அவன் தாண் உண்ணாமல் பெரும் புலவராகிய ஔவையாருக்குக் கொடுத்தான். அவர் அதையுண்ட பிறகுதான் அது கிடைத்ததற்கரிய கருநெல்லிக்கனி என்பது அவருக்குத் தெரிந்தது. அப்போது அவர் இவனை வியந்து பாடினார்.[7] இந்தச் செய்தியைச் சிறுபாணாற்றுப்படையுங் கூறுகின்றது.

அதிகமான் அரசர் கரும்பைக்கொண்டு வந்து பயிராக்கியதையும் ஔவைக்குக் கருநெல்லிக்கனி கொடுத்ததையும் பிற்காலத்து நூலாகிய கொங்குமண்டல சதகமுங் கூறுகின்றது.

சாதலை நீக்கு மருநெல்லி தன்னைத் தமிழ்சொலௌவைக்
காதர வோடு கொடுத்தவன் கன்னலை யங்குநின்று
மேதினி மீதிற் கொடுவந்து நட்டவன் மேன்மரபோர்
மாதிரஞ் சூழரண் மேவுவதுங் கொங்கு மண்டலமே

இவ்வதிகமான் ஔவையாரைத் தொண்டைமான் இளந்திரையனிடம் தூது அனுப்பினான் என்பது ஔவையார் பாடிய புறம் 95-ஆம் செய்யுளிலிருந்து தெரிகின்றது. இந்தத் தூது எதன் பொருட்டு அனுப்பப்பட்டது என்பது தெரியவில்லை.

அதிகமான் நெடுமான் அஞ்சிக்கு ஒரு மகன் பிறந்தான். அப்போது போர்க்களத்தில் போர் செய்துகொண்டிருந்த அதிகமான் இந்தச் செய்தி அறிந்து போர்க்கோலத்தோடு விரைந்து வந்து தன் மகனைக் கண்டு மகிழ்ந்தான். அந்தக் காட்சியை ஔவையார் பாடியுள்ளார் (புறம் 100). அந்த மகனுடைய பெயர் பொகுட்டெழினி என்பது.

இவர்கள் காலத்தில் தென் கொங்கு நாட்டையரசாண்ட பெருஞ்சேரல் இரும்பொறை தகடூர் நாட்டின் மேல் படையெடுத்துப் போர் செய்தான். அவனை நெடுமான் அஞ்சியும் பொகுட்டெழினியும் எதிர்த்துப் போர் செய்தார்கள். பெருஞ்சேரலிரும்பொறை வெற்றி பெற்றுத் தகடூரைக் கைப்பற்றினான்.

நெடுங்காலம் சுதந்திரமாக அரசாண்டிருந்த அதிகமான் அரசர் தகடூர்ப் போருக்குப் பிறகு கொங்குச் சேரருக்குக் கீழடங்கி அரசாண்டார்கள். அதிகமான் அரசர் பரம்பரை கி.பி.13-ஆம் நூற்றாண்டிலும் இருந்தது என்பதற்குச் சாசனச் சான்றுகள் உள்ளன.

கடைச்சங்க காலத்தில் இருந்த அதிகமான் அரசர் பரம்பரையில் கீழ்க்கண்டவர் நமக்குத் தெரிகின்றனர்.

அதிகமான் நெடுமிடல் அஞ்சி
|
அதிகமான் நெடுமான் அஞ்சி
|
அதிகமான் பொகுட்டெழினி

ஓரி

கொங்குநாட்டைச் சேர்ந்த கொல்லி மலையையும் அதனைச் சார்ந்த கொல்லிக் கூற்றத்தையும் அரசாண்ட மன்னர் ஓரி என்று பெயர் பெற்றிருந்தனர். அவர்களுடைய வரலாறு முழுவதும் கிடைக்கவில்லை. அவர்களில் ஒருவன் ஆதனோரி. இவன் வள்ளலாக விளங்கினான். இவன் தன்னை நாடிவந்த புலவர்களுக்கு யானையையும் தானங்கொடுத்தான்.[8] இவன் கடை ஏழு வள்ளல்களில் ஒருவனாகக் கூறப்படுகின்றான். இவன் போருக்குப் போகும்போது தன்னுடைய ஓரி என்னும் பெயருள்ள குதிரைமேல் அமர்ந்து செல்வான். இவனும் இவனுடைய கொல்லி நாட்டுக்கு அடுத்திருந்த தகடூர் அரசனாகிய அதிகமான் நெடுமான் அஞ்சியும் நண்பர்களாக இருந்தார்கள்.

முள்ளூர் மன்னனாகிய மலையமான் திருமுடிக்காரி கொல்லிமலை ஓரியுடன் போர் செய்தான். காரி, தன்னுடைய காரி என்னும் குதிரை மேல் அமர்ந்தும் ஓரி தன்னுடைய ஓரி என்னுங் குதிரைமேல் அமர்ந்தும் போர் செய்தார்கள்.[9] போரில் ஓரி இறந்து போக, காரி ஓரியின் ஊரில் வெற்றியோடு புகுந்தான்.[10] ஓரியின் கொல்லி நாட்டை வென்ற காரி அந்நாட்டைத் தன்னுடைய அரசனாகிய பெருஞ்சேரலிரும் பொறைக்குக் கொடுத்தான்.[11] ஓரி அரசர் பரம்பரையாக ஆண்டு வந்த கொல்லி நாடு பெருஞ்சேரல் இரும்பொறை காலத்தில் சேரரின் கொங்கு இராச்சியத்தில் சேர்ந்து விட்டது.

கழுவுள்

கொங்கு நாட்டுக் காமூரில் வாழ்ந்த இடையர்களின் தலைவன் கழுவுள். காமூரைச் சூழ்ந்து பலமான கோட்டைமதிலும் அகழியும் இருந்தன. இவனுக்கு முன்பு காமூரை அரசாண்ட இவனுடைய பரம்பரையரசர் இன்னாரென்று தெரியவில்லை. கொங்குச் சேரர் தங்களுடைய கொங்கு இராச்சியத்தை விரிவாக்கினபோது,

பெருஞ்சேரல் இரும்பொறை கழுவுள்மேல் படையெடுத்துச் சென்று போர் செய்தான். கழுவுளும் பலமுடையவனாக இருந்தபடியால் அவனை எதிர்த்துப்போர் செய்தான். பெருஞ்சேரல் இரும்பொறைக்கு உதவியாகப் பதினான்கு வேள் அரசர் கழுவுளுக்கு எதிராகப் போர் செய்து கழுவுளை வென்றார்கள்.[12] கடைசியில் கழுவுள் பெருஞ்சேரலிரும்பொறைக்குக் கீழடங்கினான், காமூர், சேரரின் கொங்கு இராச்சியத்தில் சேர்ந்தது. இந்தப் போர், பெருஞ்சேரலிரும்பொறை கொல்லிக் கூற்றத்தையும் தகடூர் நாட்டையும் பிடிப்பதற்கு முன்பு நடந்தது. கொங்குச் சேரர் தங்கள் இராச்சியத்தைப் பெரிதாக்கிய காலத்தில் அவர்களில் ஒருவனான பெருஞ்சேரலிரும்பொறை கழுவுள் மேல் படையெடுத்துச் சென்று போர் செய்தான். அவனுக்கு உதவியாகப் பதினான்கு வேளிர் வந்து கழுவுள் மேல் போர் புரிந்தார்கள். கடைசியில் கழுவுள் தோற்றுப் பெருஞ்சேரலிரும் பொறைக்கு அடங்கினான்.

குமணன்

கொங்கு நாட்டில் முதிரம் என்னும் ஊர் இருந்தது. அவ்வூரில் குமணன் என்னும் அரசன் ஆண்டு வந்தான். வள்ளலாக இருந்த அவன் புலவருக்கும் மற்றவர்களுக்கும் தான தருமம் செய்தான்.[13] பெருஞ்சித்திரனார் இவனைப் பாடிய செய்யுள்கள் **புறநானூற்றில்** காணப்படுகின்றன.[14]

இளவெளிமானிடஞ் சென்று பரிசு கேட்டபோது அவன் சிறிது கொடுக்கக் கொள்ளாமல் பெருஞ்சித்திரனார் குமணனிடம் வந்து யானையைப் பரிசில் கேட்டார். அவன் யானை கொடுக்க, அதைக் கொண்டுபோய் வெளிமானூர்க் காவல் மரத்தில் கட்டி ஒரு செய்யுள் பாடினார்.

குமணனுடைய தம்பி இளங்குமணன் என்பவன் தமயனாகிய குமணனைக் காட்டுக்கு ஓட்டி நாட்டைக் கைப்பற்றி அரசாண்டான். குமணன் காட்டில் தங்கியிருந்தான். அப்போது பெருந்தலைச் சாத்தனார் குமணனைக் கண்டு ஒரு செய்யுள் பாடினார். அச்செய்யுளில் அப்புலவருடைய வறுமை நெஞ்சையுருக்கும் தன்மையதாக இருந்தது. அச்செய்யுளைக் கேட்ட குமணன், தன்னுடைய துன்பத்தைவிடப் புலவரின் துன்பம் கொடியது என்று உணர்ந்து, தன் கையில் பொருள் இல்லாதபடியால், தன்னுடைய வாளைப் புலவரிடம் கொடுத்து, தன் தலையை வெட்டிக் கொண்டுபோய்த் தன் தம்பியிடங்கொடுத்தால், அவன் பரிசுப் பொருள் கொடுப்பான் என்று கூறினான். வாளைக் கையில் வாங்கிக்கொண்டு புலவர் இளங்குமணனிடம் வந்து குமணன்

வாள் கொடுத்த செய்தியைக் கூறினார் (புறம் 160-163). பிறகு என்ன நடந்தது என்பது தெரியவில்லை. குமணனைப் பற்றி இவ்வளவுதான் தெரிகின்றது. குமணனுடைய முதிரம் என்னும் ஊர் கொங்கு நாட்டில் எவ்விடத்தில் இருந்தது என்பது தெரியவில்லை. இளங்குமணனைப் பற்றியும் ஒன்றுந் தெரியவில்லை.

விச்சியரசர்

விச்சிமலையையும் அதனைச் சார்ந்த நாட்டையும் அரசாண்டவர் விச்சிக்கோ என்று பெயர் பெற்றிருந்தனர். விச்சியூரில் விச்சிமலை இருந்தது. பச்சைமலை என்று இப்போது பெயர் பெற்றுள்ள மலையே பழைய விச்சிமலை என்று கருதுகிறார்கள். பச்சைமலை இப்போது திருச்சிராப்பள்ளி மாவட்டத்தில் இருக்கின்றது. விச்சியரசரைக் 'கல்லக வெற்பன்' என்றும் 'விளங்குமணிக் கொடும்பூண் விச்சிக்கோன்' என்னும் கபிலர் கூறுகின்றார். விச்சிமலை மேல் இருந்த ஐந்தெயில் என்னும் கோட்டையில் விச்சியரசர் வாழ்ந்தார்கள். விச்சி நாட்டில் குறும்பூர் என்னும் ஊர் இருந்தது. அங்குப் பாணர் என்னும் இனத்தார் வசித்து வந்தார்கள். விச்சி மன்னன் பகைவரோடு போர் செய்தபோது அவன் புலி போன்று வீரமாகப் போர் செய்ததைப் பாணர்கள் கண்டு ஆரவாரஞ் செய்து மகிழ்ந்தார்கள் என்று பரணர் கூறுகின்றார்.[15]

பாரி வள்ளல் போரில் இறந்த பிறகு அவனுடைய பரம்பு நாட்டைப் பகைமன்னர் கைக்கொண்ட பின்னர், பாரியின் மகளிரான அங்கவை, சங்கவை என்பவரைக் கபிலர் அழைத்துக் கொண்டு விச்சிக்கோவிடம் வந்து அவர்களைத் திருமணஞ் செய்துகொள்ளும்படி கேட்டார். அதற்கு விச்சியரசன் இணங்கவில்லை (புறம் 200 அடிக்குறிப்புக் காண்க) விச்சியரசன் தம்பி இளவிச்சிக்கோ என்று பெயர் பெற்றிருந்தான்.

சுதந்தரமாக அரசாண்டு கொண்டிருந்த விச்சியரசரை இளஞ்சேரல் இரும்பொறை வென்று விச்சி நாட்டைத் தன்னுடைய கொங்கு இராச்சியத்தோடு இணைத்துக் கொண்டான். விச்சியரசனுடைய ஐந்தெயில் கோட்டையை இளஞ்சேரல் இரும்பொறை முற்றுகையிட்ட போது விச்சியரசர்களுக்குப் பாண்டியனும் சோழனும் உதவியாக இருந்தார்கள். ஆனாலும், இளஞ்சேரல் இரும்பொறை விச்சியை வென்று அவனுடைய ஐந்தெயில் கோட்டையைக் கைப்பற்றினான்.[16]

கட்டியரசர்

கொங்கு நாட்டின் ஒரு பகுதியை ஆதிகாலம் முதல் அரசாண்டவர் கட்டி என்னும் பெயர் பெற்ற பரம்பரையரசர். கட்டியர் அரசாண்ட பகுதி

வடகொங்கு நாட்டில், வடுக தேசமாகிய கன்னட தேசத்தின் தெற்கு எல்லையைச் சார்ந்திருந்தது.[17] வடகொங்கு நாட்டின் வடமேற்கில் இருந்த புன்னாட்டின் தலைநகரமான கட்டூரின் மேல் சோழனுடைய சேனைத் தலைவனான பழையன் படையெடுத்துச் சென்று போர் செய்தபோது புன்னாட்டு அரசனுக்கு உதவியாகப் பழையனை எதிர்த்துப் போர் செய்த கொங்கு நாட்டு அரசர்களில் கட்டியரசனும் ஒருவன்.[18] ஒரு கட்டியரசன் உறையூரையாண்ட தித்தன் வெளியன் என்னுஞ் சோழன் மேல் போருக்குச் சென்று உறையூர்க் கோட்டையை அடைந்தபோது, கோட்டைக்குள் தித்தன் வெளியனுடைய பிறந்தநாள் விழாக் கொண்டாட்டத்தில் கிணைப்பறை கொட்டப்பட்ட முழக்கத்தைக் கேட்டுப் போர் செய்யாமல் திரும்பிப் போய்விட்டான்.[19]

கட்டியரசர், கொங்கு நாட்டையாண்ட பொறைய அரசருக்குக் கீழடங்கியிருந்தனர் என்று தோன்றுகின்றனர். கட்டி பரம்பரையார் மிகமிகப் பிற்காலத்திலும், விசயநகர ஆட்சிக் காலத்திலும் இருந்தார்கள். இக்காலத்தில் அவர்கள் கெட்டி முதலியார் என்று பெயர் பெற்றிருந்தார்கள். கட்டி என்னும் பெயரே பிற்காலத்தில் கெட்டி என்று மருவியது.

குதிரைமலைக் கொற்றவர்

கொங்கு நாட்டில் குதிரை மலையும் அதனை அடுத்து முதிரம் என்னும் ஊரும் இருந்தன. பிட்டங்கொற்றன் என்பவன் இங்குச் சிற்றரசனாக இருந்தான். இவன் சேரனுடைய சேனாதிபதி என்றும் வள்ளல் என்றும் ஆலம்பேரி சாத்தனார் கூறுகிறார். குதிரைமலைக் கொற்றன் ஈகைக் குணம் உடையவன் என்று கருவூர்க் கதப்பிள்ளைச் சாத்தனார் கூறுகிறார்.[20] இவன் வானவனுடைய (சேரனுடைய) மறவன் என்றும் போர் செய்வதில் வல்லவன் என்றுங் கூறப்படுகிறான்.[21] வடம் வண்ணக்கன் தாமோதரனார், பிட்டங் கொற்றனையும், அவனுடைய அரசனான கோதையையும் கூறுகிறார்.[22] மாவண் ஈகைக் கோதையும் பிட்டனுடைய இறைவனும் கோதை எனப்படுகிறான். கோதை என்பது தகடூர் எறிந்த பெருஞ்சேரல் இரும்பொறையின் சிறப்புப் பெயர் என்று தோன்றுகிறது. உறையூர் மருத்துவன் தாமோதரனாரும் (புறம் 170: 6-8) இவனைப் பாடியுள்ளார்.

குதிரைமலை நாட்டை ஆண்ட எழினி என்பவன் ஒருவன் கூறப்படுகிறான். இவன் பிட்டங்கொற்றனுக்குப் பிறகு இருந்தவன் எனத் தோன்றுகிறான். (இந்த எழினி தகடூரையாண்ட அதிகமான் குலத்தில் இருந்த எழினியல்லன்.) குதிரைமலை எழினி வள்ளலாகவும்

இருந்தான். ''ஊராதேந்திய குதிரைக் கூர்வேல் கூவிளங்கண்ணிக் கொடும்பூண் எழினி'' என்று (புறம் 158: 8-9) இவன் கூறப்படுகிறான்.

எழினிக்குப் பிறகு முதிரத்தையும் குதிரை மலையையும் அரசாண்டவன் குமணன் என்பவன். இவன் வள்ளல்களில் ஒருவன்.[23] குமணனைப் புகழ்ந்து பெருஞ்சித்திரனார் பாடிய செய்யுட்கள் புறநானூற்றில் தொகுக்கப்பட்டுள்ளன (புறம் 160, 161, 162, 163).

குமணனுக்குத் தம்பியொருவன் இருந்தான். அவனுக்கு இளங்குமணன் என்று பெயர். இளங்குமணன் தமயனான குமணனைக் காட்டுக்கு ஓட்டிவிட்டு நாட்டைக் கைப்பற்றி அரசாண்டான். குமணன் காட்டிலே இருந்தான். புலவர் பெருந்தலைச் சாத்தனார் குமணனைக் காட்டிலே கண்டு ஒரு செய்யுளைப் பாடினார். அதில் அவர் தம்முடைய வறுமைத் துன்பத்தைக் கூறினார் (புறம் 164). குமணன் செய்யுளைக் கேட்டு மனம் உருகித் தன்னிடம் அப்போது பொருள் இல்லையே என்று கலங்கி தன்னுடைய போர்வாளைப் புலவரிடம் கொடுத்துத் தன்னுடைய தலையை வெட்டிக்கொண்டுபோய் இளங்குமணனிடங் கொடுத்தால் அவன் பெரும்பொருள் கொடுப்பான் என்று கூறினார். புலவர் வாளைக் கையில் வாங்கிக் கொண்டு நேரே இளங்குமணனிடம் வந்து வாளைக் காட்டிக் குமணன்வாள் கொடுத்த செய்தியைக் கூறினார் (புறம் 165). பிறகு என்ன நடந்தது என்பது தெரியவில்லை.

முதிர மலைக் குமணனும் குதிரைமலைக் குமணனும் வெவ்வேறு ஆட்கள் போலத் தோன்றினாலும் இருவரும் ஒருவரே. முதிரமலைக்குக் குதிரைமலை என்றும் பெயர்.

நள்ளி

கண்டிரம் என்னும் நாட்டை அரசாண்ட மன்னர்கள் கண்டிரக்கோ என்று பெயர் பெற்றிருந்தார்கள். அவர்களில் நள்ளி என்பவன் ஒருவன். இவனைக் கண்டிரக்கோ பெருநள்ளி என்பர். இவன் கடையெழு வள்ளல்களில் ஒருவன். இவனைக் 'கண்டிரக்கோபெருநள்ளி' என்பர். தேர் (வண்டி)களையும் யானைகளையும் பரிசிலர்களுக்குக் கொடுத்துப் புகழ் படைத்திருந்தான். நள்ளி ஊரில் இல்லாதபோது இரவலர் அவனுடைய மாளிகைக்கு வந்தால் அவனுடைய பெண்டிர் அவர்களுக்கு யானைக் கன்றுகளைப் பரிசாக அளித்தார்கள் (புறம் 151:1-7). நள்ளியின் கொடைச் சிறப்பைச் சிறுபாணாற்றுப்படையும் (அடி 104-07) கூறுகிறது. பெருஞ்சித்திரனாரும் இவனுடைய வள்ளன்மையைக் கூறுகிறார் (புறம் 158: 13-14).

வன்பரணர் என்னும் புலவர் நள்ளியின் தோட்டிமலைக் காடுகளின் வழியே பயணஞ் செய்தபோது பசியினால் சோர்ந்து ஒரு பலாமரத்தின் அடியில் உட்கார்ந்துவிட்டார். அருகில் ஊர் இல்லாத காடாகையால் உணவு கிடைக்கவில்லை. அப்போது நள்ளி அங்கு வந்து மான் ஒன்றை வேட்டையாடிக் கொண்டு வந்து அதன் இறைச்சியை நெருப்பிலிட்டுச் சமைத்துப் புலவருக்குக் கொடுத்து அவர் பசியை நீக்கினான். இச்செய்தியை அவர் தாம் பாடிய செய்யுளில் கூறுகிறார் *(புறம் 150)*. நள்ளியின் பெயரினால் நள்ளியூர் என்று ஓர் ஊர் இருந்தது. புகழூர்மலைக் குகையில் உள்ள பிராமி எழுத்துச் சாசனம் நள்ளியூரைக் கூறுகிறது. (Epi.Coll. 296 of 1963 – 65).

புன்னாட்டரசர்

புன்னாடு வடகொங்கு நாட்டின் வடமேற்கில் இருந்தது. கி.பி. 2-ஆம் நூற்றாண்டில் இருந்த தாலமி என்பவர் (Ptolemy) புன்னாட்டைத் தம்முடைய நூலில் குறிப்பிடுகிறார். அவர் அதை பொவுன்னாட (Pounnata) என்று கூறுகிறார். புன்னாட்டில் உலகப் புகழ் பெற்ற நீலக்கல் சுரங்கம் இருந்ததையும் அந்த நீலக்கற்களை உரோம தேசத்தவர் மதித்து வாங்கிச் சென்றதையும் முன்னமே கூறினோம். புன்னாட்டு வழியாகக் காவிரி, கப்பிணி என்னும் இரண்டு ஆறுகள் பாய்ந்தன. கப்பிணி ஆறு காவிரியின் ஒரு கிளை நதி. கப்பிணி ஆற்றங்கரையில் புன்னாட்டின் தலைநகரமான கட்டூர் இருந்தது (Mysore Archaeological Report for 1917, pp.40-44). கட்டூரைப் பிற்காலத்தில் கிட்டூர் என்றும் கிட்டிபுரம் என்றும் பெயர் வழங்கினார்கள். தலைநகரமான கட்டூரில் புன்னாட்டரசர் இருந்து அரசாண்டார்கள். இது பிற்காலத்தில் புன்னாடு ஆறாயிரம் என்று பெயர் பெற்றிருந்தது. வடகொங்கு நாட்டைச் சேர்ந்திருந்த புன்னாடு இப்போது மைசூர் இராச்சியத்தில் ஹெக்கடதேவன் கோட்டை தாலுகாவில் சேர்ந்திருக்கிறது.

துளு நாட்டு அரசனான நன்னன் புன்னாட்டைக் கைப்பற்ற முயன்றான். அப்போது ஆய் எயினன் (வெளியன் வேண்மான் ஆய் எயினன்) புன்னாட்டு அரசனுக்கு உதவியாகத் துளு நாட்டரசனின் மேல் படையெடுத்துச் சென்றான். துளு நாட்டரசனின் சேனாதிபதியான மிஞிலி, பாழி என்னும் போர்க்களத்தில் ஆய் எயினனுடன் போர் செய்து அவனைக் கொன்றான்.[24]

இந்த வெளியன் வேண்மான் ஆய்எயினன், சேர நாட்டரசனாகிய களங்காய்க் கண்ணி நார்முடிச் சேரலினுடைய சேனாதிபதி, துளு நாட்டு

நன்னன், தான் கருதியதுபோல் புன்னாட்டைக் கைப்பற்ற முடியவில்லை.

புன்னாட்டரசர் கொங்குச் சேரர்களுக்குக் கீழ் அடங்கியிருந்தனர் என்று தெரிகின்றது. பெரும்பூண் சென்னி என்னுஞ் சோழன் புன்னாட்டைக் கைப்பற்ற எண்ணித் தன்னுடைய சேனாதிபதி பழையன் என்பவன் தலைமையில் தன்னுடைய சேனையை அனுப்பினான். பழையன் புன்னாட்டுக் கட்டூரின் மேல் படையெடுத்துச் சென்றான். புன்னாட்டரசனுக்கு உதவியாகக் கங்க அரசன், கட்டியரசன், அத்தி, புன்றுறை முதலியவர்கள் இருந்து பழையனுடன் போர் செய்தார்கள். அப்போரில் பழையன் இறந்து போனான்.[25]

புன்னாட்டரசர் சங்க காலத்துக்குப் பிறகும் கி.பி. 5-ஆம் நூற்றாண்டு இறுதிவரையில் அரசாண்டனர். புன்னாட்டில் கிடைத்த ஒரு சாசன எழுத்து புன்னாட்டரசர் சிலருடைய பெயர்களைக் கூறுகின்றது. (Indian Antiquary, Xiii 13, xviii 366). இதில் கீழ்க்கண்ட அரசரின் வழிமுறை கூறப்படுகிறது. ராஷ்ட்ரவர்மன், இவன் மகன் நாகதத்தன், இவன் மகன் புஜகன் (இவன் சிங்கவர்மன் மகளை மணஞ்செய்து கொண்டான்), இவனுடைய மகன் ஸ்கந்தவர்மன், இவனுடைய மகன் இரவிதத்தன் (Mysore and Coorg from its Inscriptions. B. Lewis Rice, 1909, p. 146).

புன்னாட்டரசர் பரம்பரையில் கடைசி அரசனுக்கு ஆண்பேறு இல்லாமல் ஒரே ஒரு பெண் மகள் மட்டும் இருந்தாள். கங்க நாட்டரசன் அவனிதனுடைய மகனான துர்வினிதன் (கி.பி. 482 -517) புன்னாட்டரசனுடைய மகளை மணஞ் செய்துகொண்டான். அதன் பிறகு புன்னாடு கங்க நாட்டுடன் இணைக்கப்பட்டது.

கடைச்சங்க காலத்தில் புன்னாடு வடகொங்கு நாட்டைச் சேர்ந்திருந்தது.

சாலிதொரே என்பவர் புன்னாடு சங்க இலக்கியத்தில் குறிப்பிடப்படவில்லை என்ற தவறான, உண்மைக்கு மாறான செய்தியைக் கூறுகிறார். (B.A. Saletore. 'History of Tuluva'., Ancient Karnataka. Vol. I. p 51).

சங்க இலக்கியத்தில் கூறப்படுகிற எருமையூரன் (எருமை நாடன்) என்பவனுடைய எருமையூர் பிற்காலத்தில் மைசூர் என்ற பெயர் பெற்றது என்றும் (எருமை - மகிஷம். எருமை ஊர் - மகிஷ ஊர், மைசூர்) மைசூர் என்னும் பெயரே பிற்காலத்தில் கன்னடநாடு

முழுவதுக்கும் வழங்கப்படுகிறது என்றும் ஆராய்ச்சிக்காரர்கள் கூறுகிற உண்மை. இதைச் சாலிதொரே மறுக்கிறார். மறுப்பதற்கு இவர் கூறுகிற காரணம் தவறாக இருக்கிறது. கர்நாடக தேசத்திலிருந்த பழைய பெயர்களான கழபப்பு (இப்போதைய சந்திரகிரி), புன்னாடு, குந்தளம் முதலிய பெயர்கள் சங்கச் செய்யுள்களில் கூறப்படாதபடியால், கி.பி. இரண்டாம் நூற்றாண்டில் இருந்த எருமையூர் பிற்காலத்தில் மகிஷூர் (மைசூர்) என்றாயிற்று என்று கருதுவது ஏற்றுக் கொள்ளத்தக்கதன்று என்று இவர் எழுதுகிறார். எருமையூரைக் கூறுகிற சங்கச் செய்யுள் புன்னாடு முதலிய வேறு ஊர்ப் பெயர்களைக் கூறவில்லை. ஆகையால் எருமையூர் என்று சங்கச் செய்யுள் கூறுவதை ஏற்றுக் கொள்ள முடியாது என்கிறார். புன்னாட்டின் பெயரைச் சங்க இலக்கியம் கூறவில்லை என்று இவர் கூறுவது வியப்பாக இருக்கிறது. புன்னாட்டின் பெயரைச் சங்கச் செய்யுள் கூறுவதை மேலே காட்டியுள்ளோம். சாலிதொரே அவர்கள் உண்மையறியாமல் தவறாக எழுதியிருக்கிறார். எருமையூரைக் கூறுகிற சங்கச் செய்யுள் புன்னாட்டையும் கூறுகிறது.

கோசர்

கோசர் என்னும் ஓர் இனத்தவர் போர் செய்வதையே தங்களுடைய குலத்தொழிலாகக் கொண்டு வாழ்ந்திருக்கிறார்கள் என்பதைச் சங்க இலக்கியங்களிலிருந்து அறிகிறோம். அவர்களுடைய தாய்நாடு, அக்காலத்தில் தமிழ்நாடாக இருந்த துளு நாடு. துளு நாட்டைத் தாய்நாடாகக் கொண்டிருந்த இவர்கள் பாண்டி நாடு, சோழ நாடு, கொங்கு நாடு முதலிய பல நாடுகளிலும் பரவியிருந்தார்கள். இவர்கள் தமிழ்நாட்டு அரசரின் கீழே அவர்களுடைய படைகளில் சேர்ந்திருந்தார்கள். சில சமயங்களில், குடிமக்கள் அரசருக்குச் செலுத்த வேண்டிய இறைப்பணத்தை வசூல் செய்யும் சேவகர்களாகவும் இருந்தார்கள். இந்த முறையில் சில ஊர்களில் இவர்களில் சிலர் ஊராட்சியராகவும் இருந்தனர். எண்ணிக்கையில் சிறு தொகையினராக இருந்தும் தமிழகமெங்கும் பேர் பெற்றிருந்தார்கள். போருக்கு அஞ்சாத இவர்கள் ஆற்றலும் உறுதியும் கண்டிப்பும் உடையவர்களாக இருந்தனர். இவர்கள் குறுநிலமன்னர் அல்லர். ஆனாலும், நாட்டில் இவர்களுக்கு அதிகச் செல்வாக்கு இருந்தது.

போர்ப் பயிற்சியே இவர்களுடைய குலத்தொழில். குறி தவறாமல் வேல் எறிவதிலும் அம்பு எய்வதிலும் கை தேர்ந்தவர்கள். கோசர் குலத்து இளைஞர்கள், உயரமான மரக்கம்பத்தை நிறுத்தி அதன் உச்சியைக் குறியாகக் கொண்டு வேல்களை (ஈட்டிகளை) எறிந்து பழகினார்கள். அம்புகளை எய்து பயின்றார்கள். ஓங்கியுயர்ந்து வளர்ந்த

முருக்க மரத்தின் பக்க கிளைகளை வெட்டிக் களைந்து நீண்ட நடுமரத்தை மட்டும் வைத்துக்கொண்டு வேல் எறிந்தும் அம்பு எய்தும் போட்டி போட்டுப் பழகினார்கள்.[26] போர்க்களத்தில் உயிருக்கு அஞ்சாமல் போர் செய்து வெற்றியடைந்தனர்.[27] போர்க்களத்தில் ஆயுதங்களினால் காயமடைந்ததனால் இவர்களுடைய முகத்தில் வடுக்கள் இருந்தன.[28] உடம்பு முழுவதும் நகைகளை அணிந்திருந்தார்கள். இவர்கள் புகழ் நாடெங்கும் பரவியிருந்தது.[29]

கோசர் தமிழ்நாட்டுக்கு அப்பால் வெளிநாட்டிலிருந்து இங்கு வந்தவர் என்று சிலர் கருதுகின்றனர்.[30] இது தவறு. கோசரின் தாய்நாடு துளு நாடு. ''மெய்ம்மலி பெரும்பூண் செம்மற் கோசர், கொம்மையம் பசுங்காய்க் குடுமி விளைந்த பாகலார்கைப் பறைக்கட் பீலித் தேகைக் காவின் துளு நாடு'' (அகம் 15 : 2-5) துளு நாட்டுச் செல்லூருக்குக் கிழக்கில் இவர்கள் இருந்தார்கள். ''அருந்திறற் கடவுள் செல்லூர்க்குணா அது, பெருங்கடல் முழக்கிற்றாகி யாணர் இருப்பிடம் படுத்த வடுவுடை முகத்தர். கருங்கட் கோசர் நியமம்'' (அகம் 90: 9-12) துளு நாட்டு நாலூரிலும் இவர்கள் இருந்தார்கள். ''நாலூர்க் கோசர்'' (குறுந் 15:3). துளு நாட்டில் நால்கூர் என்னும் ஊர் இருக்கிறது (நால்கு - நான்கு).

போர்வீரர் ஆகையால் இவர்கள் கள் அருந்தினார்கள். இவர்களுடைய வீடுகளில் மதுபானம் இருந்தது. மதுவருந்திக் குரவைக் கூத்தாடினார்கள். ''நனைக் கள்ளின் மனைக்கோசர் தீந்தேறல் நறவு மகிழ்ந்து, தீங்குரவைக் கொளைத்தாங்குந்து'' (புறம் 396: 7-9).

கோசர் கொங்கு நாட்டிலும் இருந்தனர். அவர்கள் சேரன் செங்குட்டுவன் கண்ணகிக்குப் பத்தினிக்கோட்டம் அமைத்ததையறிந்து கொங்கு நாட்டிலும் கண்ணகிக்கு விழாச் செய்தனர். இதனை ''அதுகேட்டுக் கொங்கிளங்கோசர் தங்கணாட்டகத்து நங்கைக்கு விழாவொடு சாந்தி செய்ய மழை தொழிலென்றும் மாறாதாயிற்று'' என்று சிலப்பதிகாரம் உரைபெறு கட்டுரை கூறுவதிலிருந்து அறியலாம். கொங்கு நாட்டுக் கோசர், பொறையரசருக்கு அடங்கி அவர்களின் கீழ் ஊழியஞ் செய்திருந்தனர் என்று தோன்றுகிறது.

கோயம்புத்தூர் என்பது கோசர் பெயரால் ஏற்பட்ட ஊர். கோசர் என்பது கோயர் என்றாகி கோயம்புத்தூர் என்று வழங்குகிறது. கோயன்+புத்தூர் =கோயன்புத்தூர். பிறகு இப்பெயர் கோயம்புத்தூர் என்றாயிற்று.

சோழ நாட்டில் ஓர் ஊரையரசாண்ட அஃதை என்பவன் இடத்திலும் கோசர் இருந்தனர் (அகம் 113: 4-7).

அடிக்குறிப்பு

1. அமரர்ப் பேணியும் ஆவுதி யருத்தியும்
அரும்பெறல் மரபில் கரும்புஇவண்தந்தும்
நீரக விருக்கை யாழி சூட்டிய
தொன்னிலை மரபின் முன்னோர் (புறம் 99: 1-14)

.... அந்தரத்து
அரும்பெறல் அமிழ்தம் அன்ன
கரும்பு இவண் தந்தோன் பெரும் பிறங்கடையே (புறம் 329: 19-21).

2. நெடுமிடல் சாயக் கொடுமிடல் துமியப்
பெருமலை யானையொடு புலங்கெட இறுத்து. (4ஆம் பத்து 2:10-1).

3. யாழிசை மறுகின் நீடூர் கிழவோன்
வாய்வாள் எவ்வி ஏவல் மேவார்
நெடுமிடல் சாய்த்த பசும்பூண் பொருந்தலர்
அரிமணவாயில் உறத்தூர். (அகம் 266: 10-13).

4. கழல்தொடி அதிகன்
கோளற வறியாப் பயங்கெழு பலவின்
வேங்கை சேர்ந்த வெற்பகம் பொலிய
வில்கெழு தானைப் பசும்பூண் பாண்டியன்
களிறணி வெல்கொடி கடுப்பக் காண்வர
ஒளிறுவன இழிதரும் உயர்ந்து தோன்றருவி. (அகம் 162: 18-23).

5. கறையடி யானை நன்னன் பாழி
ஊட்டரு மரபின் அஞ்சுவர பேஎய்க்
கூட்டெதிர் கொண்ட வாய்மொழி மிஞிலி
புள்ளிற் கேம மாகிய பெரும்பெயர்
வெள்ளாத் தானை அதிகன் கொன்றுவந்து
ஒள்வாள் அமலை ஆடிய ஞாட்பு. (அகம் 142: 9-14)

கூகைக் கோழி வாகைப் பறந்தலைப்
பசும்பூண்பாண்டியன் வினைவல் அதிகன்
களிறொடுபட்ட ஞான்றை
ஒளிறுவாள் கொண்கர் ஆர்ப்பு (குறுந். 393:3-6).

6. .... செருவட்டு
இமிழ் குரல் முரசின் எழுவரொடு முரணிச்
சென்றமர் கடந்த நின் ஆற்றல் தோன்றிய

அன்றும் பாடுநற்கரியை இன்றும்
பரணன் பாடினன் மற்கொல் மற்றுநீ
முரண்மிகு கோவலூர் நூறிநின்
அரணடு திகிரி யேந்திய தோளே. (புறம்99: 8-14)

7. நீலமணி மிடற்று ஒருவன்போல
மன்னுகபெரும நீயே தொன்னிலைப்
பெருமலைவிடரகத் தருமிசைக் கொண்ட
சிறியிலை நெல்லித் தீங்கனி குறியாது
ஆதனின்னதத் தடக்கிச்
சாதல் நீங்க வெமக்கீத் தனையே. (புறம் 91: 5.11)

கமழ்பூஞ்சாரல் கவினிய நெல்லி
அமிழ்துவிளை தீங்கனி ஔவைக்கீந்த
உரவுச் சினங் கனலும் ஒளிதிகழ் நெடுவேல்
அரவக் கடற்றானை யதிகன். (சிறுபாண்: 100-103)

8. இழையணியானை இரப்போர்க் கீயும்
சுடர்விடு பசும்பூண் சூர்ப்பமை முன்கை
அடுபோர் ஆனா ஆதனோரி
மாரி வண்கொடை (புறம் 153: 2-5)

.... வெம்போர்
மழவர் பெருமகன் மாவள்ளோரி
கைவளம் (நற். 52: 8-10)

9. காரிக்குதிரை காரியொடு மலைந்த
ஓரிக் குதிரை ஓரியும். (சிறுபாண். 110-111)

10. ஓரிக் கொன்ற ஒரு பெருந்தெருவில்
காரிபுக்க நேரார் புலம் போல் கல்லென்றால் ஊரே. (நற். 320: 4-7)

11. முள்ளூர் மன்னன் கழல்தொடிக் காரி,
செல்லா நல்லிசை நிறுத்த வல்வில்
ஓரிக்கொன்று அசேரலர்க்கீத்த
செவ்வேர்ப் பலவின் பயங்கெழு கொல்லி (அகம் 209 12 -15)

12. வீயாவிழுப்புகழ்விண்தோய் வியன்குடை
ஈரெழு வேளிர் இயைந்தொருங்கெறிந்த
கழுவுள் காமூர். (அகம் 135:11-13)

13. அதிரா யாணர் முதிரத்துக் கிழவன
இவண்விளக்கு சிறப்பின் இயல்தேர்க்குமணன் (புறம். 158: 25-76)

14. அரிது பெறு பொலங்கலம் எளிதினின்வீசி
நட்டோர் நட்ட நல்லிசைக் குமணன்
மட்டார் மறுகின் முதிரத் தோனே (புறம் 160: 11 -13)
பழந்தூங்கு முதிரத்துக் கிழவன்
திருந்து வேற்குமணன் (புறம் 163: 8-9)

15. வில்கெழுதானை விச்சியர் பெருமகன்
வேந்தரொடு பொருத ஞான்றைப் பாணர்
புலிநோக் குறழ்நிலை கண்ட
கலிகெழு குறும்பூர் ஆர்ப்பு) (குறுந். 328:5-8)

16. வெருவருதானையொடு வெய்துறச் செய்து சென்று
இருபொரு வேந்தரும் விச்சியும் வீழ
வருமிளைக் கல்லகத் தைந்தெயில் எறிந்து) (9-ஆம் பத்துப் பதிகம்)

17. குல்லைக் கண்ணி வடுகர் முனையது
வல்வேற் கட்டி நன்னாட்டு உம்பர்
மொழி பெயர் தேயம் (குறுந். 11: 5-7)

18. நன்னன் ஏற்றை நறும்பூண் அத்தி
துன்னருங் கடுந்திறல் கங்கன் கட்டி
பொன் அணி வல்வில் புன்றுறை என்றாங்கு
அன்றமர்குழீஇய அளப்பருங் கட்டூர்ப்
பருந்துபடப் பண்ணி பழையன்பட்டென) (அகம் 44: 7-11)

19. தித்தன் வெளியன் உறந்தை நாளவைப்
பாடின் தெண்கிணைப் பாடுகேட்டஞ்சிப்
போரடுதானை கட்டி
பொரா அ தோடிய ஆர்ப்பு) (அகம் 226: 14-7)

20. வசையில் வெம்போர் வானவன் மறவன்
நசையில் வாழ்நர்க்கு கன்கலம் சுரக்கும்
பொய்பா வாய்வாள் புனைகழல் பிட்டன்
மைதவழ் உயர்சிமைக் குதிரைக் கவா அன்
அகலறை நெடுஞ்சுன்னை). (அகம் 143: 10 14)

21. ஊராக் குதிரைக் கிழவ கூர்வேல்
கைவள் ஈகைக் கடுமான் கொற்ற (புறம் 168: 14-17)

(ஊராக் குதிரை - குதிரை மலை)
வானவன் மறவன் வணங்க விற்றடக்கை
ஆனா நறவின் வண்மகிழ்ப் பிட்டன் (அகம் 77: 15-16).

22. வன்புல நாடன் வயமான் பிட்டன்
ஆரமர் கடக்கும் வேலும் அவன்இறை
மாவள் ஈகைக் கோதையும்
மாறுகொள் மன்னரும் வாழியர் நெடிதே) (புறம் 172: 8-11).

உறையூர் மருத்துவன் தாமோதரனாரும் (புறம் 170: 6-8).

காவிரிப் பூம்பட்டினத்துக் காரிக்கண்ணனாரும் (புறம் 169: 171).

இவனைப் பாடியுள்ளார்.

23. அதிரா யாணர் முதிரத்துக் கிழவ
இவண் விளங்கு சிறப்பின் இயல்தேர்க் குமணன்) (புறம் 158: 25-26).

அரிதுபெறு பொலங்கலம் எளிதினின் வீசி
நட்டோர் நட்ட நல்லிசைக்குமணன்
மட்டார் மறுகின் முதிரத்தோனே (புறம் 160: 11 - 13)

24. பொலம்பூண் நன்னன் புன்னாடு கடிந்தென
யாழிசை மறுகிண் பாழியாங்கண்
அஞ்சலென்ற ஆஅய் எயினன் இகலடு கற்பின்
மிஞிலி யொடு தாக்கித் தன்னுயிர் கொடுத்தனன்

(அகம் 396: 2-6)

வெளியன் வேண்மான் ஆஅய் எயினன்
அளியியல் வாழ்க்கைப் பாழிப் பறந்தலை
இழையணி யானை இயல்தேர் மிஞிலியொடு
நண்பகல் உற்றசெருவிற் புண்கூர்ந்து
ஒள்வான் மயங்கமர் வீழ்ந்தென (அகம் 208: 5-9)

25. நன்னன் ஏற்றை நறும்பூண் அத்தி
துன்னருங் கடுந்திறல் கங்கன் கட்டி
பொன்னணி வல்வில் புன்றுறை என்றாங்கு
அன்றவர் குழீஇ வளப்பருங்கட்டூர்ப்
பருந்துபடப் பண்ணிப் பழையன் பட்டென (அகம் 44: 7-11)

26. .... வென்வேல்
    இளம்பல் கோசர் விளங்குபடை கன்மார்
    இகலினர் எறிந்த அகலிலை முருக்கின்
    பெருமரக் கம்பம்   (புறம் 169: 8-11).

27. கடந்தடு வாய்வாள் இளம்பல் கோசர் (மதுரைக்காஞ்சி, 773).

28. இரும்பிடம் படுத்த வடுவுடை முகத்தர்   (அகம் 90: 11)

29. மெய்ம்மலி பெரும்பூண் செம்மல் கோசர் (அகம் 15: 2), வாய்மொழி
    நிலைஇய சேண் விளங்கு நல்லிசை, வளங்கெழு கோசர்
                              (அகம் 205: 9-10).

30. Ancient India and South Indian, History and Culture, Vol.I.
    Dr. S. Krishnaswami Aiyengar, p.87).

❖

3

கொங்கு நாட்டில் சேரர் ஆட்சி

கொங்குவைச் சேரர் கைப்பற்றியது

பழங்கொங்கு நாட்டைச் சிற்றரசர்கள் அரசாண்டார்கள் என்றும் அக்காலத்தில் அந்நாட்டில் பேரரசர் இல்லை என்றும் அறிந்தோம். கொங்கு நாட்டின் சுற்றுப்புறங்களில் இருந்த சேர, சோழ, பாண்டியர் கொங்குச் சிற்றரசர்களை வென்று அந்நாட்டைத் தங்கள் தங்கள் இராச்சியத்துடன் சேர்த்துக் கொள்ளக் கருதி அவர்கள் தனித்தனியாகப் படையெடுத்து வந்து கொங்கு நாட்டில் போர் செய்தார்கள். கொங்கு நாட்டரசர் தங்கள் நாட்டை எளிதில் விட்டுவிடவில்லை. படையெடுத்துப் போருக்கு வந்த அரசர்களோடு அவர்கள் கடுமையாகப் போர் செய்து எதிர்த்தார்கள். இவ்வாறு பல காலமாகக் கொங்கு நாட்டில் போர்கள் நடந்தன. கடைசியாகச் சேர அரசர் கி.பி. முதல் நூற்றாண்டின் தொடக்க காலத்தில் கொங்கு நாட்டின் தென்பகுதியில் சில ஊர்களைக் கைப்பற்றினார்கள். பாலைக் காட்டுக் கணவாய் வழியாகக் கொங்கு நாட்டில் வந்து சேர அரசர் யானை மலைக் காடுகளை முதலில் கைப்பற்றினார்கள். யானை மலைப் பிரதேசத்துக்கு அக்காலத்தில் உம்பல் காடு என்று பெயர் இருந்தது (உம்பல்-யானை). அங்குப் பல ஊர்கள் இருந்தன.

சேர மன்னர் கொங்கு நாட்டில் கால் ஊன்றுவதைக் கண்ட சோழ அரசரும் பாண்டிய அரசரும் சும்மா இருக்கவில்லை. சேரருக்கு எதிராக அவர்கள் போர் செய்து சேரரின் ஆதிக்கத்தைத் தடுத்தார்கள். அவர்கள் கொங்குச் சிற்றரசர்களுக்கு உதவியாக இருந்து, சேர அரசரின் ஆதிக்கத்தை எதிர்த்தார்கள். இதன் காரணமாக சேர மன்னர் கொங்கு நாட்டை எளிதில் கைப்பற்ற முடியவில்லை. ஆனால், விடா முயற்சியோடு போர் செய்து கொங்கு நாட்டில் சிறிதுசிறிதாக சேர அரசர் தங்கள் ஆட்சியை நிறுவினார்கள்.

சேரநாட்டு அரசனான உதியஞ்சேரலுக்கு இரண்டு மக்கள் இருந்தார்கள். அவர்கள் இமயவரம்பன் நெடுஞ்சேரலாதனும்

(பதிற்றுப்பத்து 2-ஆம் பத்தின் தலைவன்) பல்யானைச் செல்கெழுகுட்டுவனும் (பதிற்றுப்பத்து 3ஆம் பத்துத் தலைவன்) ஆவர்.

இளையனாகிய குட்டுவன் பெரிய யானைப் படையை வைத்திருந்தபடியால் அவன் பல்யானைச் செல்கெழு குட்டுவன் என்று பெயர் பெற்றான். இவன் உம்பற் காட்டையும் (யானைமலைப் பிரதேசம்), அகப்பா என்னும் கோட்டையையும் வென்றான். உம்பற் காட்டை வென்ற இவன் அங்குத் தன் ஆட்சியை நிறுவினான். நிறுவித் தன்னுடைய உறவினரில் முதியவர்களுக்கு அந்நாட்டைப் பிரித்துக் கொடுத்தான். இதை

உம்பற் காட்டைத் தன்கோல் நிறீஇ
அகப்பா எறிந்து பகல்தீ வேட்டு
மதியுறழ் மரபின் முதியவரைத் தழீஇக்
கண்ணகன் வைப்பின் மண்வகுத் தீத்து

என்று பதிற்றுப்பத்து மூன்றாம் பத்துப் பதிகங் கூறுகின்றது. ''முதியவரை மதிபுறழ் மரபிற் றழீஇ மண்வகுத்தீத்தெனக் கூட்டித் தன் குலத்தில் தனக்கு முதியரை மதியொடொத்த தன் தண்ணிளியால் தழீஇக்கொண்டு அவர்க்குத் தன் நாட்டைப் பகுத்துக் கொடுத்து என உரைக்க'' என்பது பழைய உரை.

உம்பற்காடு என்னும் நாட்டை அடக்கி அதனைத் தன்னுடைய ஆட்சியின் கீழ்க் கொண்டு வந்தது இவனுடைய முக்கிய செயலாகும். இவனுடைய தமயனான நெடுஞ்சேரலாதன் தன்னைப் பாடிய (இரண்டாம் பத்து) குமட்டூர்க் கண்ணனார்க்கு உம்பற் காட்டில் ஐந்நூறூர்களைப் பிரமதாயமாகக் கொடுத்தான் (பதிற்றுப்பத்து 2/ஆம் பத்துப் பதிகக் குறிப்பு).

இதனால் உம்பற்காடு அக்காலத்தில் சேர அரசர்களுக்கு உரியதாயிற்று என்பது தெரிகின்றது.

அந்துவஞ்சேரல் இரும்பொறை

உதியஞ்சேரலுடைய தம்பி. அந்துவஞ்சேரல் இரும்பொறை என்பவன், அந்துவஞ்சேரல் இரும்பொறை உதியஞ் சேரலுடைய தாயாதித்தம்பி. இவன் தளராத ஊக்கத்தோடு போர் செய்து தென்கொங்கு நாட்டில் சில நாடுகளைக் கைப்பற்றினான். இதனால் ''மடியா உள்ளமொடு மாற்றோர்ப் பிணித்த, நெடுநுண் கேள்வி அந்துவன்'' என்று கூறப்பட்டான் (7-ஆம் பத்துப் பதிகம்).

இவன் கொங்கு நாட்டைக் கைப்பற்றினபோது இவனுக்கு உதவியாக இருந்தவன் இவனுடைய தமயன் மகனான பல்யானைச் செல்கெழு குட்டுவன். இதனை,

மாகெழு கொங்கர் நாடகப் படுத்த

வேல்கெழு தானை வெருவரு தோன்றல்

(3-ஆம்பத்து 2: 15-16) என்பதனால் அறிகிறோம். இவன் காலத்தில் கொங்கு நாட்டில் சேர இராச்சியத்தை அமைப்பதற்குக் கால் இடப்பட்டது என்று கருதலாம். கொங்கு நாட்டை அரசாண்ட பொறையர் அரசர்களில் இவனே முதலானவன் என்று தோன்றுகிறான்.

அந்துவஞ்சேரல் இரும்பொறை கொங்கு நாட்டுக் கருவூரை வென்று அதைத் தன்னுடைய தலைநகரமாக்கிக் கொண்டான். அங்கு வேண்மாடம் என்னும் அரண்மனையை அமைத்துக் கொண்டு அங்கிருந்து அரசாண்டான். அப்போது அவன் 'சேரமான் கருவூரேறிய ஒள்வாட்கோப்பெருஞ்சேரல் இரும்பொறை' என்று பெயர் பெற்றான். நரிவெரூஉத்தலையார் அவனை நேரில் கண்டு பாடினார் (புறம் 5). அச்செய்யுளின் அடிக்குறிப்பு, ''சேரமான் கருவூரேறிய ஒள்வாட் கோப்பெருஞ் சேரல் இரும்பொறையைக் கண்ட ஞான்று நின் உடம்பு பெறுவாயாகென. அவனைச் சென்று கண்டு தம்முடம்பு பெற்ற நரிவெரூ உத்தலையார் பாடியது'' என்று கூறுகிறது.

இந்தக் கொங்கு நாட்டுக் கருவூர் வேறு. சேர நாட்டுக் கடற்கரையிலிருந்த கருவூர் வேறு. அந்துவன் சேரல் இரும்பொறை இந்த ஊரை வென்றபோது இதற்குச் சேர நாட்டுத் தலைநகரமாகிய கருவூரின் பெயரையே சூட்டினான். சேர நாட்டுக் கருவூருக்கு வஞ்சி என்று வேறு ஒரு பெயர் இருந்ததுபோலவே இந்தக் கொங்கு நாட்டுக் கருவூருக்கும் வஞ்சி என்று வேறு ஒரு பெயர் இருந்தது.[1]

கோப்பெருஞ்சேரல் இரும்பொறை கருவூர் வேண் மாடத்தில் உறையூர் ஏணிச்சேரி முடமோசியார் என்னும் புலவருடன் இருந்தபோது, சோழன் முடித்தலைக்கோ பெருநற்கிள்ளி அவ்வூர் வழியாக யானை மேல் வந்தான். அது கண்ட பெருஞ்சேரல் இரும்பொறை, சோழன் தன் மேல் போருக்கு வருகின்றானோ என்று ஐயங்கொண்டான். அப்போது அருகிலிருந்த சோழ நாட்டுப் புலவரான உறையூர் முடமோசியார்,சோழன் போருக்கு வரவில்லை என்று கூறி இவனுடைய ஐயத்தை நீக்கினான் (புறம் 13). இந்தச் செய்யுளின் அடிக்குறிப்பு ''சோழன் முடித்தலைக்கோப் பெருநற்கிள்ளி கருவூரிடஞ் செல்வானைக் கண்டு சேரமான் அந்துவஞ் சேரல் இரும்பொறையொடு வேண்மாடத்து மேலிருந்து பாடியது'' என்று கூறுகிறது.

அந்துவஞ்சேரல் இரும்பொறையும் கருவூர் ஒள்வாட் பெருஞ்சேரல் இரும்பொறையும் ஒருவரே. இவர்கள் வெவ்வேறு அரசர் என்று கே. ஜி.சேஷ ஐயர் கருதுகிறார்,[2] அவர் கருத்து தவறென்றுதோன்றுகிறது.

அந்துவன் பொறையனுடைய அரசியின் பெயர் பொறையன் பெருந்தேவி என்பது. அவள் ஒரு தந்தை என்பவனின் மகள். இவர்களுக்குப் பிறந்த மகன் செல்வக்கடுங்கோ வாழியாதன். இதனை

மடியா வுள்ளமொடு மாற்றோர்ப் பிணித்த
நெடுநுண் கேள்வி யந்துவற்கு ஒரு தந்தை
யீன்றமகள் பொறையன் பெருந்தேவி யீன்றமகன்

செல்வக் கடுங்கோ வாழியாதன்.

என்னும் 7-ஆம் பத்துப் பதிகத்தினால் அறிகிறோம்.

'இதன் பதிகத்து ஒரு தந்தை யென்றது பொறையன் பெருந்தேவியின் பிதாவுடைய பெயர்' என்று பழைய உரை கூறுகிறது. சேர அரசரின் இளைய பரம்பரையைச் சேர்ந்த அந்துவன் பொறையன் கொங்கு இராச்சியத்தை அமைத்தான்.

அந்துவன் பொறையன், தன்னுடைய மகனான செல்வக்கடுங்கோ வாழியாதனுக்கு ஆவி நாட்டுச் சிற்றரசனாகிய வேளாவிக் கோமான் மகளாகிய பதுமன்தேவி என்பவளைத் திருமணஞ் செய்வித்தான். அவனுடைய தாயாதித் தமயனாகிய உதியஞ்சேரலும் தன்னுடைய மகனாகிய (இமயவரம்பன்) நெடுஞ்சேரலாதனுக்கு மேற்படி வேளாவிக் கோமானின் இன்னொரு மகளைத் திருமணஞ் செய்வித்திருந்தான். எனவே, நெடுஞ்சேரலாதனும் செல்வக் கடுங்கோ வாழியாதனும் மணஞ் செய்திருந்த மனைவியர் தமக்கை தங்கையர் என்பது தெரிகின்றது.

அந்துவன் பொறையனுக்கு அந்துவஞ்செள்ளை என்று ஒரு மகள் இருந்தாள் என்று திரு. கே. ஏ. நீலகண்ட சாஸ்திரி ஊகிக்கிறார்.[3]

அந்துவஞ்சேரல் இரும்பொறை, வேற்பஃறடக்கைப் பெருவிறற் கிள்ளியுடன் போர் செய்து இறந்துபோனான் என்று திரு. கே.ஜி. சேஷையர் கருதுகிறார். சேரமான் குடக்கோ நெடுஞ்சேரலாதனும் அந்துவஞ் சேரலும் ஒருவரே என்று அவர் கருதுகிறார்.[4] ஆனால், அந்துவஞ் சேரலும் சேரமான் குடக்கோ நெடுஞ்சேரலாதனும் ஒருவரே என்பதற்கு அவர் சான்று காட்டவில்லை. புறம் 62, 63-ஆம் செய்யுட்களின் அடிக்குறிப்புகள்,

''சேரமான் குடக்கோ நெடுஞ்சேரலாதனும் சோழன் வேற் பஃறடைக்கைப் பெருவிறற்கிள்ளியும் போர்ப் புறத்துப் பொருது வீழ்ந்தாரைப் பாடியது'' என்று கூறுகின்றன. அந்துவஞ் சேரலும், குடக்கோ நெடுஞ்சேரலாதனும் ஒருவரே என்பதற்குச் சான்று இல்லை. சேஷையா ஊகம் சரியன்று என்று தோன்றுகிறது.

செல்வக் கடுங்கோ வாழியாதன்

மாந்தரன் 1

அந்துவன் பொறையனுக்கும் பொறையன் பெருந்தேவிக்கும் பிறந்த மகன் செல்வக்கடுங்கோ வாழியாதன் (செ.க.வா.ஆ) சிக்கற் பள்ளி என்னும் ஊரில் இறந்தபடியால் சிக்கற் பள்ளித் துஞ்சிய செல்வக்கடுங்கோவாழியாதன் என்று இவன் பிற்காலத்தில் பெயர் பெற்றான். செல்வக்கோமான் (7-ஆம் பத்து 7:23) என்று பெயர் பெற்ற இவன் போரில் மிக்க வலிமையுடையவனாக இருந்தது பற்றிக் கடுங்கோ என்னும் சிறப்புப் பெயர் பெற்றான். ''மடங்கல் வண்ணங் கொண்ட கடுந்திறல், துப்புத்துறை போகிய கொற்றவேந்தே'' என்று இவனைக் கபிலர் கூறுவது காண்க (7-ஆம் பத்து 2:8-9). (திறல் -ஆற்றல், வல்லமை. 'செல்வக் கோவே சேரலர் மருக' என்று கபிலர் கூறுகிறார் (7-ஆம் பத்து 3:16) ஆதன் என்பது இவனுக்குரிய பெயர்.)

செ.க.வா. ஆதனுக்கு மாந்தரன், மாந்தரஞ்சேரல் என்னும் பெயரும் இருந்தது. இவ்வரசன் காலத்தில் வாழ்ந்தவரும் சேர அரசர் பரம்பரையை நன்கறிந்தவருமான பரணர் இப்பெயரைத் தம்முடைய செய்யுளில் கூறுகிறார். அகநானூறு 142-ஆம் செய்யுளில் இப்புலவர் இவ்வரசனை 'மாந்தரம் பொறையன் கடுங்கோ' என்று கூறுகிறார். சிலப்பதிகாரக் காவியத்திலும் இவன் மாந்தரம் பொறையன் (கட்டுரை காதை. அடி 84) என்று கூறப்படுகிறான். இவ்வரசனுடைய பேரனான இளஞ்சேரல் இரும்பொறையை 'மாந்தரன் மருகன்' (மாந்தரனுடைய பரம்பரையில் வந்தவன்) என்று பெருங்குன்றூர் கிழார் கூறுகிறார்.

போர் செய்வதில் திறலுடைய வீரன் இவன் என்றும் அதைப் பற்றியே இவன் கடுங்கோ என்னும் சிறப்புப்பெயர் பெற்றான் என்றும் அறிகிறோம். ஆனால், இவன் செய்த போர்களின் விவரந் தெரியவில்லை. சேர அரசர் பரம்பரையில் இளைய வழியைச் சேர்ந்த பொறையர், கொங்கு நாட்டைச் சிறிது சிறிதாக வென்றனர். இவன் தந்தையாகிய அந்துவன் பொறையன் 'மடியா உள்ளத்து மாற்றோர்ப் பிணித்தவன்' என்று கூறப்படுகிறான். அவனைத் தொடர்ந்து கொங்கு

இராச்சியத்தை விரிவுபடுத்திய இவ்வரசனும் கொங்கு நாட்டிலிருந்த பல சிற்றரசர்களுடன் போர் செய்து அவர்களுடைய நாட்டைக் கைப்பற்றியிருக்க வேண்டும். இவ்வரசன்மேல் ஏழாம் பத்துப் பாடிய கபிலர் இவ்வரசனைப் போர்க்களத்திலே பாசறையில் சந்தித்தார். போர்க்களங்களிலே இவனுடைய உடம்பில் பல வெட்டுக் காயங்கள் பட்டிருந்தன என்றும், அந்த விழுப்புண் தழும்புகளை இவன் சந்தனம் பூசி மறைத்திருந்தான் என்றும் கபிலர் கூறுகிறார் (''எஃகா டூனங் கடுப்ப மெய்சிதைந்து, சாந்தெழில் மறைந்த சான்றோர் பெருமகன்'' - 7-ஆம் பத்து, 7 : 17-18). ஆனால், எந்தெந்தப் போர்க்களத்தில் எந்தெந்த அரசருடன் இவன் போர் செய்தான் என்பது தெரியவில்லை. சோழ, பாண்டியர் ஒன்று சேர்ந்து வந்து இவன் மீது போர் செய்தனர் என்றும் அவர்களை இவன் வென்று ஓட்டினான் என்றும் கபிலர் கூறுகிறார்.[5] சேர அரசர் கொங்கு நாட்டுச் சிற்றரசருடன் நாடுபிடிக்கப் போர் செய்தபோதெல்லாம் சோழ பாண்டியர் கொங்கு நாட்டுச் சிற்றரசருடன் சேர்ந்து சேர அரசரை எதிர்த்தார்கள். அவ்வாறு சோழ, பாண்டியர் கொங்குச் சேரரை எதிர்த்த ஒன்றைத்தான் இது கூறுகிறது. செ.க. வா.ஆதன் கொங்கு நாட்டுச் சிற்றரசர்களோடு போர் செய்து வென்று அவர்களுடைய ஊர்களைக் கைக்கொண்டான் என்பது தெரிகின்றது. இவனுடைய கொங்கு இராச்சியம் சிறிதாக இருந்ததைப் பெரியதாக்க வேண்டும் என்று இவன் கருதிப் போர் செய்து வென்று சில நாடுகளை இவன் தன் இராச்சியத்தில் சேர்த்துக் கொண்டான் என்பதைக் கபிலர் கூறுகிறார். சேரலாதனுக்குச் சூரியனை ஒப்புமை கூறுகிறவர் சேரலாதனுக்குச் சூரியன் இணையாக மாட்டான் என்று கூறுகிறார்.[6] பல அரசர்களை வென்று இவன் அவ்வெற்றிகளுக்கு அறிகுறியாக வேள்விகளைச் செய்தான்.

செ.க.வா. ஆதனின் கொங்கு இராச்சியம் கொங்கு நாட்டின் தென்பகுதியில் மட்டும் இருந்தது. இவனுடைய இராச்சியத்தின் வடக்கிலிருந்த கொல்லிக் கூற்றம், தகடூர் முதலிய நாடுகளை இவன் வெல்லவில்லை. அவற்றை வென்று சேர்த்துக் கொண்டவன் இவனுடைய மகனான பெருஞ்சேரல் இரும்பொறையாவான்.

செல்வக் கடுங்கோ வாழி ஆதன், ஆவி நாடு என்றும் வையாவி நாடு என்றும் பெயர் பெற்றிருந்த (இப்போதைய பழநிமலை வட்டாரம்) நாட்டின் சிற்றரசனாகிய வேள் ஆவிக் கோமான் பதுமன் என்பவனுடைய பெண்களில் ஒருத்தியைத் திருமணஞ் செய்துகொண்டு வாழ்ந்தான். இவ்வரசியின் பெயர் வேள் ஆவிக்கோமான் பதுமன் தேவி என்பது (8ஆம் பத்து, பதிகம் அடி 1-2). இந்த அரசியின் தமக்கையை இவனுடைய தாயாதித்தமயனான சேரலாதன் (இமயவரம்பன்

நெடுஞ்சேரலாதன்) மணஞ்செய்திருந்தான். அந்த அரசிக்கும் 'வேள் ஆவிக் கோமான் பதுமன் தேவி' என்று பெயர் இருந்தது (4-ஆம் பத்து, பதிகம் 1-3) எனவே, செ.க.வா ஆதனும் நெஞ்சேரலாதனும் சமகாலத்தில் முறையே கொங்கு நாட்டையும் சேர நாட்டையும் அரசாண்டனர் என்று தெரிகின்றது. இவர்களுக்குப் பெண் கொடுத்த மாமனாராகிய வேள் ஆவிக்கோமான் பதுமன், பொதினி என்னும் வையாவி நாட்டையாண்ட சிற்றரசன் என்று கூறினோம். அந்த வையாவி நாடு அக்காலத்தில் கொங்கு நாட்டின் தென்கோடியில் இருந்தது. இக்காலத்தில் அது பழனி என்னும் பெயருடன் பாண்டி நாட்டு மதுரை மாவட்டத்து மதுரைத் தாலுகாவில் சேர்ந்திருக்கிறது.

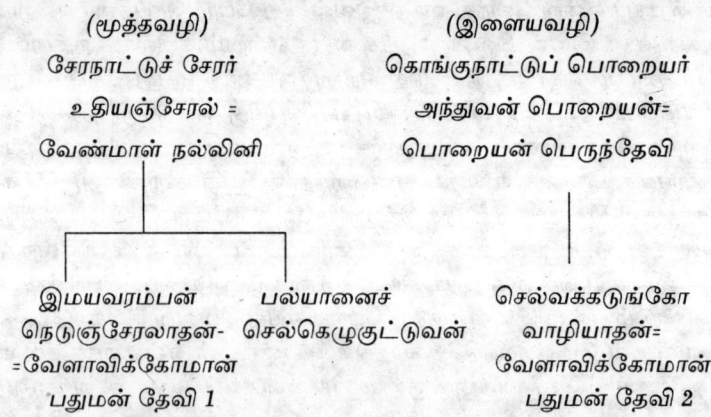

(மூத்தவழி)		(இளையவழி)
சேரநாட்டுச் சேரர்		கொங்குநாட்டுப் பொறையர்
உதியஞ்சேரல் = வேண்மாள் நல்லினி		அந்துவன் பொறையன்= பொறையன் பெருந்தேவி
இமயவரம்பன் நெடுஞ்சேரலாதன்- =வேளாவிக்கோமான் பதுமன் தேவி 1	பல்யானைச் செல்கெழுகுட்டுவன்	செல்வக்கடுங்கோ வாழியாதன்= வேளாவிக்கோமான் பதுமன் தேவி 2

செ.க.வா. ஆதனுக்கும் அவனுடைய அரசியாகிய பதுமன் தேவிக்கும் இரண்டு ஆண் மக்கள் பிறந்தனர் என்று அறிகிறோம்[7] இவ்விரு புதல்வர்களில் ஒருவன் பெருஞ்சேரல் இரும்பொறை. (பிற்காலத்தில் தகடூரை வென்று புகழ்பெற்றவன். 8-ஆம் பத்துப் பதிகம்) இளைய மகன் பெயர் குட்டுவன் இரும்பொறை என்பது.

தகடூர் எறிந்த பெருஞ்சேரல் இரும்பொறையும் குட்டுவன் இரும்பொறையும் ஒருவரே என்று சிவராச பிள்ளை கருதுகிறார்.[8] இவர் கருதுவது தவறு. செல்வக்கடுங்கோ வாழியாதனுக்கு இரண்டு மக்கள் இருந்ததையறியாமல், ஒரே மகன் இருந்தான் என்று கருதிக்கொண்டு இவ்வாறு எழுதினார் என்று தோன்றுகிறது. கே.ஜி.சேஷ ஐயரும் இதே தவற்றைச் செய்துள்ளார்.[9] நானும் சில ஆண்டுகளுக்கு முன்பு இதே தவற்றைச் செய்தேன். தகடூர் எறிந்த பெருஞ்சேரல் இரும்பொறையும் குட்டுவன் இரும்பொறையும் ஒருவரே என்று கருதினேன்.[10] அது தவறு என்பதை இப்போது அறிந்து திருத்திக்கொண்டேன். செல்வக்

கடுங்கோ வாழியாதனுக்குத் துணைப் புதல்வர் (இரண்டு பிள்ளைகள்) இருந்தனர் என்பது திட்டமாகத் தெரிகிறது.

செ.க.வா. ஆதன் பதிற்றுப்பத்து 7-ஆம் பத்தைப் பாடியவர் கபிலர். பறம்பு நாட்டின் அரசனாக இருந்த கொடை வள்ளல் என்று புகழ்பெற்ற பாரி மன்னரின் புலவராக இருந்த கபிலர் அம்மன்னன் இறந்த பிறகு கொங்கு நாட்டுக்கு வந்து செ.க.வா. ஆதனைப் பாசறையில் கண்டு அவன் மீது 7-ஆம் பத்துப் பாடினார்.

செ.க.வா. ஆதன் இருபத்தைந்து ஆண்டு அரசாண்டான் என்று ஏழாம் பத்துப் பதிகத்தின் அடிக்குறிப்புக் கூறுகிறது.

இவ்வரசன் திருமாலை வழிபட்டான். அந்தத் திருமாலின் கோயிலுக்கு ஒகந்தூர் என்னும் ஊரைத் தானங்கொடுத்தான் (''மாயவண்ணனை மனனுறப் பெற்றவற்கு, ஒத்திர நெல்லின் ஒகந்தூர் ஈத்து'' 7-ஆம் பத்துப் பதிகம் அடி 8-9). இவன் தன்னுடைய புரோகிதனைப் பார்க்கிலும் அறநெறியறிந்தவனாக இருந்தான் என்று 7-ஆம் பத்துப் பதிகத்தினால் அறிகிறோம்.[11]

செ.க.வா. ஆதன் சில யாகங்களைச் (வேள்விகளை) செய்து பிராமணருக்குத் தானங் கொடுத்தான். இவன் வேள்வியில் பிராமணருக்குப் பொன்னை நீர்வார்த்துக் கொடுத்தபோது அந்நீர் பாய்ந்து தரையைச் சேறாக்கியது என்று கூறப்படுகிறது. இதனால் இவனுடைய தானம் மிகப் பெரிதாக இருந்தது என்பது தெரிகின்றது.[12]

புலவர்களுக்குப் பொன்னும் பொருளும் கொடுத்து இவ்வரசன் போற்றினான். இசைவாணர்களையும் இவன் ஆதரித்தான். 'பாணர் புரவல, பரிசிலர் வெருக்கை' என்று இவன் புகழப்படுகிறான் (7-ஆம் பத்து 5 -11)

இவ்வரசனிடம் பரிசில் பெறச் சென்ற குண்டுகண் பாலியாதனார் என்னும் புலவருக்கு இவன் பெருஞ்செல்வம் வழங்கினான். யானை, குதிரை, ஆட்டுமந்தை, மாட்டுமந்தைகள், மனை, மனையைச் சார்ந்து வயல்கள், வயல்களில் வேலைசெய்யக் களமர் (உழவர்) இவைகளையெல்லாம் இவ்வரசன் இப்புலவருக்கு வழங்கினான். இவைகளையெல்லாங் கண்ட இந்தப் புலவர் இது கனவா நனவா என்று அறியாமல் திகைத்துப் போனதாக அவரே கூறுகிறார். (புறம் 387).

வயிரியரை (இசைவாணரை) இவன் ஆதரித்தான். தான் ஆதரித்ததல்லாமல், தான் இல்லாதபோது அவர்கள் அரண்மனை வாயிலில் வந்தால் தன்னைக் கேளாமலே அவர்களுக்குப் பொருளையும் குதிரைகளையும் வண்டிகளையும் கொடுத்தனுப்பும்படி தன்னுடைய

அரண்மனை அதிகாரிகளுக்குக் கட்டளையிட்டிருந்தான்.[13] இவனுடைய கொடைச் சிறப்பைக் கபிலர் நன்றாக விளக்கிக் கூறுகிறார். 'என்னைப் புரந்த பாரிவள்ளல் இறந்து போனபடியால் உம்மிடம் பரிசுபெற உம்மை நாடி வந்தேன் என்று நினைக்க வேண்டாம். செல்வக் கடுங்கோ வாழியாதன் பெரிய வள்ளல், இரவலரை ஆதரிக்கும் வண்மையன் என்று பலருங் கூறக்கேட்டு நேரில் கண்டு மகிழ வந்தேன்' என்று கூறுகிறார்.

புலா்ந்த சாந்தின் புலரா ஈகை
மலர்ந்த மார்பின் மாவண் பாரி
முழவுமண் புலர இரவலர் இனைய
வாராச் சேட்புலம் படர்ந்தோன் அளிக்கென
இரக்கு வாரேன் எஞ்சிக் கூறேன்
ஈத்த திரங்கான் ஈத்தொறும் மகிழான்
ஈத்தொறும் மாவள்ளியன் என நுவலுநின்
நல்லிசை தர வந்திசின் (7-ஆம் பத்து 1: 7 - 14)

இவன் மீது ஏழாம் பத்தைப் பாடிய கபிலருக்கு இவ்வரசன் பெரும் பொருளைப் பரிசாகக் கொடுத்தான். கைச் செலவுக்கென்று நூறாயிரங்காணம் (ஒரு லட்சம் பொற்காசு) கொடுத்து, கொங்கு நாட்டிலுள்ள நன்றா என்னும் மலைமேல் ஏறி நின்று அங்கிருந்து காணப்பட்ட நாடுகளின் வருவாயை அவருக்குக் கொடுத்தான்.[14]

செ.க.வா. ஆதனுடைய பேரனான இளஞ்சேரல் இரும்பொறையை ஒன்பதாம் பத்தில் பாடிய பெருங்குன்றூர் கிழார், செ.க.வா. ஆதன் நாடுகாண் நெடுவரை மேல் இருந்து கபிலருக்குக் காட்டிக் கொடுத்த நாடுகளைப் பற்றித் தம்முடைய செய்யுளில் குறிப்பிட்டுள்ளார்.

கோடுபல விரிந்த நாடுகாண் நெடுவரைச்
சூடா நறவின் நாண்மகிழ் இருக்கை
அரசவை பணிய அறம்புரிந்து வயங்கிய
மறம்புரி கொள்கை வயங்குசெந் நாவின்
உவலை கூராக் கவலையின் நெஞ்சின்
நனவின் பாடிய நல்லிசைக்
கபிலன் பெற்ற ஊரினும் பலவே

(9-ஆம் பத்து 5: 7-13)

பொறையன் மரபைச் சேர்ந்த இந்தச் செல்வக் கடுங்கோவுக்கு மாந்தரங் கடுங்கோ என்ற பெயரும் வழங்கி வந்தது என்பது தெரிகின்றது. இவன் காலத்தவராகிய பரணர் தம்முடைய செய்யுள் ஒன்றில் இப்பெயரையும் இவனுடைய வள்ளன்மையையுங் கூறுகிறார்.

இலவ மலரன்ன அஞ்செந் நாவில்
புலமீக் கூறும் புரையோர் ஏத்தப்
பலர்மேந் தோன்றிய கவிகை வள்ளல்
நிறையருந் தானை வெல்போர் மாந்தரம்
பொறையன் கடுங்கோப் பாடிச் சென்ற
குறையோர் கொள்கலம் போல நன்றும்
உவவினி வாழிய நெஞ்சே *(அகம் 142: 1-7)*

இவ்வரசனைப் பரணர் மாந்தரன் என்று கூறியது போலவே கபிலரும் இவனை மாந்தரன் என்று கூறியுள்ளார். இவ்வரசனுடைய பேரனான இளஞ்சேரல் இரும்பொறையை 9-ஆம் பத்தில் பாடிய பெருங்குன்றூர் கிழார் அவனை மாந்தரனுடைய மரபில் வந்தவன் என்று கூறுகிறார் *(9-ஆம் பத்து 10:9-13)*. மாந்தரன் பெரும் புகழ் படைத்து அறம் வாழ்த்த நன்றாக அரசாண்டான் என்று கூறுகிறார்.

வாள்வலி யுறுத்துச் செம்மை பூஉண்டு
அறன் வாழ்த்த நற்காண்ட
விறன் மாந்தரன் விறன் மருக *(9 -ஆம் பத்து 10: 11-13)*

செ.க.வா. ஆதனின் சமகாலத்தில் இருந்த பாண்டிய அரசன் ஆரியப் படை கடந்த, அரசு கட்டிலில் துஞ்சிய நெடுஞ்செழியன் இவர்கள் காலத்துச் சோழ அரசன் யார் என்பது தெரியவில்லை. கொங்கு நாட்டையரசாண்ட இவன் காலத்துச் சேர அரசர் இவனுடைய தாயாதித் தமயன்மாராகிய இமயவரம்பன் நெடுஞ்சேரலாதனும் (இ.வ.நெ. சேரலாதன்) அவன் தம்பி பல்யானைச் செல்கெழுகுட்டுவனும் ஆவர். இ.வ.நெ. சேரலாதன், வேளாவிக் கோமான் மகளைத் திருமணம் செய்திருந்தான். அவளுடைய தங்கையை (வேளாவிக் கோமான் பதுமனுடைய இளைய மகளை) செ.க.வா. ஆதன் மணஞ்செய்திருந்தான் என்பதை முன்னமே கூறியுள்ளோம். எனவே இவர்கள் இருவரும் சமகாலத்திருந்தவர் என்பது ஐயமில்லாமல் தெளிவாகத் தெரிகின்றது. இரண்டாம் பத்தின் தலைவனான இ.வ.நெ. சேரலாதனும், மூன்றாம் பத்தின் தலைவனான பல்யானை செல்கெழுகுட்டுவனும் ஏழாம் பத்துத் தலைவனான செ.க.வா. ஆதனும் சமகாலத்திலிருந்த தாயாதிச் சகோதரர்கள்.

இ.வ.நெ. சேரலாதன் 58 ஆண்டு அரசாண்டான். இவன் தம்பி பல்யானைச் செல்கெழுகுட்டுவன் 25 ஆண்டு அரசாண்டான். மாந்தரன் கடுங்கோவாகிய செ.க.வா. ஆதன் 25 ஆண்டு அரசாண்டான். ஆகையால் இவன், இ.வ.நெ. சேரலாதன் காலத்திலேயே இறந்து போனான் என்பதும், இவனுக்குப் பிறகு இவன் மகனான பெருஞ்சேரலிரும்பொறை கொங்கு நாட்டை அரசாண்டான் என்பதும் தெரிகின்றன. அதாவது இ.வ.நெ. சேரலாதன் சேர நாட்டை ஆட்சி செய்த காலத்திலேயே கொங்கு நாட்டை செல்வக்கடுங்கோ வாழியாதனும் அவன் மூத்த மகனான பெருஞ்சேரல் இரும்பொறையும் (தகடூரை எரித்தவன்) அரசாண்டார்கள்.

இவர்கள் மூவரும் (இ.வ.நெ. சேரலாதன் பல்யானைச் செல்கெழுகுட்டுவன், செ.க.வா. ஆதன்) சமகாலத்தில் இருந்தவர் என்பதைச் சிலப்பதிகாரத்திலிருந்தும் அறிகிறோம்.சோழ நாட்டிலிருந்த பராசரன் என்னும் பிராமணன் வேதம் ஓதுவதில் வல்லவனாக இருந்தான். அவன், சமகாலத்தில் சேர நாட்டையும் கொங்கு நாட்டையும் அரசாண்ட இந்த மூன்று அரசர்களிடத்தில் போய் வேதம் ஓதிப் பரிசு பெற்றான். பராசரன் முதலில், 'வண்தமிழ் மறையோற்கு வானுறை கொடுத்த, திண்திறல் நெடுவேல் சேரலனை'க் (பல்யானைச் செல்கெழு குட்டுவனை) காணச் சேர நாட்டுக்குச் சென்று அவனுடைய அவையில் பார்ப்பனருடன் வேதம் ஓதி அவர்களை வென்று 'பார்ப்பனவாகை' சூடினான். அப்போது அவ்வரசன் இவனுக்குப் பல பரிசுகளை வழங்கினான். பரிசுகளைப் பெற்ற பராசரன், இமயவரம்பன் நெடுஞ்சேரலாதன் இடத்திலும் சென்று பரிசுகளைப் பெற்றான். பிறகு கொங்கு நாட்டுக்கு வந்து மாந்தரஞ் சேரலாகிய செ.க.வா. ஆதனிடத்திலும் பரிசு பெற்றான். இவன் பெற்ற பரிசுகளை மூட்டை கட்டிக் கொண்டு தன்னுடைய ஊருக்குத் திரும்பி வருகிற வழியில் பாண்டி நாட்டுத் தண்கால் என்னும் ஊரில் அரசமர மன்றத்தில் தங்கி இளைப்பாறினான். தங்கியிருந்தபோது தனக்குப் பரிசுகளை வழங்கிய இம்மூன்று மன்னர்களையும் அவன் வாழ்த்தினான்

காவல் வெண்குடை

விளைந்துமுதிர் கொற்றத்து விறலோன் வாழி
கடற்கடம் பெறிந்த காவலன் வாழி
விடர்ச்சிலை பொறித்த வேந்தன் வாழி

பூந்தண் பொருநைப் பொறையன் வாழி
மாந்தரஞ்சேரல் மன்னவன் வாழ்க

(சிலம்பு, கட்டுரை காதை 79-84)

என்றும் வாழ்த்தினான்.

இதில் முதல் இரண்டு அடிகள் பல்யானைச் செல்கெழுகுட்டு வனையும் மூன்றாம் நான்காம் அடிகள் இமயவரம்பன் நெடுஞ்சேரலாதனையும், ஐந்தாம் ஆறாம் அடிகள் மாந்தரன் கடுங்கோ ஆகிய செ.க.வா. ஆதனையுங் குறிப்பிடுகின்றன. இம்மூன்று அரசர்களிடத்திலும் பராசரன் பரிசுகளைப் பெற்றபடியால் இம்மூவரையும் வாழ்த்தினான். இதனாலும் இம்மூவரும் சமகாலத்து அரசர்கள் என்பது உறுதியாகின்றன. பராசரன் பாண்டி நாட்டில் தண்காவில் தங்கிய காலத்தில் பாண்டி நாட்டை அரசாண்டவன் ஆரியப் படை கடந்த நெடுஞ்செழியன், இளவரசனாக இருந்தவன் வெற்றிவேற் செழியன்.

செல்வக் கடுங்கோ வாழியாதன் ஏறத்தாழ கி.பி. 112 முதல் 137 வரையில் அரசாண்டான் என்று கருதலாம்.

பெருஞ்சேரல் இரும்பொறை

செல்வக்கடுங்கோ வாழியாதனுக்குப் பிறகு அவனுடைய மூத்த மகனான பெருஞ்சேரல் இரும்பொறை கொங்குநாட்டை அரசாண்டான். இவன், தன் இராச்சியத்தில் அடங்காமல் சுதந்திரமாக இருந்த கொங்கு அரசர்களை வென்று அவர்களின் நாடுகளைத் தன்னுடைய இராச்சியத்துடன் சேர்த்துக் கொண்டான். இவன் 'கொடித் தேர்ப் பொறையன்', 'சினப்போர்ப் பொறையன்', 'பொலந்தேர் யானை இயல்தேர்ப் பொறையன்' என்று கூறப்படுகிறான். இவன் 'புண்ணுடை எறுழ்த்தோள்' உடையவன். அதாவது, எப்பொழுதும் போர் செய்து அதனால் ஏற்பட்ட புண் ஆறாத வலிமையுடைய தோள்களையுடையவன். தகடூர் நாட்டை வென்றபடியால் இவன், 'தகடூர் எறிந்த பெருஞ்சேரல் இரும்பொறை' என்று பெயர் பெற்றான். இவன் வென்ற போர்களில் மூன்று போர்கள் முக்கியமானவை. அவை காமூர்ப் போர், கொல்லிப்போர், தகடூர்ப் போர் என்பவை.

காமூர்ப் போர்

கொங்கு நாட்டில் காமூர் என்னும் ஊர் இருந்தது. அதன் அரசன் கழுவுள் என்பவன். முல்லை நிலமாகிய காமூரில் இடையர்கள்

அதிகமாக இருந்தார்கள். அவர்களின் தலைவனாகிய கழுவுள், பெருஞ்சேரலிரும்பொறைக்கு அடங்காமல் சுதந்தரமாக அரசாண்டான். பெருஞ்சேரல் இரும்பொறை காமூரை வெல்ல எண்ணிக் காமூரின் மேல் போருக்குச் சென்றான். காமூர் பலமான கோட்டையுடையதாக ஆழமான அகழியையும் பலமான மதிற்சுவர்களையுங் கொண்டிருந்தது. பெருஞ்சேரல் இரும்பொறை கழுவுளுடன் போர் செய்து காமூரை வென்றான். கழுவுள் தோற்றுப் பெருஞ்சேரலுக்கு அடங்கினான்.[15]

காமூர் அரசனாகிய கழுவுள் எளிதில் பணியவில்லை. பெருஞ்சேரல் இரும்பொறைக்குச் சார்பாகப் பதினான்கு வேள் அரசர் போர் செய்து காமூரை வென்றனர். இந்த விவரத்தைப் பரணர் கூறுகிறார்.[16] அந்தப் பதிநான்கு வேளிரின் பெயர்கள் தெரியவில்லை.

கொல்லிப் போர்

பெருஞ்சேரலிரும்பொறை செய்து வென்ற இன்னொரு பெரிய போர் கொல்லிப் போர். கொல்லி மலைகளும் கொல்லி நாடும் கொல்லிக் கூற்றம் என்று பெயர் பெற்றிருந்தன. அதை ஓரி என்னும் அரசன் சுதந்தரமாக அரசாண்டு வந்தான். ஓரி புலவர்களை ஆதரித்த வள்ளல். பெருஞ்சேரல் இரும்பொறை ஓரியுடன் போர் செய்து வென்று அந்த நாட்டைத் தன்னுடைய இராச்சியத்தோடு சேர்த்துக்கொண்டான். இந்தப் போரின் விவரத்தைச் சங்கப் புலவர்களின் செய்யுள் களிலிருந்தும் அறிகிறோம்.

பெருஞ்சேரல் இரும்பொறை ஓரியின் கொல்லி நாட்டின் மேல் நேரே படையெடுத்துச் செல்லவில்லை. அவன், மலையமான் திருமுடிக்காரியைக் கொண்டு ஓரியை வென்று கொல்லி நாட்டைத் தன் இராச்சியத்தோடு சேர்த்துக் கொண்டான். கோவலூர் மன்னர்களான மலையமான் அரச பரம்பரையினர் சேர, சோழ, பாண்டியர்களில் யாரேனும் விரும்பினால், அவர்களுக்குச் சேனாதிபதியாக இருந்து போர் செய்வது வழக்கம். மலையமான் திருமுடிக்காரி, பெருஞ்சேரல் இரும்பொறைக்காக ஓரியுடன் போர் செய்து அவனைப் போரில் கொன்று கொல்லி நாட்டைப் (கொல்லிக் கூற்றத்தை) பெருஞ்சேரலிரும்பொறைக்குக் கொடுத்தான். கபிலர், பரணர் முதலான புலவர்கள் இச்செய்தியைக் கூறுகின்றனர்.

ஓரியின் குதிரைக்கு ஓரி என்றும், காரியின் (மலையமான் திருமுடிக்காரியின்) குதிரைக்குக் காரி என்றும் பெயர். இவ்விருவரும் தத்தம் குதிரை மேல் அமர்ந்து போர் செய்தனர் என்று இடைக்கழி நாட்டு நல்லூர் நத்தத்தனார் கூறுகிறார் (''காரிக் குதிரை காரியொடு

மலைந்த, ஓரிக்குதிரை ஓரியும்'' -சிறுபாண். 110-111). இந்தப் போரில் ஓரி இறந்து போனான். வெற்றி பெற்ற காரி, ஓரியின் ஊரில் புகுந்தான்[17] கல்லாடனார் இதை இன்னும் தெளிவாக விளக்கிக் கூறுகிறார். முள்ளூர் மன்னனாகிய காரி ஓரியைப் போரில் கொன்று கொல்லி நாட்டை வென்று அதைச் சேரனுக்குக் கொடுத்தான் என்று கூறுகிறார்.[18] இங்குச் சேரலன் என்பவன் பெருஞ்சேரல் இரும்பொறையாவான்.

இப்போர் பரணரின் காலத்தில் நடந்தது. சேரன்செங்குட்டுவனை 5-ஆம் பத்தில் பாடிய பரணர் இப்போர் நடந்த காலத்தில் இருந்தவர். அவர் ஓரியின் கொல்லியைப் பாடினார்.[19]

8-ஆம் பத்துப் பதிகம், பெருஞ்சேரலிரும்பொறை 'கொல்லிக் கூற்றத்து நீர்கூர் மீமிசை' போர் வென்றான் என்று கூறுகிறது. இதற்குப் பழைய உரை இவ்வாறு விளக்கங் கூறுகிறது. ''இதன் பதிகத்துக் கொல்லிக் கூற்றமென்றது, கொல்லி மலையைச் சூழ்ந்த மலைகளையுடைய நாட்டினை, நீர்கூர்மீமிசையென்றது அந்நாட்டு நீர்மிக்க மலையின் உச்சியை.''

தகடூர்ப் போர்

கொல்லிக் கூற்றத்தைக் கைப்பற்றின பிறகு பெருஞ்சேரலிரும் பொறை தகடூர் அதிகமான் மேல் படையெடுத்துச் சென்று தகடூர் கோட்டையை முற்றுகையிட்டான். அப்பொழுது பாண்டியனும் சோழனும் அதிகமானுக்கு உதவியாகச் சேனைகளை உதவினார்கள். தகடூர்ப் போர் நிலைச் செருவாகப் பலகாலம் நடந்தது. பெருஞ்சேரலிரும்பொறைக்கு அவனைச் சார்ந்த சிற்றரசர் பலர் துணை நின்றார்கள். கொல்லி நாட்டை வென்ற மலையமான் திருமுடிக்காரி இந்தப் போரிலும் பெருஞ்சேரலிரும்பொறையின் பக்கம் இருந்து போர் செய்தான். தகடூர்க் கோட்டை பலம் பொருந்தியதாக இருந்தபடியாலும் அதன் அரசனாகிய அதிகமான் நெடுமான் அஞ்சியும் அவன் மகனான பொகுட்டெழினியும் போரில் புறங்கொடா வீரர்களாக இருந்தபடியாலும் அதை எளிதில் வெல்ல முடியவில்லை. அதிகமானுடைய சேனைத்தலைவன் பெரும்பாக்கன் என்பவன், தகடூர்ப் போர்க்களத்தை நேரில் கண்ட புலவர்கள் அரிசில் கிழார். பொன்முடியார் முதலியவர்கள் கடைசியில் தகடூரைப் பெருஞ்சேரல் இரும்பொறை வென்றான். அந்த வெற்றியை அரிசில் கிழார் அவன் மேல் 8-ஆம் பத்துப் பாடிச் சிறப்பித்தார்.[20]

தகடூர்ப் போரைப் பற்றித் தகடூர் யாத்திரை என்னும் நூல் இருந்தது. அது சென்ற 19-ஆம் நூற்றாண்டில் மறைந்துவிட்டது.[21]

பெருஞ்சேரலிரும்பொறை தன் ஆட்சிக் காலத்தில் சில நாடுகளைக் கைப்பற்றித் தன்னுடைய இராச்சியத்தைப் பெரிதாக்கினான். அவன் தன்னை 8-ஆம் பத்தில் பாடிய அரிசில் கிழாரைத் தன்னுடைய அமைச்சராக்கினான் (8-ஆம் பத்துப் பதிகச் செய்யுள்).

வெற்றிகளைப் பெற்ற பெருஞ்சேரலிரும்பொறை தன்னுடைய குலதெய்வமாகிய அயிரை மலைக் கொற்றவையை வழிபட்டு வணங்கினான். தான் வென்ற பகையரசரின் யானைகளுடைய தந்தங்களை அறுத்து அந்தத் தந்தங்களினால் கட்டில் (ஆசனம்) செய்து அதன்மேல் கொற்றவையை இருத்தித் தன்னுடைய வெற்றி வாளில் படிந்துள்ள இரத்தக் கறையைக் கழுவினான். இவ்வாறு வெற்றிவிழாக் கொண்டாடுவது அக்காலத்து வழக்கம். இச்செய்தியை இவனை 8-ஆம் பத்தில் பாடியவரும் இவனுடைய அமைச்சருமாகிய அரிசில்கிழார் கூறுகிறார்.[22]

இவ்வரசன் தெய்வ பக்தியுள்ளவன். அறநெறியறிந்தவன். தன்னுடைய வயது சென்ற புரோகிதனுக்கு அறநெறி கூறி அவனைத் தவஞ்செய்யக் காட்டுக்கு அனுப்பினான்.[23]

பெருங்சேரலிரும்பொறைக்கு மக்கட் பேறில்லாமலிருந்து பிறகு இவனும் இவனுடைய அரசியும் நோன்பிருந்து விரதம் நோற்று வேள்வி செய்து ஒரு மகனைப் பெற்றார்கள் என்று 8-ஆம் பத்து 4-ஆம் செய்யுள் கூறுகிறது.[24] இதில் இவனுடைய மகன் பெயர் கூறப்படவில்லை. அவன் யானைக்கட் சேய்மாந்தரஞ் சேரலிரும்பொறை என்று கருதப்படுகிறான்.

தகடூர் எறிந்த பெருஞ்சேரலிரும்பொறை பதினேழு ஆண்டு அரசாண்டான் என்று 8-ஆம் பத்துப் பதிகக் குறிப்பு கூறுகிறது. இவன் ஏறத்தாழ கி.பி. 137 முதல் 154 வரையில் அரசாண்டான் என்று கருதலாம். இவன், சேரன் செங்குட்டுவன் சேர நாட்டை அரசாண்ட காலத்தில் இருந்தவன். அவனுடைய தாயாதித் தமயன் முறையினன். இவன் காலத்தில் பாண்டி நாட்டை அரசாண்டவன் ஆரியப்படை கடந்த, அரசு கட்டிலில் துஞ்சிய பாண்டியன் நெடுஞ்செழியன். சேரன் செங்குட்டுவனுடைய ஆட்சிக் காலத்திலேயே பெருஞ்சேரலிரும்பொறை இறந்துபோனான்.

பெருஞ்சேரல் இரும்பொறை, தன்மேல் 8-ஆம் பத்துப் பாடிய அரிசில்கிழாருக்கு அமைச்சர் பதவியைக் கொடுத்தான். (அரிசில் கிழார் காண்க.) இவன், மோசிகீரனார் என்னும் புலவரைப் போற்றினான். அப்புலவர் இவனுடைய அரண்மனையில் சென்று இவனைக் கண்டார். கண்ட பிறகு, அரண்மனையில் இருந்த முரசு வைக்கும் கட்டிலின் மேல் படுத்து உறங்கிவிட்டார். முரசு கட்டில் புனிதமாக கருதப்படுவது. அவர் அதன் மேல் படுத்து உறங்குவதைத் தற்செயலாகக் கண்ட அரசன், அரண்மனைச் சேவகர் இதனைக் கண்டால், புலவருக்குத் துன்பஞ் செய்வார்கள் என்று கருதி, அவ்வாறு நேரிடாதபடி தான் அவர் அருகில் நின்று கவரியினால் வீசிக் கொண்டிருந்தான். விழித்துக்கொண்ட புலவர், நடந்ததையறிந்து தம்முடைய செயலுக்குப் பெரிதும் வருந்தினார். அரசனுடைய பெருந்தன்மையைப் புகழ்ந்து பாடினார் (புறம். 50). அச்செய்யுளின் அடிக்குறிப்பு, "சேரமான் தகடூர் எறிந்த பெருஞ்சேரலிரும்பொறை முரசுக்கட்டில் அறியாதேறிய மோசிகீரனாரைத் தவறு செய்யாது அவன் துயிலெழுந்துணையும் கவரிகொண்டு வீசியானைப் பாடியது" என்று கூறுகிறது.

குட்டுவன் இரும்பொறை

குட்டுவன் இரும்பொறை பெருஞ்சேரல் இரும்பொறையின் தம்பி. செல்வக்கடுங்கோ வாழியாதனுக்கும் வேளாவிக் கோமான் பதுமன் தேவிக்கும் இரண்டு பிள்ளைகள் (துணைப்புதல்வர்) இருந்தார்கள் என்றும், அவ்விரண்டு பிள்ளைகளில் மூத்தவன் பெயர் பெருஞ்சேரல் இரும்பொறை என்றும், இளைய பிள்ளையின் பெயர் குட்டுவன் இரும்பொறை என்றும் அறிந்தோம். குட்டுவன் இரும்பொறை இளவரசனாக இருந்தபோதே இறந்து போனான். இவன் ஏதோ ஒரு போரில் இறந்திருக்க வேண்டுமென்று தோன்றுகிறது. இவனுக்கு ஒரு மகன் இருந்தான் என்பதும் அவன் பெயர் இளஞ்சேரல் இரும்பொறை என்பதும் பதிற்றுப்பத்து ஒன்பதாம் பத்தின் பதிகத்தினால் அறிகிறோம்.

குட்டுவன் இரும்பொறை, அந்துவஞ்செள்ளை (மையூர் கிழான் மகள்) என்பவளை மணஞ் செய்திருந்தான் என்றும் இவர்களுக்குப் பிறந்த மகன் இளஞ்சேரல் இரும்பொறை என்றும் 9ஆம் பத்துப் பதிகம் கூறுகிறது. பதிற்றுப்பத்துக் கூறுகிறபடி இவர்களின் வழிமுறை இவ்வாறு அமைகிறது.

```
           அந்துவன் பொறையன்
          (=பொறையன் பெருந்தேவி)
                    |
          செல்வக்கடுங்கோ வாழியாதன்
          (வேளாவிக் கோமான் பதுமன் தேவி)
                    |
        ┌───────────┴───────────┐
  பெருஞ்சேரல் இரும்பொறை    குட்டுவன் இரும்பொறை
   (தகடூரை எறிந்தவன்)      (=அந்துவஞ்செள்ளை)
          |
  யானைக்கட் சேய் மாந்தரஞ்      இளஞ்சேரல்
   சேரல் இரும்பொறை            இரும்பொறை
```

செல்வக்கடுங்கோ வாழியாதனுக்கு இரண்டு ஆண் மக்கள் (துணைப்புதல்வர்) இருந்தார்கள் என்று 7-ஆம் பத்து தெளிவாகக் கூறுகின்றது. இதைச் சரித்திர அறிஞர்கள் கவனிக்கவில்லை. செல்வக் கடுங்கோவுக்கு அந்துவஞ்செள்ளை என்னும் ஒரு சகோதரி இருந்தாள் என்று நீலகண்ட சாஸ்திரி ஊகமாக எழுதியுள்ளார். இதற்குச் சான்று ஒன்றும் இவர் காட்டவில்லை. இவ்வாறு கற்பனையாகக் கற்பிக்கிற இவர் அந்துவஞ்செள்ளையை யாரோ ஒரு குட்டுவன் இரும்பொறை என்னும் சேர அரசன் மணஞ்செய்து கொண்டான் என்று மேலும் கற்பனை செய்கிறார். குட்டுவன் இரும்பொறை, செல்வக் கடுங்கோவின் இளைய மகன் என்பதற்கு மேலே சான்று காட்டியுள்ளோம். இந்த அகச் சான்றையறியாமல், இல்லாத ஒன்றைக் கற்பனை செய்து கொண்ட நீலகண்ட சாஸ்திரி, அந்துவஞ்செள்ளை மையூர்கிழானின் மகள் என்று (9-ஆம் பத்துப் பதிகம்) கூறுகிறபடியால், தான் தவறாக யூகித்துக் கொண்ட தவற்றைச் சரிபடுத்துவதற்காக, மையூர்கிழான் என்பது அந்துவன் பொறையனுடைய இன்னொரு பெயர் என்று இன்னொரு தவற்றைச் செய்துள்ளார். இதுவும் இவருடைய கற்பனையே. பொறையனாகிய சேர அரசன் எப்படி கிழவனாக இருக்க முடியும்? நீலகண்ட சாஸ்திரி இவ்வாறெல்லாம் தன் மனம் போனபடி கற்பனைகளைச் செய்துள்ளார்.[25]

அந்துவன், அந்துவஞ்செள்ளை என்பதில் 'அந்துவன்' என்னும் பெயர் ஒற்றுமையைக் கொண்டு இவர் இப்படியெல்லாம் ஊகஞ் செய்கிறார். இதற்குக் காரணம் செல்வக் கடுங்கோ வாழியாதனுக்கு இரண்டு ஆண் மக்கள் இருந்தார்கள் என்பதை இவர் அறியாததுதான்.

பெருஞ்சேரல் இரும்பொறையும் குட்டுவன் இரும்பொறையும் உடன்பிறந்த சகோதரர்கள் என்பதையறிந்தோம். குட்டுவன் இரும்பொறை அந்துவஞ்செள்ளையை (மையூர் கிழான் மகளை) மணஞ் செய்து இருந்ததையும் இவர்களுக்கு இளஞ்சேரல் இரும்பொறை என்னும் மகன் இருந்ததையும் (9-ஆம் பத்துப் பதிகம்) அறிந்தோம். பெருஞ்சேரல் இரும்பொறை, தகடூர்ப் போரைச் செய்த காலத்தில், அவன் தம்பியாகிய குட்டுவன் இரும்பொறை உயிர் வாழ்ந்திருந்தான். இதைத் தகடூர் யாத்திரைச் செய்யுள்களினால் குறிப்பாக அறிகிறோம்.

சால வெகுளிப் பொறையகேள் நும்பியைச்
சாலுந் துணையுங் கழறிச் சிறியதோர்
கோல்கொண்டு மேற்சேறல் வேண்டா வதுகண்டாய்
நூல்கண்டார் கண்ட நெறி

(புறத்திரட்டு 776, தகடூர் யாத்திரை)

இந்தச் செய்யுளில் பொறையன் என்பது பெருஞ்சேரல் இரும்பொறையை, நும்பி என்றது அவனுடைய தம்பியாகிய குட்டுவன் இரும்பொறையை. இதனால் தகடூர்ப் போர் நிகழ்ந்த காலத்தில் எக்காரணம் பற்றியோ இவ்விருவருக்கும் பிணக்கு ஏற்பட்டிருந்தது என்பதும் அப்பிணக்கைப் புலவர் தீர்க்க முயன்றனர் என்பதும் தெரிகின்றன.

பெருஞ்சேரல் இரும்பொறைக்குக் குட்டுவன் இரும்பொறை என்ற ஒரு தம்பி இருந்ததையறியாதவர், தகடூர் மன்னனாகிய அதிகமான் நெடுமான் அஞ்சி. பெருஞ்சேரல் இரும்பொறைக்குத் தம்பி முறையுள்ளவன் என்றும் இச்செய்யுளில் 'நும்பி' என்றது அதிகமான் நெடுமான் அஞ்சியைக் குறிக்கிறது என்றும் கூறுவர். அதிகமான் நெடுமான் அஞ்சிக்கும் பெருஞ்சேரல் இரும்பொறைக்கும் யாதொரு உறவும் இல்லை. சேர மன்னருக்கும் தகடூர் மன்னருக்கும் அக்காலத்தில் உறவு முறை கிடையாது. புறத்திரட்டுப் பதிப்பாசிரியராகிய வையாபுரிப்பிள்ளை அவர்கள், இச்செய்யுளில் வருகிற நும்பி என்பதைச் சுட்டிக்காட்டி இதற்கு இவ்வாறு விளக்கம் எழுதுகிறார்.

''புறத்திரட்டில் வரும் செய்யுளொன்றால் (புறத். 776) சேரமானுக்கு அதிகமான் என்பவன் தம்பி முறையினன் என்பது பெறப்படுகின்றது. ஆகவே தகடூர் யாத்திரைச் சரித்திரம் பாரதம் போன்று தாயத்தாரிடை நிகழ்ந்த போரின் வரலாற்றினை விளங்கக் கூறுவதாம்''[26]

பெருஞ்சேரல் இரும்பொறைக்குக் குட்டுவன் இரும்பொறை என்னும் உடன் பிறந்த தம்பி ஒருவன் இருந்தான் என்பதை அறியாதபடியால், இவர் 'நும்பி' என்பதற்கு அதிகமான் என்று பொருள் கொண்டார். இது தவறு. நும்பி என்றது குட்டுவன் இரும்பொறையைக் குறிக்கிறது.

தகடூர் யாத்திரைச் செய்யுள் இன்னொன்றிலும் இந்தத் தமயன் தம்பியர் குறிக்கப்படுகின்றனர். புறத்திரட்டு 785-ஆம் செய்யுளில் (தகடூர் யாத்திரைச் செய்யுள்) இவர்கள் இவ்வாறு குறிக்கப்படுகின்றனர். அச்செய்யுட் பகுதி இது;

.... நும்மூர்க்கு
நீதுணை யாகலு முளையே நோதக
முன்னவை வரூஉங் காலை நும்முன்
நுமக்குத் துணை யாகலும் உரியன்: அதனால்
தொடங்க வுரிய வினைபெரி தாயினும்
அடங்கல் வேண்டுமதி

இச்செய்யுளில் நீ என்பது குட்டுவன் இரும்பொறையையும் 'நும்முன்' என்பது இவன் தமயனான பெருஞ்சேரல் இரும் பொறையையும் குறிக்கின்றன. குட்டுவன் இரும்பொறையின் வரலாறு ஒன்றுந் தெரியவில்லை. தகடூர்ப் போர் நடந்தபோது இருந்த இவன், அப்போரிலோ அல்லது வேறு போரிலோ இறந்திருக்க வேண்டும். இவனைப் பற்றிய செய்யுள் ஒன்றும் தொகை நூல்களில் காணப்படவில்லை. இவனுடைய மகன் இளஞ்சேரல் இரும்பொறை பதிற்றுப்பத்து 9-ஆம் பத்தில் தலைவன் என்பதை அறிந்தோம்.

கொங்கு நாட்டை அரசாண்ட இவர்கள் காலத்தில் (பெருஞ்சேரல் இரும்பொறை குட்டுவன் இரும்பொறை) சேர நாட்டை அரசாண்டவன் சேரன் செங்குட்டுவன். அவனுக்குக் கடல்பிறக்கோட்டிய செங்குட்டுவன் என்றும் பெயர் உண்டு. பெருஞ்சேரல் இரும்பொறை தகடூரை வென்ற பிறகு நீண்ட காலம் அரசாளவில்லை. அவன் ஏதோ ஒரு போரில் இறந்து போனான் எனத் தோன்றுகிறது. அவன் அரசாண்ட காலம் 17 ஆண்டுகள் அவனுக்கு முன்னமே அவன் தம்பியான குட்டுவன் இரும்பொறை இறந்துபோனான். பெருஞ்சேரலிரும் பொறைக்குப் பிறகு அரசாண்ட இளஞ்சேரல் இரும்பொறையும் 16 ஆண்டுதான் அரசாண்டான். இவர்கள் இருவருடைய ஆட்சிக்காலம் 33 ஆண்டுகளேயாகும். சேரன் செங்குட்டுவனோ 55 ஆண்டு அரசாண்டான் என்று 5ஆம் பத்துப் பதிகக் குறிப்பு கூறுகிறது. ஆகவே, இவ்விரு கொங்கு நாட்டரசரும் சேரன் செங்குட்டுவன் ஆட்சிக்

காலத்திலேயே இறந்துபோனார்கள். செங்குட்டுவன் கண்ணகிக்குப் பத்தினிக் கோட்டம் அமைத்து விழா எடுப்பதற்கு முன்னமே இளஞ்சேரல் இரும்பொறை இறந்துபோனான் என்பதைச் சிலப்பதிகாரத்தினால் அறிகிறோம். அதனை இந்நூலில் இன்னொரு இடத்தில் (இரும்பொறையரசர்களின் கால நிர்ணயம்) காண்க.

பெருஞ்சேரல் இரும்பொறைக்குப் பிறகு, அவனுடைய தம்பி குட்டுவன் இரும்பொறையின் மகனான இளஞ்சேரல் இரும்பொறை கொங்கு நாட்டை அரசாண்டான். குட்டுவன் இரும்பொறை, பெருஞ்சேரலிரும்பொறைக்கு முன்னமே இறந்து போனதை அறிந்தோம். பெருஞ்சேரலிரும்பொறையின் மகன் சிறுவனாக இருந்தபடியால், அப்போது வயது வந்தவனாக இருந்த இளஞ்சேரலிரும்பொறை அரசனானான்.

இளஞ்சேரல் இரும்பொறையைப் பெருங்குன்றூர் கிழார் 9ஆம் பத்துப் பாடினார். 'பாடிப்பெற்ற பரிசில்' ''மருளில் லார்க்கு மருளக் கொடுக்க வென்று உவகையின் முப்பத்தீராயிரங் காணம் கொடுத்து அவர் அறியாமை ஊரும் மனையும் வளமிகப் படைத்து ஏரும் இன்பமும் இயல்வரப் பரப்பி எண்ணற்கு ஆகா அருங்கல வெறுக்கையொடு பன்னூறாயிரம் பாற்பட வகுத்துக் காப்புமறம்தான் விட்டான் அக்கோ'' (9-ஆம் பத்துப் பதிகக் குறிப்பு).

இளஞ்சேரல் இரும்பொறை போரில் வெற்றிபெற்றான் என்று பெருங்குன்றூர்கிழார் கூறுகிறார். எந்தப் போரை வென்றான் என்பதைக் கூறவில்லை. இவனுடைய முன்னோர்கள் வென்ற போர்களைச் சிறப்பித்துக் கூறி அவர்களின் வழிவந்த புகழையுடையவன் என்று கூறுகிறார். 'காஞ்சி சான்ற செருப்பல' செய்தான் என்று கூறுகிறார். இவன், 'சென்னியர்பெருமான்' (சோழன்) உடன்போர் செய்தான் என்றும் அப்போரில் சோழன் தோற்றுப் போனான் என்றும் கூறுகிறார். (9-ஆம் பத்து 5) ''பொன்னவிர் புனைசெயல் இலங்கும் பெரும்பூண் ஒன்னாப் பூட்கைச் சென்னியர் பெருமான்.'' இந்தச் சென்னியர் பெருமான், செருப்பாழி எறிந்த இளஞ்சேட் சென்னியாக இருக்க வேண்டும் என்று தோன்றுகிறது.

இளஞ்சேரல் இரும்பொறை தன்னுடைய முன்னோர்களைப் போலவே கொங்குநாடு முழுவதும் அரசாண்டான். பூழியர்கோ கொங்கர்கோ, தொண்டியர் பொருநன், குட்டுவர் ஏறு, பூழியர் மெய்ம்மறை, மாந்தையோர் பொருநன், கட்டூர் வேந்து என்றும், கொங்கு நாட்டில் பாயும் 'வானி நீரினும் தீந்தண் சாயலன் என்றும்

கூறப்படுகிறான். 9-ஆம் பத்தில் இவன் பலமுறை 'வல்வேற் குட்டுவன்', 'வென்வேற் பொறையன்', 'பல்வேல் இரும்பொறை' என்று கூறப்படுகிறான். 9-ஆம் பத்தின் பதிகத்தில் இவன் 'விச்சியின் ஐந்தெயிலை' எறிந்தான் என்றும் அப்போரில் சோழ, பாண்டியர் தோற்றனர் என்றும் கூறப்படுகிறான். மற்றும் ''பொத்தியாண்ட பெருஞ் சோழனையும் வித்தையாண்ட இளம் பாழையன் மாறனையும்'' வென்றான் என்று கூறப்படுகிறான்.

இளஞ்சேரல் இரும்பொறை

தகடூர் எறிந்த பெருஞ்சேரல் இரும்பொறைக்குப் பிறகு கொங்கு இராச்சியத்தை அரசாண்டவன் அவனுடைய தம்பியின் மகனான இளஞ்சேரல் இரும்பொறை என்று கூறினோம். இவன் பதிற்றுப்பத்து ஒன்பதாம் பத்தின் தலைவன்.

இளஞ்சேரல் இரும்பொறையைக் குடக்கோ இளஞ்சேரல் இரும்பொறை என்றும், சேரமான் குடக்கோ இளஞ்சேரல் இரும்பொறையென்றும் கூறுவர். இவன் கொங்கு நாட்டின் அரசன் என்றும் பூழி நாடு, மாந்தை நகரம், கட்டூர், தொண்டி, இவைகளின் தலைவன் என்றுங் கூறப்படுகிறான்.[27]

கட்டூர் என்பதற்குப் பொதுவாகப் பாசறை என்பது பொருள். ஆனால், இங்குக் கூறப்பட்ட கட்டூர் என்பது புன்னாட்டின் தலைநகரமான கட்டூர், பிற்காலத்துச் சாசனங்களில் இவ்வூர் கிட்டூர் என்றும் கூறப்படுகிறது. புன்னாடும் அதன் தலைநகரமான கட்டூரும் இப்போது மைசூருக்குத் தெற்கேயுள்ள ஹெக்கட தேவன்கோட்டை தாலுகாவில் சேர்ந்திருக்கின்றன. சங்க காலத்தில் இவை வடகொங்கு நாட்டைச் சேர்ந்திருந்தன. காவிரியாற்றின் ஓர் உபநதியாகிய கபிணி அல்லது கப்பிணி என்னும் ஆற்றங்கரை மேல் கட்டூர் இருந்தது. இவ்வூர் பிற்காலத்தில் கிட்டூர் என்றும் கித்திப்புரம், கீர்த்திபுரம் என்றும் வழங்கப்பட்டது.

கொங்கு நாட்டில் பாயும் ஆறுகளில் வானியாறும் ஒன்று. ''சாந்துவரு வானி நீரினும், தீந்தண் சாயலன்'' *(9-ஆம் பத்து 6:12-13)* என்று இவன் புகழப்படுகிறான். இவன் ஆட்சிக் காலத்தில் கொங்கு நாடு முழுவதும் இவனுடைய ஆட்சியின் கீழ் இருந்தது.

இவனுடைய பெரிய தந்தையான பெருஞ்சேரலிரும்பொறை கொல்லிக் கூற்றம், தகடூர் முதலிய நாடுகளை வென்று கொங்கு இராச்சியத்தோடு சேர்த்துக்கொண்டதை முன்னமே அறிந்தோம். இவனுடைய தந்தையாகிய குட்டுவனிரும்பொறை தகடூர்ப் போரிலோ

அல்லது அதற்கு அண்மையில் நடந்த வேறு ஒரு போரிலோ இறந்து போனான் என்று அறிந்தோம். ஆகவே, இவன் கொங்கு நாட்டின் வடபகுதிகளை வென்று தன்னுடைய கொங்கு இராச்சியத்துடன் இணைத்துக் கொண்டான்.

விச்சிப் போர்

இளஞ்சேரல் இரும்பொறை விச்சியூரை வென்றான். விச்சியூர் கொங்கு நாட்டிலிருந்தது. விச்சியூரிலிருந்த விச்சி மலைக்கு இப்போது பச்சைமலை என்று பெயர் வழங்குகிறது. இங்கு விச்சியூர் என்று ஓர் ஊர் உண்டு. அதன் அரசன் விச்சிக்கோ என்று பெயர் பெற்றிருந்தான். விச்சியூர், மலை சார்ந்த நாடு (புறம் 200:1-8). விச்சிக்கோ, விச்சியர் பெருமகன் என்றுங் கூறப்படுகிறான் (குறுந். 328:5). விச்சியூர் மலைமேல் விச்சிக்கோவுக்கு ஐந்தெயில் என்னும் பெயருள்ள கோட்டையிருந்தது.[28]

இளஞ்சேரல் இரும்பொறை காலத்தில் அந்த விச்சிக்கோவின் மகனான இன்னொரு விச்சிக்கோ விச்சி நாட்டையரசாண்டான். இளஞ்சேரல் இரும்பொறை தன்னுடைய ஆட்சிக்கு அடங்காமலிருந்த விச்சிக்கோவின் மேல் படையெடுத்துச் சென்று போர் செய்தான். விச்சிக்கோவுக்குச் சோழனும் பாண்டியனும் தங்கள் சேனைகளை உதவினார்கள். ஆனாலும், விச்சிக்கோ போரில் தோற்றான். அவனுடைய ஐந்தெயில் கோட்டையும் இளஞ்சேரலிரும்பொறைக் குரியதாயிற்று (''இருபெரு வேந்தரும் விச்சியும்வீழ. வருமிளைக் கல்லகத்து ஐந்தெயில் எறிந்து - 9-ஆம் பத்து. பதிகம்)

சோழனுடன் போர்

சோழநாட்டரசன் பெரும்பூண் சென்னி என்பவன், தன்னுடைய சேனாதிபதியாகிய பழையன் என்பவன் தலைமையில் பெருஞ்சேனையை அனுப்பி வடகொங்கு நாட்டிலிருந்த புன்னாட்டின் தலைநகரமான கட்டூரின்மேல் போர் செய்தான். இளஞ்சேரல் இரும்பொறையின் ஆட்சியின் கீழிருந்த கட்டூரைச் சோழன் சேனாதிபதி பழையன் எதிர்த்தான். இளஞ்சேரல் இரும்பொறைக்குக் கீழடங்கியிருந்த சிற்றரசர்களாக நன்னன் (நன்னன் -உதியன்), ஏற்றை, அத்தி, கங்கன், கட்டி, புன்றுறை முதலானவர் பழையனை எதிரிட்டுப் போர் செய்தார்கள். பழையன் இவர்களையெல்லாம் எதிர்த்துத் தனியாக நின்று கடும்போர் செய்தான். ஆனால், பலருடைய எதிர்ப்புக்குத் தாங்காமல் போர்க்களத்தில் இறந்துபோனான்.

தன்னுடைய சேனைத் தலைவனான பழையன் கட்டூர்ப் போரில் மாண்டுபோனதையும் தன் சேனை தோற்றுப்போனதையும் அறிந்த சோழன் பெரும்பூண் சென்னி மிக்க சினங்கொண்டான். அவன் தன்னுடைய சேனையுடன் புறப்பட்டுக் கொங்கு நாட்டிலிருந்த இளஞ்சேரலிரும்பொறைக்கு உரித்தான கழுமலம் என்னும் ஊரின் மேல் சென்று போர் செய்தான். அவ்வூரின் தலைவனான கணயன், சோழனை எதிர்த்துப் போரிட்டான். சோழன் போரில் வெற்றிகொண்டு கழுமலத்தைக் கைப்பற்றினதோடு கணயனையும் சிறைப்பிடித்தான். இந்தப் போர்ச் செய்திகளையெல்லாம் குடவாயிற் கீரத்தனார் கூறுகிறார்.[29]

சோழன் பெரும்பூண் சென்னியைச் சோழன் செங்கணான் என்று தவறாகக் கருதுகிறார் சேஷ ஐயர். இது தவறு.[30]

இளஞ்சேரல் இரும்பொறையின் கீழ் கழுமலத்தில் சிற்றரசனாக இருந்த கணையனைக் கணைக்காலிரும்பொறை என்று டாக்டர் மா. இராசமாணிக்கனார் தவறாகக் கருதுகிறார்.[31]

கணையன் வேறு, கணைக்காலிரும்பொறை வேறு.

சோழன் பெரும்பூண் சென்னியும் சோழன் செங்கணானும் வெவ்வேறு காலத்திலிருந்தவர்கள். இளஞ்சேரலிரும்பொறையும் கணைக்காலிரும்பொறையும் வெவ்வேறு காலத்திலிருந்தவர்கள். இளஞ்சேரலிரும்பொறைக்குப் பின் ஒரு தலைமுறைக்குப் பிறகு இருந்தவன் கணைக்காலிரும்பொறை. கழுமலத்தில் இரண்டு போர்கள் நடந்திருக்கின்றன. முதற்போர், சோழன் பெரும்பூண் சென்னிக்கும் இளஞ்சேரல் இரும்பொறையின் கீழடங்கின கணையனுக்கும் நடந்தது. அதன் பிறகு இரண்டாவது போர் சோழன் செங்கணானுக்கும் கணைக்காலிரும்பொறைக்கும் நடந்தது.

சோழன் பெரும்பூண் சென்னி கொங்கு நாட்டின் மேல் படையெடுத்து வந்து போர் செய்து கழுமலத்தைக் கைப்பற்றியதையறிந்த இளஞ்சேரல் இரும்பொறை சினங்கொண்டு, அந்தச் சென்னியைப் பிடித்து வந்து தன் முன்னே நிறுத்தும்படித் தன்னுடைய சேனைத் தலைவர்களுக்குக் கட்டளையிட்டான். அவர்கள் போய்ப் பெரும்பூண் சென்னியோடு போர் செய்தார்கள். அந்தப் போர் பெரும்பூண் சென்னி கைப்பற்றியிருந்த கழுமலம் என்னும் ஊரில் நடந்திருக்க வேண்டும் என்று தோன்றுகிறது. அந்தப் போரிலே சோழனுடைய படை வீரர்கள் தோற்றுத் தங்களுடைய (வேல்களை) ஈட்டிகளைப் போர்க் களத்திலே விட்டுவிட்டு ஓடினார்கள். அவர்கள் போர்க்களத்தில் போட்டுவிட்டுச் சென்ற வேல்களின் எண்ணிக்கை, செல்வக் கடுங்கோ வாழியாதன்

(இளஞ்சேரல் இரும்பொறையின் பாட்டன்) தன்னை ஏழாம் பத்தில் பாடின கபிலருக்குப் பரிசாகக் கொடுத்த ஊர்களின் எண்ணிக்கையை விட அதிகமாக இருந்தது.[32]

இதிலிருந்து சோழன் தோற்றுப்போன செய்தி தெரிகிறது. சோழன் பெரும்பூண் சென்னியுடன் போர் செய்து வென்ற பிறகு இளஞ்சேரல் இரும்பொறை இன்னொரு சோழனுடன் போர் செய்தான்.

இளஞ்சேரலிரும்பொறை பெருஞ்சோழன் என்பவனையும் இளம்பழையன் மாறன் என்பவனையும் வென்றான்.[33] இந்தப் பெருஞ்சோழன் என்பவன் வேறு. மேலே சொன்ன பெரும்பூண் சென்னி வேறு என்று தோன்றுகிறது. இளம்பழையன் மாறன் என்பவன், கட்டூர்ப் போரில் முன்பு இறந்துபோன பழையன் என்னும் சேனாதிபதியின் தம்பியாக இருக்கலாம். *(இந்தப் பழையன் மாறனுக்கும் பாண்டி நாட்டில் மோகூரில் இருந்த பழையன் மாறனுக்கும் யாதொரு தொடர்பும் இல்லை. இவன் வேறு. அவன் வேறு).*

இளஞ்சேரல் இரும்பொறை சோழ நாட்டில் சென்று சோழனுடன் போர் செய்து வென்றான் என்றும் சோழ நாட்டுக் காவிரிப்பூம்பட்டினத்தில் காவல் தெய்வங்களாக இருந்த சதுக்கப் பூதம் என்னுந் தெய்வங்களைக் கொண்டு வந்து தன்னுடைய வஞ்சிக் கருவூரில் அமைத்து விழாச் செய்தான் என்று அறிகிறோம்.[34] காவிரிப்பூம்பட்டினத்துச் சதுக்கப் பூதரை எடுத்துக் கொண்டு வந்து இவன் வஞ்சி நகரத்தில் வைத்து விழா கொண்டாடினதைச் சிலப்பதிகாரமும் கூறுகிறது.[35]

இளஞ்சேரல் இரும்பொறையின் பாட்டனாக இருந்தவன் மையூர் கிழான். மையூர் கிழான் இவனுடைய தாய்ப்பாட்டன். மையூர் கிழானின் மகளான அந்துவஞ்செள்ளை இவனுடைய தாயார். இவனுடைய அமைச்சனாக இருந்த மையூர் கிழான் இவனுடைய தாய் மாமனாக இருக்க வேண்டும். அதாவது, இவனுடைய தாயாருடன் பிறந்தவனாக இருக்க வேண்டும் என்று தோன்றுகிறது. அந்த அமைச்சனை இவன் புரோசு மயக்கினான் என்று 9-ஆம் பத்துப் பதிகங் கூறுகிறது.

மெய்யூர் அமைச்சியல் மையூர் கிழானைப்
புரையறு கேள்விப் புரோசு மயக்கி

''அமைச்சியல் மையூர் கிழானைப் புரோசு மயக்கியென்றது தன் மந்திரியாகிய மையூர் கிழானைப் புரோகிதனிலும் அறநெறி அறிவானாகப் பண்ணி'' என்று இதன் பழைய உரை கூறுகிறது.[36]

புலவர் பெருங்குன்றூர் கிழார் இவ்வரசனிடம் பரிசு பெறச் சென்றார். இவன் பரிசு கொடுக்காமல் காலந் தாழ்த்தினான். பல நாள் காத்திருந்தும் பரிசு வழங்கவில்லை. அப்போது இப்புலவர் வருந்திப் பாடிய இரண்டு செய்யுட்கள் (புறம் 210, 211) இவருடைய வறுமை துன்பத்தைத் தெரிவிக்கின்றன. பரிசு கொடுக்காமல் காலந் தாழ்த்தின இவ்வரசன் இப்புலவருக்குத் தெரியாமல் ஊர், வீடு, நிலம் முதலியவற்றை அமைத்துப் பிறகு இவருக்குக் கொடுத்தான். ''அவர் அறியாமை ஊரும் மனையும் வளமிகப் படைத்து, ஏரும் இன்பமும் இயல்வரப் பரப்பி எண்ணற்கு ஆகா அருங்கல வெறுக்கையொடு பன்னூறாயிரம் பாற்பட வகுத்து'' கொடுத்தான் என்பது ஒன்பதாம் பத்துப் பதிகக் குறிப்புக் கூறுகிறது.

பெருங்குன்றூர் கிழார் இளஞ்சேரல் இரும்பொறை மீது ஒன்பதாம் பத்துப் பாடினார். அதற்கு அவன் முப்பத்தீராயிரம் பொற்காசு வழங்கினான். ''பாடிப் பெற்ற பரிசில் மருளில்லார்க்கு மருளக் கொடுக்க வென்று உவகையின் முப்பத்தீராயிரம் காணம் கொடுத்தான் அக்கோ'' என்று பதிகத்தின் கீழ்க் குறிப்புக் கூறுகிறது.

இளஞ்சேரல் இரும்பொறை பதினாறு ஆண்டு வீற்றிருந்தான் என்று 9ஆம் பத்துப் பதிகக் குறிப்புக் கூறுகிறது. இளமையிலேயே ஆட்சிக்கு வந்த இவன் குறுகிய காலத்திலேயே இறந்து போனான் என்று தெரிகிறபடியால் இவன் ஏதோ போர்க்களத்தில் இறந்திருக்க வேண்டும் என்று கருதலாம். எங்கே எப்படி இறந்தான் என்பது தெரியவில்லை. ஆனால், இவனுடைய மூத்தவழித் தாயாதிப் பெரிய தந்தையாகிய சேரன் செங்குட்டுவன், கண்ணகிக்குக் கோட்டம் அமைப்பதற்கு முன்னமே இறந்துபோனான் என்பது ஐயமில்லாமல் தெரிகிறது. இதைச் சிலப்பதிகாரத்திலிருந்து அறிகிறோம். சேரன் செங்குட்டுவன், கண்ணகியாருக்குப் பத்தினிக் கோட்டம் அமைத்துச் சிறப்புச் செய்துகொண்டிருந்தபோது இவனுடைய தூதனாகிய நீலன், கனகவிசயரைச் சோழனுக்கும் பாண்டியனுக்கும் காட்டிவிட்டுத் திரும்பி வந்தான். வந்தவன், கனக விசயரைச் சிறைப்பிடித்து வந்ததைப் பாராட்டாமல் சோழனும் பாண்டியனும் இகழ்ந்து பேசினதைத் தெரிவித்தான். அது கேட்ட செங்குட்டுவன் சினங்கொண்டு அவர்கள் மேல் போருக்குச் செல்ல எண்ணினான்.

அவ்வமயம் அருகிலிருந்த மாடலன் என்னும் மறையோன் செங்குட்டுவனின் சினத்தைத் தணிக்கச் சில செய்திகளைக் கூறினான். ''உனக்கு முன்பு அரசாண்ட உன்னுடைய முன்னோர் பெருவீரர்களாக இருந்தார்கள். அவர்கள் எல்லோரும் மாய்ந்து மாண்டு போனார்கள்.

அது மட்டுமா? உன்னுடைய தாயாதித் தம்பியும், அத்தம்பி மகனுங்கூட முன்னமே இறந்துபோனார்கள். ஆகவே, சினத்தைவிட்டு மறக்கள வேள்வி செய்யாமல், அறக்கள வேள்வி செய்க" என்று கூறினான். இவ்வாறு கூறியவன் இளஞ்சேரல் இரும்பொறை இறந்து போன செய்தியையும் கூறினான்.

சதுக்கப் பூதரை வஞ்சியுள் தந்து
மதுக்கொள் வேள்வி வேட்டோன் ஆயினும்
மீக்கூற் றாளர் யாவரும் இன்மையின்
யாக்கை நில்லா தென்பதை யுணர்ந்தோய்

(சிலம்பு, நடுகல் 147-150)

இதில் "சதுக்கப் பூதரை வஞ்சியுள் தந்து மதுக்கொள் வேள்வி வேட்டோன்" என்றது இளஞ்சேரல் இரும்பொறையை. இளஞ்சேரல் இரும்பொறை, தன்னுடைய தாயாதிப் பெரிய தந்தையான சேரன் செங்குட்டுவன் இருக்கும்போதே, அவன் பத்தினிக் கோட்டம் அமைப்பதற்கு முன்னமேயே இறந்துபோனான் என்பது நன்கு தெரிகின்றது. இந்த உண்மையையறியாமல் சேரன் செங்குட்டுவன் காலத்துக்குப் பிறகு இளஞ்சேரல் இரும்பொறை வாழ்ந்திருந்தான் என்று திரு.கே.ஏ. நீலகண்ட சாஸ்திரி கூறுவது தவறாகும். செங்குட்டுவன் உத்தேசமாக கி.பி. 180-இலும் குடக்கோ இளஞ்சேரல் இரும்பொறை உத்தேசம் கி.பி. 190-இலும் இருந்தனர் என்று இவர் எழுதியுள்ளார்.[37] செங்குட்டுவன் காலத்திலேயே இறந்துபோன குடக்கோ இளஞ்சேரல் இரும்பொறை, செங்குட்டுவன் காலத்துக்குப் பிறகும் எப்படி வாழ்ந்திருக்க முடியும்? செங்குட்டுவன் பத்தினிக் கோட்டம் அமைத்த காலத்தில் இவன் இல்லை.

இலங்கையரசனான முதலாம் கஜபாகுவின் சமகாலத்தவனான செங்குட்டுவன், கஜபாகுவுக்கு வயதில் மூத்தவனாக இருந்தான். இவன் தன்னுடைய 50-ஆவது ஆட்சியாண்டில் ஏறக்குறைய கி.பி. 175-இல் கண்ணகிக்குப் பத்தினிக் கோட்டம் அமைத்தான் என்று கருதலாம். அந்த ஆண்டுக்கு முன்பே இளஞ்சேரல் இறந்து போனான் என்று சிலம்பு கூறுகிறது. எத்தனை ஆண்டுக்கு முன்பு என்பது தெரியவில்லை. ஏறத்தாழ கி.பி. 170-இல் இறந்து போனான் என்று கொள்ளலாம். இவன் பதினாறு ஆண்டு ஆட்சி செய்தான் என்பதனால், உத்தேசம் (170-16=154) கி.பி. 154 முதல் 170 வரையில் இவன் ஆட்சி செய்தான் என்று கருதலாம்.

குடக்கோ இளஞ்சேரலிரும்பொறையின் சமகாலத்திலிருந்த அரசர்கள், சேர நாட்டில் சேரன் செங்குட்டுவனும் பாண்டி நாட்டில்

பாண்டியன் இலவந்திகைப் பள்ளித் துஞ்சிய நன்மாறனும் (வெற்றிவேற் செழியன்) இருந்தார்கள். சோழ நாட்டில் சோழன் பெரும்பூண் சென்னி (பெருஞ்சோழன்) இருந்தான்.

ஒரு விளக்கம்

பதிற்றுப்பத்து 9-ஆம் பத்தின் தலைவனும் கொங்கு நாட்டின் அரசனுமாகிய இளஞ்சேரல் இரும்பொறை, குட்டுவன் இரும்பொறையின் மகன். இவனை (தகடூர் எறிந்த) பெருஞ்சேரல் இரும்பொறையின் மகன் என்று கருதுவது தவறு. இந்தத் தவறான கருத்தைச் சரித்திரக்காரர் பலருங் கொண்டிருந்தார்கள். தகடூர் எறிந்த பெருஞ்சேரல் இரும்பொறையின் மகன் இவன் என்று கே.என். சிவராசப்பிள்ளையவர்களும்[38] கே.ஜி.சேஷையரும்.[39] கருதினார்கள். மு. இராகவையங்கார் அவர்கள் தம்முடைய சேரன் செங்குட்டுவன் என்னும் நூலில் 'சேர வமிசத்தோர்' என்னுந் தலைப்பில், பெருஞ்சேரல் இரும்பொறையின் இராணியின் பெயர் அந்துவஞ் செள்ளை என்றும் இவர்களுக்குப் பிறந்த மகன் இளஞ்சேரல் இரும்பொறை என்றும் இவர் எழுதியுள்ளார். இவர் கூறியதையே வி.ஆர். இராமச்சந்திரதீட்சிதரும் கூறியுள்ளார். (தீட்சிதர் அவர்கள் மு. இராகவையங்காரின் துணை கொண்டு சிலப்பதிகாரத்தை ஆங்கிலத்தில் மொழிபெயர்த்தார்.) அவர் தம்முடைய சிலப்பதிகார ஆங்கில மொழிபெயர்ப்பின் முகவுரையில் 13-ஆம் பக்கத்தில் 'சேரர் தாய்வழிப் பட்டியல்' என்னுந் தலைப்பில், பெருஞ்சேரல் இரும்பொறைக்கும் (குட்டுவன் இரும்பொறை) வேண்மாள் அந்துவஞ் செள்ளைக்கும் பிறந்த மகன் இளஞ்சேரல் இரும்பொறை என்று எழுதுகிறார். அதாவது, பெருஞ்சேரலிரும் பொறையும் குட்டுவன் இரும்பொறையும் ஒருவரே என்று கருதுகிறார். அவர் இவ்வாறு பட்டியல் எழுதிக் காட்டுகிறார்.[40]

செல்வக் கடுங்கோ வாழியாதன்

|

பெருஞ்சேரல் இரும்பொறை

(குட்டுவன் இரும்பொறை)

வேண்மாள் அந்துவஞ் செள்ளை (இராணி)

|

இளஞ்சேரல் இரும்பொறை

இந்நூலாசிரியரும் இவ்வாறே தவறாகக் கருதியிருக்கிறார்.[41] இது தவறு என்பதை இப்போதறிந்துகொண்டேன்.

டாக்டர் எஸ்.கிருஷ்ணசாமி அய்யங்கார் இளஞ்சேரலிரும் பொறையைப் பற்றித் தெளிவாகக் கூறவில்லை. ''பெருஞ்சேரல் இரும்பொறையுடன் மாறுகொண்ட இப்பெயர் இவனை அவன் மகனெனக் குறிக்கும் நோக்குடன் ஏற்பட்ட தொடர் என்பது தோன்றும். அதனுடன் உண்மையில் பதிகமே (9-ஆம் பத்துப் பதிகம்) அவன் குட்டுவன் இரும்பொறைக்கும் மையூர்கிழான் மகள் அந்துவஞ் செள்ளைக்கும் புதல்வன் என்று கூறுகிறது'' என்று எழுதுகிறார்.[42] இளஞ்சேரல் இரும்பொறை, பெருஞ்சேரல் இரும்பொறையின் மகனா, குட்டுவன் இரும்பொறையின் மகனா என்று அவர் திட்டமாகக் கூறாமல் விட்டுவிட்டார்.

செல்வக்கடுங்கோ வாழியாதனுக்கு இரண்டு புதல்வர்கள் இருந்தனர் என்பதை இவர் அறியாதபடியால் இந்தத் தவறு நேர்ந்தது. செல்வக்கடுங்கோ வாழியாதனுக்கு இரண்டு புதல்வர்கள் இருந்தார்கள் என்று அவனைப் பாடிய ஏழாம் பத்துக் கூறுகிறது.

வணங்கிய சாயல் வணங்கா ஆண்மை
இளந்துணைப் புதல்வரின் முதியார்ப் பேணித்
தொல்கடன் இறுத்த வெல்போர் அண்ணல்

(7-ஆம் பத்து 10: 20-22)

இந்தத் துணைப் புதல்வரில் (இரண்டு மகன்களில்)மூத்தவன் பெருஞ்சேரல் இரும்பொறை (8-ஆம் பத்துப் பதிகம்). இளைய மகன் குட்டுவன் இரும்பொறை (9-ஆம் பத்துப் பதிகம்). குட்டுவன் இரும்பொறையின் மகன் இளஞ்சேரல் இரும்பொறை. இதனைக் கீழ்க்கண்ட பட்டியலில் விளக்கமாகக் காண்க.

செல்வக் கடுங்கோ வாழியாதன் (7-ஆம் பத்துத் தலைவன்)

(மூத்தமகன்)
பெருஞ்சேரல் இரும்பொறை
(8-ஆம் பத்துத் தலைவன்)

(இளையமகன்)
குட்டுவன் இரும்பொறை
அந்துவஞ்செள்ளை

இளஞ்சேரல் இரும்பொறை
(9ஆம் பத்துத் தலைவன்)

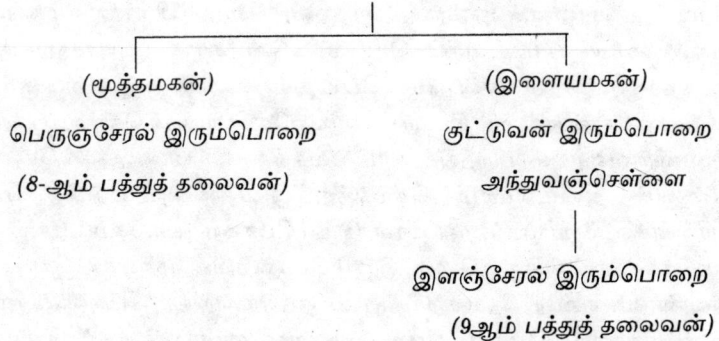

கே.ஏ. நீலகண்ட சாஸ்திரி இளஞ்சேரலிரும்பொறையைப் பற்றி விசித்திரமாக ஓர் ஊகத்தைக் கற்பிக்கிறார். செல்வக் கடுங்கோ வாழியாதனுக்கு அந்துவஞ்செள்ளை என்று ஒரு தங்கை இருந்தாளென்றும் அவளைக் குட்டுவன் இரும்பொறை மணம் செய்து கொண்டானென்றும் அவர்களுக்குப் பிறந்த மகன் இளஞ்சேரல் இரும்பொறை என்றும் கற்பனையாகக் கூறுகிறார்.

அந்துவன் பொறையன், அந்துவஞ்செள்ளை என்னும் பெயர்களில் உள்ள அந்துவன் என்னும் பெயர் ஒற்றுமை ஒன்றை மட்டும் ஆதாரமாகக் கொண்டு இவர் இவ்வாறு ஊகிக்கிறார். அந்துவஞ்செள்ளை மையூர் கிழானுடைய மகள். அந்துவன் பொறையன் வேறு, மையூர் கிழான் வேறு. இருவரையும் ஒருவர் என்று சாஸ்திரி இணைப்பது தவறு. இவருடைய ஊகமும் கற்பனையும் ஆராய்ச்சிக்குப் பொருந்தாமல் வெறுங்கற்பனைகளாக உள்ளன. இதைப் பற்றி முன்னமே கூறினோம்.

யானைக்கட் சேய் மாந்தரஞ் சேரல் இரும்பொறை

தகடூர் எறிந்த பெருஞ்சேரலிரும்பொறைக்குப் பிறகு கொங்கு நாட்டை அரசாண்டவன் அவனுடைய தம்பி மகனான இளஞ்சேரல் இரும்பொறை (ஒன்பதாம் பத்தின் தலைவன்). இளஞ்சேரல் இரும்பொறைக்குப் பின் யானைக் கட்சேய் மாந்தரஞ்சேரல் இரும்பொறை கொங்கு நாட்டையரசாண்டான்.

மாந்தரன் சேரல் என்பது இவனுடைய பெயர். யானையின் கண் போன்ற கண்ணையுடையவன் (புறம் 22:29). ஆகையால் யானைக்கட்சேய் என்னும் சிறப்புப் பெயரைப் பெற்றான். 'வேழ நோக்கின் விறல் வெஞ்செய்' என்றும் இவன் கூறப்படுகின்றான். வேழம் - யானை, நோக்கு - பார்வை, சேய் - பிள்ளை, மகன். இவனுடைய பாட்டனான செல்வக்கடுங்கோ வாழியாதனுக்கு மாந்தரஞ் சேரல் என்னும் பெயரும் உண்டு. இவனுக்கும் மாந்தரஞ்சேரல் என்னும் பெயர் உண்டு. ஒரே பெயரைக் கொண்டிருந்த இவ்விருவரையும் பிரித்துக் காட்டுவதற்காக, 'யானைக்கட்சேய்' என்னும் அடைமொழி கொடுத்து இவன் கூறப்படுகிறான். யானைக்கட்சேய் மாந்தரஞ்சேரல் இரும்பொறை (யா.சே.மா.சே.இ) தகடூர் எறிந்த பெருஞ்சேரல் இரும்பொறையின் மகனாக இருக்க வேண்டும் என்று தோன்றுகின்றன. தகடூர் எறிந்த பெருஞ்சேரல் இரும்பொறைக்கு மக்கட் பேறு இல்லாமலிருந்தும் வேள்வி செய்து

ஒரு மகனைப் பெற்றான் என்று அறிந்தோம். அந்த வேள்வியினால் பிறந்த மகன் இவனாக இருக்கலாம் என்று தோன்றுகின்றன.[43]

யா.சே. மா. சே. இரும்பொறை தன்னுடைய ஆட்சிக் காலத்தில் சில போர்களைச் செய்தான். அப்போர்களில் இவனுக்கு வெற்றியுந் தோல்வியுங் கிடைத்தன. விளங்கில் என்னும் ஊரில் இவன் பகைவருடன் போர் செய்து வெற்றி பெற்றான். அவ்வமயம், இந்த வெற்றியைப் பாடுவதற்கு இப்போது கபிலர் இல்லையே என்று இவன் மனவருத்தம் அடைந்தான். (இவனுடைய பாட்டனான செல்வக்கடுங்கோ வாழியாதனைக் (மாந்தரஞ்சேரலைக்) கபிலர் ஏழாம் பத்துப் பாடினார். தன்னைப் பாடுவதற்கு இப்போது கபிலர் இல்லையே என்று இவன் வருந்தியதைக் கண்டு பொருந்தில் இளங்கீரனார், கபிலரைப் போலவே நான் உன்னைப் பாடுவேன் என்று கூறினார்.

செறுத்த செய்யுள் செய்செந் நாவின்
வெறுத்த கேள்வி விளங்குபுகழ்க் கபிலன்
இன்றுள னாயின் நன்றுமன் என்றநின்
ஆடுகொள் வரிசைக் கொப்பப்
பாடுவல் மன்னால் பகைவரைக் கடப்பே *(புறம் 53:11-15)*

புலவர் இளங்கீரனார் இவ்வாறு கூறிய பிறகு இவன் மேல் ஒரு பத்துச் செய்யுட்களைப் பாடியிருக்க வேண்டும் என்று தோன்றுகிறது. அந்தப் பத்து, பதிற்றுப்பத்தின் பத்தாம் பத்தாக இருக்க வேண்டும். பத்தாம் பத்து இப்போது கிடைக்கவில்லை. அது மறைந்து போயிற்று.

யா.சே.மா.சே. இரும்பொறைக்கும் சோழன் இராசசூயம் வேட்ட பெருநற் கிள்ளிக்கும் போர் நடந்தது. அந்தப் போர் எந்த இடத்தில் நடந்ததென்று தெரியவில்லை. அந்தப் போரில் இவன் வெற்றியடைவது திண்ணம் என்று இவன் உறுதியாக நம்பினான். ஆனால், இவனுக்குத் தோல்வி ஏற்பட்டது. சோழன் வென்றான். சோழனுடைய வெற்றிக்கும் இவனுடைய தோல்விக்கும் காரணமாக இருந்தவன் மலையமான் அரசனாகிய தேர்வண்மலையன் என்பவன். போர் நடந்தபோது தேர்வண் மலையன் சோழனுக்கு உதவியாக வந்து இவனைத் தோல்வியுறச் செய்தான். இந்தச் செய்தியைப் புறநானூறு 125ஆம் செய்யுளினால் அறிகிறோம். இந்தச் செய்யுளின் அடிக்குறிப்பு, ''சேரமான் மாந்தரஞ் சேரல் இரும்பொறையும் சோழன் இராசசூயம் வேட்ட பெருநற் கிள்ளியும் பொருதவழிச் சோழற்குத் துப்பாகிய தேர்வண்மலையனைப் பாடியது'' என்று கூறுகிறது. (பொருதவழி-போர் செய்தபோது, துப்பு -பலம்).

இவன் காலத்தில் பாண்டி நாட்டை அரசாண்டவன் தலையாலங்கானத்துச் செருவென்ற பாண்டியன் நெடுஞ்செழியன். அந்தப் பாண்டியனுடன் யா.சே.மா.சே. இரும்பொறை போர் செய்தான். போர் எந்த இடத்தில் நடந்தது என்பது தெரியவில்லை. அந்தப் போரில் இவன் தோற்றது மட்டுமல்லாமல், பாண்டியனால் சிறைப் பிடிக்கப்பட்டுச் சிறையில் வைக்கப்பட்டான். ஆனால், எவ்விதமாகவோ சிறையிலிருந்து தப்பி வெளி வந்து தன்னுடைய நாட்டையரசாண்டான். இந்தச் செய்தியைக் குறுங்கோழியூர் கிழார் இவனைப் பாடிய செய்யுளிலிருந்து அறிகிறோம் (புறம் 17). அந்தச் செய்யுளின் அடிக்குறிப்பு, "பாண்டியன் தலையாலங்கானத்துச் செரு வென்ற நெடுஞ்செழியனால் பிணியிருந்த யானைக்கட்சேய் மாந்தரஞ்சேரல் இரும்பொறை வலிதிற்போய்க் கட்டி வெய்தினானைப் பாடியது" என்று கூறுகிறது. (பிணியிருந்த - கட்டப்பட்டிருந்த. சிறைப்பட்டிருந்த, கட்டில் எய்தினானை - சிம்மாசனம் ஏறியவனை, கட்டில்- சிம்மாசனம்.)

கருவூர்ப் போர்

யானைக்கட்சேய் மாந்தரன் சேரல் இரும்பொறை தலையாலங் கானத்துச் செருவென்ற நெடுஞ்செழியனிடம் தோல்வியடைந்ததை அறிந்தோம். இவன் காலத்தில் சோழ நாட்டைச் சில சோழ அரசர்கள் அரசாண்டு வந்தனர். அவர்களில், உறையூரிலிருந்து அரசாண்ட கிள்ளிவளவனும் ஒருவன். இந்தக் கிள்ளிவளவனைப் பிற்காலத்தவர் குளமுற்றத்துத் துஞ்சிய கிள்ளிவளவன் என்றும் குராப்பள்ளித் துஞ்சிய கிள்ளிவளவன் என்றுங் கூறுவர். குளமுற்றம் குராப்பள்ளி என்னும் இரண்டு இடங்களில் இவன் இறந்துபோனான் என்பது இதன் பொருள் அன்று. குளமுற்றம், குராப்பள்ளி, இரண்டும் ஒரே இடத்தைக் குறிக்கின்றன. குராப்பள்ளியில் இறந்த கிள்ளிவளவன் வேறு. குளமுற்றத்தில் இறந்துபோன கிள்ளிவளவன் வேறு என்று கருதவேண்டா. இருபெயரும் ஒருவரையே குறிக்கின்றன.[44]

இந்தக் கிள்ளிவளவன் கருவூரை (கொங்கு நாட்டுக் கருவூரை) முற்றுகையிட்டான். அப்போது கருவூர்க் கோட்டைக்குள் இருந்தவன் யானைக்கட்சேய் மாந்தரஞ்சேரல் இரும்பொறை. இரும்பொறை வெளியே வந்து கிள்ளிவளவனுடன் போர் செய்யாமல் கோட்டைக்குள்ளேயே இருந்தான். அப்போது ஆலத்தூர்கிழார் என்னும் புலவர் சோழனிடம் வந்து, 'போருக்கு வராமல் இருக்கிறவனுடன் நீ போர் செய்து முற்றுகை இடுவது தகுதியன்று' என்று கூறினார்.[45] கிள்ளிவளவன் புலவர் சொல்லை ஏற்றுக்கொள்ளாமல் தொடர்ந்து முற்றுகை செய்தான். மாந்தரஞ்சேரல், போருக்கு வராமலிருந்த

காரணம், தனக்கு வெளியிலிருந்து வர வேண்டிய அரசரின் உதவியை எதிர்பார்த்திருந்ததுதான். இவன் எதிர் பார்த்திருந்த உதவி கிடைத்த பிறகு இவன் கிள்ளிவளவனுடன் போர் செய்தான். போரின் முடிவு அவனுக்குத் தோல்வியாக இருந்தது. சோழன் கிள்ளிவளவனே வென்றான்.

போரில் கருவூர்க் கோட்டையைக் கிள்ளிவளவன் தீயிட்டுக் கொளுத்தினான். மாடமாளிகைகள் எரிந்து விழுந்தன.[46]

சோழன், கொங்கு நாட்டின் தலைநகரை வென்றபடியால் கொங்கு நாடு முழுவதையுமே வென்றான் என்பது பொருளன்று. கோவூர்க்கிழார் கிள்ளிவளவனுடைய வெற்றியைப் புகழ்ந்து பாடினார். (''கொங்கு புறம் பெற்ற கொற்ற வேந்தே'' என்றும், ''வஞ்சி முற்றம் வயக்களனாக, அஞ்சாமறவர் ஆட்போர் பழித்துக் கொண்டனை பெருமகுடபுலத்திதரி'' என்றுங் கூறுகிறார் - புறம் 373). வஞ்சி -கருவூர். குடபுலம்-கொங்குநாடு. இந்தச் செய்யுளின் அடிக்குறிப்பு. ''சோழன் குளமுற்றத்துத் துஞ்சிய கிள்ளிவளவன் கருவூரெறிந்தானைப் பாடியது'' என்று கூறுகிறது. மாறோக்கத்து நப்பசலையாரும் சோழனுடைய கருவூர் வெற்றியைப் புகழ்ந்து பாடியுள்ளார்.[47]

கிள்ளிவளவன் கருவூரை வென்ற போதிலும் அதை அவன் ஆட்சி செய்யவில்லை. யா.க.சே. மாந்தரஞ்சேரல் இரும்பொறை அதை மீட்டுக்கொண்டிருக்க வேண்டும். கிள்ளி வளவன் கொங்கு நாட்டுக் கருவூரை முற்றுகை செய்திருந்த காலத்தில் பாண்டியன் தலையாலங் கானத்துச் செருவென்ற நெடுஞ்செழியன் சேர நாட்டு முசிறிப்பட்டினத்தை முற்றுகையிட்டு அங்கிருந்த படிமம் (தெய்வ உருவம்) ஒன்றை எடுத்துக்கொண்டு போனான் என்பது தெரிகின்றது. கிள்ளிவளவன் கருவூரை முற்றுகையிட்டபோது யா.க.சே. மாந்தரஞ்சேரல் இரும்பொறைக்கு உதவி செய்ய சேரன் தன்னுடைய சேனைகளைக் கொங்கு நாட்டுக்கு அனுப்பியிருக்கக்கூடும். அந்தச் சமயத்தில் பாண்டியன் நெடுஞ்செழியன் முசிறியை முற்றுகை யிட்டிருக்க வேண்டும் என்று தோன்றுகிறது. பாண்டியன் முசிறியை முற்றுகையிட்டு அங்கிருந்து படிமத்தைக் கொண்டுபோன செய்தியைத் தாயங்கண்ணனாரின் செய்யுளிலிருந்து அறிகிறோம்.[48] இந்தப் பாண்டியனின் காலத்தவரான நக்கீரரும் இவனுடைய முசிறிப் போரைக் கூறுகிறார்.[49]

பாண்டியன் முசிறியிலிருந்து கொண்டுபோன படிமம், சேரன் செங்குட்டுவன் அமைத்த கண்ணகியின் பத்தினிப் படிவமாக

இருக்கக்கூடும் என்று எளங்குளம் குஞ்சன் பிள்ளை தாம் மலையாள மொழியில் எழுதிய கேரளம் அஞ்சும் ஆறும் நூற்றாண்டுகளில் என்னும் நூலில் எழுதுகிறார். அது கண்ணகியின் படிமமாக இருக்க முடியாது. வேறு ஏதோ படிமமாக இருக்க வேண்டும் என்று தோன்றுகிறது. குஞ்சன் பிள்ளையின் கருத்தை இந்துசூடன் அவர்களும் மறுத்துக் கூறுகிறார்.[50]

குளமுற்றத்துத் (குராப்பள்ளித்) துஞ்சிய கிள்ளிவளவன் கொங்கு நாட்டின் தலைநகரத்தை முற்றுகையிட்டு வென்றதும், தலையாலங்கானத்துச் செருவென்ற நெடுஞ்செழியன் சேர நாட்டு முசிறிப் பட்டினத்தை முற்றுகையிட்டு வென்றதும் ஆகிய நிகழ்ச்சிகள். அக்காலத்தில் சேர நாட்டிலும் கொங்கு நாட்டிலும் சேர அரசர்களின் வலிமை குறைந்து இருந்தார்கள் என்பதைத் தெரிவிக்கின்றன. சேரன் செங்குட்டுவன் காலத்துக்குப் பிறகு சேர அரசர்கள் பலமில்லாத வர்களாக இருந்தார்கள் என்பது தெரிகின்றது.

யா.க.சே. மாந்தரஞ்சேரல் இரும்பொறைக்கு முன்பு கொங்கு நாட்டை அரசாண்ட இளஞ்சேரல் இரும்பொறை, சோழ நாட்டு இளஞ்சேட் சென்னியை வென்றான் என்றும், சதுக்கப்பூதர் என்னும் தெய்வங்களைத் தன்னுடைய தலைநகரத்தில் கொண்டுவந்து அமைத்தான் என்றும் அறிந்தோம். அந்தப் பூதங்கள் காவிரிப்பூம்பட்டினத்தில் இருந்த பேர்போன பூதங்களாக (தெய்வங்களாக) இருக்கக்கூடும். அந்தத் தெய்வ உருவங்களை இளஞ்சேரல் இரும்பொறை அங்கிருந்து கொண்டு வந்து தன் நாட்டில் அமைத்து திருவிழாச் செய்தான். அந்தப் பகையை ஈடுசெய்வதற்காகவே குளமுற்றுத்துத் துஞ்சிய கிள்ளிவளவன் கொங்கு நாட்டுக் கருவூரின் மேல் படையெடுத்துச் சென்றான் என்று கருதத் தோன்றுகிறது. கிள்ளிவளவன் தன் போர் முயற்சியில் வெற்றியைக் கண்டான்.

சேர நாட்டின் மேற்குக் கடற்கரையில் இருந்த பேர்போன தொண்டித் துறைமுகப்பட்டினம் இவன் காலத்திலும் கொங்குச் சோழரின் துறைமுகமாக இருந்தது. தொண்டிப் பட்டினத்தின் கடற்கரையில் கழிகளும் தென்னை மரங்களும் வயல்களும் மலைகளும் இருந்தன.

குலையிறைஞ்சிய கோட்டாழை
அகல்வயல் மலைவேலி
நிலவுமணல் வியன்கானல்
தெண்கழிமிசை தீப்பூவின்

தண்தொண்டியோர் அடுபொருந (புறம் 17:9-13)
(தாழை -தென்னை)

இவன் நீதியாகச் செங்கோல் செலுத்தினான். 'அறந்துஞ்சும் செங்கோலையே, (புறம் 20:17). தேவர் உலகம் போல இவனுடைய நாடு இருந்தது. 'புத்தேளுலகத்தற்று' (புறம் 22:35). இவனுடைய ஆட்சியில் மக்களுக்கு அமைதியும் இன்பமும் இருந்தது.

குறுங்கோழியூர் கிழார் இவ்வரசனைப் பாடியுள்ளார் (புறம் 17:20,22). பொருந்தில் இளங்கீரனார் இவனைப் பாடினார் (புறம்53). இப்புலவரே இவன்மீது பத்தாம் பத்தைப் பாடியிருக்க வேண்டும் என்பதை முன்னமே கூறினோம். புலத்துறை முற்றிய கூடலூர் கிழாரை இந்த அரசன் ஆதரித்தான். இவரைக் கொண்டு இவன் ஐங்குறுநூறு என்னும் தொகைநூலைத் தொகுப்பித்தான். ("இத்தொகை தொகுத்தார், புலத்துறை முற்றிய கூடலூர் கிழார். இத்தொகை தொகுப்பித்தார் யானைக்கட் சேய் மாந்தரஞ் சேரலிரும்பொறையார்" என்று ஐங்குறுநூற்றின் இறுதியில் எழுதப்பட்டிருக்கிறது.)

யா.சே. மா. சே. இரும்பொறை எத்தனையாண்டு அரசாண்டான் என்பது தெரியவில்லை. புலத்துறை முற்றிய கூடலூர் கிழார் வானநூல் அறிந்தவர். ஒரு நாள் இரவு வானத்தில் விண்மீன் ஒன்று சுடர்விட்டு எரிந்து விழுவதை அவர் கண்டார். அப்போது அவர் வான நூலைக் கணித்துப் பார்த்து யா.சே. மா.சே. இரும்பொறை ஏழாம் நாள் இறந்துவிடுவான் என்று அறிந்தார். வானத்தில் விண்மீன் எரிந்து விழுந்தால் அரசன் இறந்துவிடுவான் என்பது வானநூலார் நம்பிக்கை. புலவர் கணித்துக் கூறியபடியே ஏழாம் நாள் இவ்வரசன் இறந்து போனான். அப்போது அப்புலவர் இவன்மீது 'ஆனந்தப் பையுள்' பாடினார் (புறம் 229). இச்செய்யுளின் அடிக்குறிப்பு "கோச்சேரமான் யானைக்கட்சேய் மாந்தரஞ் சேரல் இரும்பொறை இன்ன நாளிற்றுஞ்சுமென அஞ்சி, அவன் துஞ்சியவிடத்துப் பாடியது" என்று கூறுகிறது (துஞ்சுதல் - இறந்துபோதல்). யா.சே. மா.சே. இரும்பொறை ஏறத்தாழ கி.பி. 170 முதல் 190 வரையில் அரசாண்டான் என்று கருதலாம்.

யா.சே.மா.சே. இரும்பொறையின் காலத்தில் சோழ நாட்டை அரசாண்டவன் குளமுற்றத்துத் துஞ்சிய கிள்ளிவளவன். பாண்டிய நாட்டை அரசாண்டவன் தலையாலங்கானத்துச் செருவென்ற பாண்டியன் நெடுஞ்செழியன். சேர நாட்டை அரசாண்டவன் செங்குட்டுவனின் மகனான குட்டுவஞ்சேரல் (கோக்கோதை மார்பன்). இவர்கள் சேரன் செங்குட்டுவன் காலத்துக்குப் பிறகு (கி.பி. 180க்குப் பிறகு) அரசாண்டார்கள்.

கணைக்கால் இரும்பொறை

யானைக்கட்சேய் மாந்தரஞ்சேரலிரும்பொறைக்குப் பிறகு கொங்கு நாட்டை அரசாண்டவன் கணைக்கால் இரும்பொறை. இவன், முன்னவனுக்கு எந்த முறையில் உறவினன் என்பது தெரியவில்லை. இவனைப் பற்றிய முழுவரலாறுந் தெரியவில்லை. கொங்குச் சேரனின் துறைமுகமாகிய தொண்டிப் பட்டினத்தின் கோட்டைக் கதவில் கணைக்காலிரும்பொறை, தனக்கு அடங்காத மூவனுடைய பல்லைப் பிடுங்கிப் பதித்திருந்தான் என்று அப்பட்டினத்திலிருந்த கணைக்காலிரும்பொறையின் புலவர் பொய்கையார் கூறுகிறார்.[51]

இவன் காலத்தில் சோழ நாட்டை அரசாண்டவன் செங்கணான் என்பவன். செங்கட்சோழன் என்றும் இவனைக் கூறுவர். செங்கட்சோழன் பாண்டியனையும் கொங்குச் சேரரையும் வென்று அரசாண்டான். சோழ நாட்டுப் போர் (திருப்போர்ப்புரம்) என்னும் ஊரில் செங்கணானுக்கும் கணைக்காலிரும்பொறைக்கும் போர் நடந்தது. அந்தப் போரில் கணைக்காலிரும் பொறை தோல்வியடைந்ததுமல்லாமல் சோழனால் சிறைப்பிடிக்கப்பட்டுக் குடவாயில் (கும்பகோணம்) சிறையில் வைக்கப்பட்டான். அப்போது கணைக்காலிரும் பொறையின் புலவராகிய பொய்கையார் இவனை விடுவிப்பதற்காகச் செங்கட் சோழன்மேல் களவழி நாற்பது என்னும் நூலைப் பாடினார்.

குடவாயிற் சிறைச்சாலையிலிருந்த கணைக்காலிரும்பொறை நீர்வேட்கை கொண்டு 'தண்ணீர் தா' என்று கேட்டபோது, சிறைச்சாலையிலிருந்தவர் உடனே தண்ணீர் தராமல் காலங்கழித்துக் கொடுத்தனர். கணைக்காலிரும்பொறை அந்நீரை உண்ணாமல் ஒரு செய்யுளைப் பாடித் துஞ்சினான் (துஞ்சினான் - உறங்கினான்). அந்தச் செய்யுள் புறநானூற்றில் 74-ஆம் செய்யுளாகத் தொகுக்கப் பட்டிருக்கிறது. அச்செய்யுள் இது:

குழவி இறப்பினும் ஊன்தடி பிறப்பினும்
ஆளன் றென்று வாளிற் றப்பார்
தொடர்ப்படு ஞமலியின் இடர்ப்படுத் திரீஇய
கேளல் கேளிர் வேளாண் சிறுபதம்
மதுகை யின்றி வயிற்றுத்தீத் தணியத்
தாமிரந் துண்ணும் அளவை
ஈன்ம ரோஇவ் வுலகத் தானே

இந்தச் செய்யுளின் அடிக்குறிப்பு இவ்வாறு கூறுகிறது- "சேரமான் கணைக்காலிரும்பொறை சோழன் செங்கணானொடு திருப்போர்ப்புரத்துப்

பொருது பற்றுக் கோட்பட்டுக் குடாவாயிற் கோட்டத்துச் சிறையில் கிடந்து தண்ணீர் தாவென்று பெறாது பெயர்த்துப் பெற்றுக் கைக்கொண்டிருந்து உண்ணான் சொல்லித் துஞ்சிய பாட்டு.''

(திருப்போர்ப்புரம் - போர் என்னும் ஊருக்கு அருகில். பொருது - போர் செய்து. பற்றுக்கோட்பட்டு - பிடிக்கப்பட்டு, பெயர்த்துப் பெற்று - காலந்தாழ்ந்துப் பெற்று, துஞ்சிய - இறந்த, தூங்கின.)

பிற்காலத்து நூலாகிய கலிங்கத்துப் பரணி இதைக் கூறுகிறது. பொய்கையார் களவழி பாடின பிறகு அதைக் கேட்டுச் சோழன் கணைக்காலிரும்பொறையை விடுதலை செய்தான் என்று அந்நூல் கூறுகிறது.[52]

களவழிநாற்பது செங்கட் சோழனை செங்கண்மால் *(செய்யுள் 4,5,11)* என்றும் செங்கட்சினமால் *(செய்யுள் 15, 21, 29, 30, 40)* என்றும் செம்பியன் *(சோழன் - செய்யுள் 6, 23, 33, 38)* என்றும் சேய் *(செய்யுள் 13, 18)* என்றும் பைம்பூட்சேய் *(செய்யுள் 34)* என்றும் கூறுகிறது. தோற்றுப்போன கணைக்காலிரும்பொறையின் பெயரைக் கூறவில்லை. 'கொங்கரை அட்டகளத்து' என்றும் (செய்யுள் 14) 'புனநாடன் வஞ்சிக்கோ' என்றும் (செய்யுள் 39) கூறுகிறது.

கணைக்காலிரும்பொறைக்கும் செங்கட் சோழனுக்கும் இரண்டு இடங்களில் போர்கள் நடந்தன. கழுமலம் என்னும் ஊரிலும் பிறகு போர் என்னும் ஊரிலும் நடந்தன. கொங்கு நாட்டுக் கழுமலத்தில் செங்கணான் போரை வென்றான். இதைக் 'காவிரிநாடன் கழுமலம் கொண்ட நாள்' *(செய். 36)* 'புனல் நாடன் வஞ்சிக்கோ அட்டகளத்து' *(செய். 39)* என்பதனால் அறிகிறோம். கழுமலப் போரில் தோற்ற கணைக்காலிரும்பொறை பிறகு சோழ நாட்டில் போர் என்னும் இடத்தில்[53] சென்று செங்கணானுடன் போர் செய்தான். அந்தப் போரில் அவன் சிறைப்பட்டான். சிறையிலிருந்தபோது பொய்கையார் களவழி பாடினார். இச்செய்தியைக் களவழி நாற்பதின் பழைய உரைக்காரர் கூறுவதிலிருந்து அறிகிறோம். அவர் கூறுவது: ''சோழன் செங்கணானும் சேரமான் கணைக்காலிரும்பொறையும் திருப்போர்புரத்துப் பொருதுடைந்துழிச் சேரமான் கணைக்காலிரும்பொறையைப் பற்றிக் கொண்டு சோழன் செங்கணான் சிறை வைத்துழிப் பொய்கையார் களம்பாடி வீடு கொண்ட களவழி நாற்பது முற்றிற்று.''

புறம் 74-ஆம் பாட்டின் அடிக்குறிப்பு துஞ்சினான் என்று கூறுகிறது. துஞ்சினான் என்பதற்கு இறந்து போனான், தூங்கினான் என்று இரண்டு பொருள்கள் உண்டு. களவழிநாற்பதின் இறுதி வாசகம் 'பொய்கையார்

களம்பாடி வீடு கொண்டார்' என்று கூறுகிறது. அதாவது களவழி நாற்பது பாடி, சிறையிலிருந்த கணைக்காலிரும்பொறையை விடுவித்தார் என்று கூறுகிறது. எனவே, கணைக்காலிரும்பொறை இறக்கவில்லை என்பதும் அவன் விடுதலையடைந்தான் என்பதும் தெரிகின்றன. இதனால், கணைக்கால் இரும்பொறை செங்கணானுக்குக் கீழடங்கி இருந்தான் என்பதும் செங்கணான் கொங்கு நாட்டின் அரசனானான் என்பதும் தெரிகின்றன. சோழன் செங்கணானும் கணைக்கால் இரும்பொறையும் ஏறத்தாழ கி.பி. 200-க்கும் இடைப்பட்ட காலத்தில் இருந்தவராகலாம்.

சங்ககாலத்துக் கொங்கு நாட்டு வரலாறு கணைக்கால் இரும்பொறையோடு முடிவடைகிறது. சேர அரசர் பரம்பரையில் இளைய வழியினரான பொறையர் கொங்கு நாட்டை ஏறத்தாழ கி.பி. முதல் நூற்றாண்டிலும் இரண்டாம் நூற்றாண்டிலும் ஏறத்தாழ இருநூறு ஆண்டு அரசாண்டார்கள். அவர்களில் கடைசி அரசன் கணைக்கால் இரும்பொறை. கணைக்கால் இரும்பொறை சோழன், செங்கணானுக்குக் கீழடங்கிக் கொங்கு நாட்டை நெடுங்காலம் அரசாளவில்லை. ஏறத்தாழக் கி.பி. 250-இல் தமிழகத்தைக் களப்பிரர் அல்லது களப்பாளர் என்னும் பெயருள்ள அயல்நாட்டு அரசர் கைப்பற்றிக் கொண்டு அரசாண்டார்கள். களப்பிரர், சேர சோழ பாண்டிய நாடுகளைக் கைப்பற்றி ஏறத்தாழ முந்நூறு ஆண்டு அரசாண்டார்கள். அப்போது கொங்குநாடு களப்பிரர் ஆட்சிக்குட்பட்டிருக்க வேண்டும்.

களப்பிரர் ஆட்சிக் காலம் தமிழக வரலாற்றில் இருண்ட காலமாகத் தெரிகிறது.

அடிக்குறிப்பு

1. சங்க காலத்தில் இரண்டு கருவூர்கள் இருந்ததையறியாமல், சென்ற தலைமுறையில் சில ஆராய்ச்சிக்காரர்கள் 'கருவூர் சேர நாட்டிலிருந்ததா, கொங்கு நாட்டிலிருந்ததா' என்பது பற்றி வாதங்கள் நிகழ்த்திக் கட்டுரைகள் எழுதினார்கள். சங்க காலத்தில் சேர நாட்டிலும் கொங்கு நாட்டிலும் வெவ்வேறு கருவூர்கள் இருந்ததை அவர்கள் அறியவில்லை).

2. Cera kings of the Sangam Period. K.G. Sesha Aiyer. 1937.p.36).

3. A Comprehensive History of India. Edited by K.A. Nilakanta Sastri, pp. 506, 507).

4. Cera Kings of Sangam Period, pp. 37, 51)

5. குன்றுநிலை தளர்க்கும் உருமிற்சீறி
ஒரு முற்றிருவர் ஓட்டிய ஒள்வாள்
செருமிகுதானை வெல்போரோயே (7ஆம் பத்து 3: 10-12)

ஒரு முற்று ஒன்றாகச் சேர்த்து முற்றுகையிட்டு இருவர் - சோழ பாண்டியர்.)

6. இடஞ் சிறிதென்னும் ஊக்கந் துரப்ப
ஓடுங்கா வுள்ளத் தோம்பா ஈகைக்
கடந்தடு தானைச் சேர லாதனை
யாங்ஙன மொத்தியோ வீங்குசெலல் மண்டிலம் (புறம் 8:3-6)

நாடு பதிபடுத்து நண்ணார் ஓட்டி
வெருவரு தானை கொடுசெருப் பலகடந்து
ஏத்தல் சான்ற இடனுடை வேள்வி
ஆக்கிய பொழுதின் அறத்துறை போகி (7ஆம் பத்து, பதிகம் 4-7)

7. வணங்கிய சாயல் வணங்கா ஆண்மை
இளந்துணைப் புதல்வரின் முதியர்ப் பேணித்
தொல்கடன் இறுத்த வெல்போர் அண்ணல் (7-ஆம் பத்து 10; 20-22)

8. The chronology of Early Tamils. 1932. p.124)

9. (Cera Kings of the Sangam Period. 1937. p.44)

10. சேரன் செங்குட்டுவன், மயிலை சீனி வேங்கடசாமி, 'சேர அரசர் பரம்பரை' காண்க. பக். 25).

11. இவன் 'புரோசு மயக்கினான்' (7-ஆம் பத்துப் பதிகம்) 'புரோசு மயங்கி' என்றது 'தன் புரோகிதனிலும்தான் அறநெறியறிந்ததென்றவாறு' என்று பழைய உரை கூறுகிறது,

12. அறங் கரைந்து வயங்கிய நாவிற் பிறங்கிய
உரைசால் வேள்வி முடித்த கேள்வி
அந்தணர் அருங்கலம் ஏற்ப நீர்பட்டு,
இருஞ்சேறாடிய மணல்மலி முற்றும் (7-ஆம் பத்துப் 4 3 -6)

13. புரஞ்சிறை வயிரியர்க் காணின் வல்லே
எஃகுபடை யறத்த கொய்சுவல் புரவி
அலங்கும் பாண்டில் இழையணிந் தீமென
ஆனாக்கொள்கையை (7ஆம் பத்து 4: 8- 11)

14. ''சிறுபுறமென நூறாயிரங்காணங் கொடுத்து நன்றா
வென்னுங் குன்றேறி நின்று தன் கண்ணிற் கண்ட
நாடெல்லாம் காட்டிக் கொடுத்தான் அக்கோ''
(7-ஆம் பத்துப் பதிகத்தின் அடிக்குறிப்பு)

15. குண்டுகண் அகழிய குறுந்தாள் ஞாயில்
ஆரெயில் தோட்டி வெளவினை ஏறோடு
கன்றுடை யாயந் தரீஇப் புகல்சிறந்து
புலவுவில் இளையர் அங்கை விடுப்ப
மத்துக் கயிறாடா வைகற் பொழுது நினையூஉ
ஆன்பயன் வாழ்நர் கழுவுள் தலைமடங்கப்
பதி பாழாக (8ஆம் பத்து 1:12-18)

16. வீயா விழுப்புகழ் விண்தோய் வியன்குடை
ஈரெழு வேளிர் இயைந்தொருங் கெறிந்து
கழுவுள் காமூர் (அகம் 135:11-13).

17. .... பழவிறல்
ஓரிக்கொன்ற ஒரு பெருந் தெருவில்
காரி புக்க நேரார் புலம்போல்
கல்லென் றன்றால் ஊரே (நற். 320: 4-7)

18. முள்ளூர் மன்னன் கழல்தொடிக் காரி
செல்லா நல்லிசை நிறுத்த வல்வில்

ஓரிக் கொன்று சேரலர்க் கீத்த
செவ்வேர்ப் பலவின் பயங்கெழு கொல்லி (அகம் 209: 12-15).

19. 'ஓரி' பல்பழம் பலவின் பயங்கெழு கொல்லி' (அகம் 208: 21-22) என்றும், 'கைவண் ஓரிகானம்' (புறம் 199;3) என்றும், 'வல்வில் ஓரி கானம்' (நற். 6:9) என்றும் 'மாரிவண் மகிழ் ஓரி கொல்லி' (நற்.265:7) என்றும் கூறியுள்ளார். இவ்வாறு ஓரியின் கொல்லியைக் கூறின பரணர் இன்னொரு செய்யுளின் 'வெள்வேல் களிறுகெழு தானைப் பொறையின் கொல்லி' (அகம் 62: 12-13) என்று கூறுகிறார். அது பொறையனுக்கு (பெருஞ்சேரல் இரும்பொறைக்கு) உரியதென்று கூறுகிறார். இதனால் பரணர் காலத்திலேயே ஓரிக்கு உரியதாக இருந்த கொல்லிக் கூற்றம் பெருஞ்சேரல் இரும்பொறைக்கு உரியதாயிற்று என்பது தெரிகிறது.)

20. பல்பயன் நிலைஇய கடறுடை வைப்பின்
வெல்போர் ஆடவர் மறம்புரிந்து காக்கும்
வில்பயில் இறும்பின் தகடூர் நூறி
பல்வேல் தானை யதிக மானோடு
இருபெரு வேந்தரையும் உடனிலை வென்று
முரசுங் குடையுங் கலனுங் கொண்டு
உரைசால் சிறப்பின் அடுகளம் வேட்டுத்
துகள்தீர் மகளிர் இரங்கத் துப்பறுத்துத்
தகடூர் எறிந்து நொச்சி தந்தெய்திய
அருந்திறல் ஒள்ளிசைப் பெருஞ்சேர லிரும்பொறை
(8ஆம் பத்து, பதிகம்)

21. இது பற்றி மயிலை. சீனி வேங்கடசாமி எழுதிய மறைந்துபோன தமிழ் நூல்கள் என்னும் புத்தகத்தில் காண்க.

22. கொல் களிற்றியானை யெருத்தம் புல்லென
வில்குலை யறுத்துக் கோலின் வாரா
வெல்போர் வேந்தர் முரசுகண் போழ்ந்தவர்
அரசுவா வழைப்பக் கோடறுத் தியற்றிய
அணங்குடை மரபிற் கட்டின் மேலிருந்து
தும்பை சான்ற மெய்தயங் குயக்கத்து
நிறம்படு குருதி புறம்படின் அல்லது
மடையெதிர் கொள்ளா அஞ்சுவரு மரபில்
கடவுள் அயிரை (8-ஆம் பத்து 9: 10-18).

23. முழுதுணர்ந்து ஒழுகும் நரை மூதாளனை
    வண்மையும் மாண்பும் வளனும் எச்சமும்
    தெய்வமும் யாவதும் தவமுடை யோர்க்கென
    வேறுபடு நனந்தலைப் பெயரக்
    கூறினை பெருமநின் படிமை யானே   (8ஆம் பத்து 4: 24-28)

    "நரைமூதாள னென்றது புரோகிதனை" (பழைய உரை). தகடூர் எறிந்த பெருஞ்சேரலிரும்பொறைக்குப் பசும்பூட் பொறையன் என்றும் (அகம் 108:4) பெரும்பூட் பொறையன் என்றும் (குறுந். 89:4) சிறப்புப் பெயர் உண்டு.

24. சால்பும் செம்மையும் உளப்படப் பிறவும்
    காவற் கமைந்த அரசுதுறை போகிய
    வீறுசால் புதல்வன் பெற்றனை   (8-ஆம் பத்து 4:19-21)

25. A Comprehensive History of India. Vol. II. Edited by K.A. Nilakanta Sastri. 1957. p.506.)

26. புறத்திரட்டு, ராவ்சாகிப், எஸ். வையாபுரிப்பிள்ளை, பதிப்பு, 1939, பக்கம் 14-16).

27. நாரரி நறவிற் கொங்கர் கோவே ·   (9-ஆம் பத்து 8:19)
    கட்டிப் புழுக்கிற் கொங்கர் கோவே
    மட்டப் புகாவிற் குட்டுவர் ஏறே
    எழா அத் துணைத்தோட் பூழியர் மெய்ம்மறை
    இரங்குநீர்ப் பரப்பின் மாந்தையோர் பொருந
    வேண்பூ வேளையோடு சுரைதலை மயக்கிய
    விரவுமொழிக் கட்டூர் வயவர் வேந்தே
                        (9-ஆம் பத்து 10:25-30)

    வளைகடல் முழவின் தொண்டியோர் பொருந
                        (9-ஆம் பத்து 8:21)

28. பாரி இறந்த பறகு பாரி மகளிரைக் கபிலர் விச்சிக்கோவிடம் அழைத்து வந்து அவர்களை மணஞ்செய்து கொள்ளும்படி வேண்டினார். அதற்கு அவர் இணங்கவில்லை.   (புறம் 200)

29. நன்னன் ஏற்றை நறும்பூண் அத்தி
    துன்னருங் கடுந்திறல் கங்கன் கட்டி
    பொன்னணி வல்வில் புன்றுறை என்றாங்கு

அன்றவர் குழீஇய அளப்பருங் கட்டூர்ப்
பருந்துபடப் பண்ணி பழையன் பட்டெனக்
கண்டது நோனனாகித் திண்தேர்க்
கணையன் அகப்படக் கழுமலந் தந்த
பிணையலங் கண்ணிப் பெரும்பூண் சென்னி (அகம் 44:7-14).

30. Ceras of Sangam Period, K.G. Sesha Aiyar, p.68.)

31. பெரிய புராண ஆராய்ச்சி, பக். 86-94) ('Date of Ko-Chenganan, Journal of Madras University.' Vol. XXXI. No. 2. pp. 177-182).

32. நன்மரம் துவன்றிய நாடுபல தரீஇப்
பொன்னவிர் புனைசெயல் இலங்கும் பெரும்பூண்
ஒன்னாப் பூட்கைச் சென்னியர் பெருமான்
இட்ட வெள்வேல் முகத்தைத் தம்மென
உவலை கூராக் கவலையில் நெஞ்சின்
நனவிற் பாடிய நல்லிசைக்
கபிலன் பெற்ற ஊரினும் பலவே (9-ஆம் பத்து5)

இந்தச் செய்யுளின் பழைய உரை இதற்கு இவ்வாறு விளக்கங் கூறுகிறது. ''இளஞ்சேரலிரும்பொறை, சென்னியர் பெருமானுடைய நாடுகள் பலவற்றையும் எமக்குக் கொண்டு தந்து அச்சென்னியர் பெருமானை எம்முன்னே பிடித்துக்கொண்டு வந்து தம்மினெனத் தம்படைத் தலைவரை ஏவச் சென்னியர் பெருமான் படையாளர் பொருது தோற்றுப் போகட்ட வெள்வேல்... கபிலன் பெற்ற ஊரினும் பல.''

33. பொத்தி யாண்ட பெருஞ்சோழனையும்
வித்தை யாண்ட இளம்பழையன் மாறனையும்
வைத்த வஞ்சினம் வாய்ப்ப வென்று (9-ஆம் பத்து பதிகம்)

34. பொத்தி யாண்ட பெருஞ்சோ ழனையும்
வித்தையாண்ட இளம்பழையன் மாறனையும்
வைத்த வஞ்சினம் வாய்ப்ப வென்று
வஞ்சி மூதூர்த் தந்து பிறர்க்குதவி

அருந்திறல் மரபில் பெருஞ் சதுக்க மாந்த
வெந்திறல் பூதரைத் தந்திவண் நிறீஇ
ஆய்ந்த மரபிற் சாந்திவேட்டு (9-ஆம் பத்து, பதிகம்)

35. சதுக்கப் பூதரை வஞ்சியுள் தந்து

மதுக்கொள் வேள்வி வேட்டோன் (சிலம்பு. நடுகற் காதை 147-148). சதுக்கப் பூதர் என்பதற்குச் சிலப்பதிகார அரும்பதவுரையாசிரியர், 'அமராபதியிற் பூதங்கள்' என்று உரை எழுதியுள்ளார். கொங்கு நாட்டுக் கருவூருக்கு (வஞ்சி நகர்) பிற்காலத்தில் அமராபதி என்றும் பெயர் வழங்கிற்று. இதைத்தான் அவர் அவ்வாறு எழுதினார்.)

36. மையூர் கிழானைப் பற்றியும் அவன் மகள் அந்துவஞ்செள்ளையைப் பற்றியும் திரு.கே.ஏ.நீலகண்ட சாஸ்திரி பல யூகங்களைக் கூறித் தவறு செய்கிறார். அந்துவனுக்கு (அந்துவன் பொறையனுக்கு) மையூர் கிழான் என்று பெயர் உண்டு என்றும் அந்துவன் பொறையனே அமைச்சனான மையூர்கிழான் என்னும் பெயருடன் இருந்தான் என்றும் இல்லாததைப் புனைந்துரைக்கிறார். A Comprehensive History of India. Vol. II. Edited by K.A. Nilakanta Sastri. 1957,pp.506. 507. 526.)

37. A Comprehensive History of India. Vol. II. 1957, pp, 522, 539, A History of South India, 1955, p.119.

சாஸ்திரியைப் போலவே கே.ஜி.சேஷையரும் எழுதியுள்ளார்.

Cera Kings of the Sangam period. K.G. Sesha Aiyer. 1937. p.52).

38. The Chronology of the Early Tamils. K.N.Sivaraja pillai. 1932. p.136.

39. Cera Kings of the Sangam period. K.G. Sesha Aiyer. 1937. p.44).

40. Introduction The Silapadikaram, English Translation by V.R.Ramachandra Dikshidar. 1939. p. 12. 13.)

41. சேரன் செங்குட்டுவன், சென்னைப் பல்கலைக்கழகப் பதிப்பு, மயிலை சீனி. வேங்கடசாமி, Annals of Oriental Research, University of Madras. Vol. XXI. Part I. 1966. *பக். 24.)*

42. சேரன் வஞ்சி, திவான் பகதூர் டாக்டர் எஸ். கிருஷ்ணசாமி ஐயங்கார், 1946, பக். 121, 122.

43. 1800 ஆண்டுகளுக்கு முற்பட்ட தமிழர் என்னும் பெயரினால் ஆங்கிலத்தில் முதன்முதலாகத் தமிழ்நாட்டுச் சரித்திரத்தை எழுதியவர் கனகசபைப் பிள்ளையவர்கள். அவர் காலத்தில் சங்க இலக்கியங்கள் அச்சில் வராமல் ஏட்டுச்சுவடிகளாக இருந்தன. ஆகவே, சங்க இலக்கியங்களை ஏட்டுச் சுவடியில் படித்து அந்நூலை எழுதினார். அதில் யானைக்கட்சேய் மாந்தரஞ் சேரல் இரும்பொறை, சேரன் செங்குட்டுவனுடைய மகன் என்று பிழையாக எழுதினார். அவர் அறியாமல் செய்த தவற்றை அவருக்குப் பிறகு வந்த டாக்டர் D. கிருஷ்ணசாமி அய்யங்காரும் அப்படியே எழுதிவிட்டார். அவரைப் பன்பற்றி பானர்ஜி என்பவர் ஆங்கிலத்தில் எழுதிய ஜுனியர் ஹிஸ்டரி ஆப் இந்தியா என்னும் நூலில் 94-ஆம் பக்கத்தில் அதே தவறைச் செய்துவிட்டார். கே.ஜி.சேஷையர் அவர்கள் யானைக்கட் சேய் மாந்தரம் சேரல் இரும்பொறையைப் பற்றி ஒரு கட்டுரை எழுதியிருக்கிறார். 'The last Cera of the sangam period' by G. Sesha Aiyer. Dr.S.K. Aiyengar Commemoration Volume, pp. 217-221).

44. I.A. xxix. N.2.p. 250. The Colas. Vol I. K.A. Nilakanta Sastri. 1935. p. 49-50).

45. தண்ணான் பொருநை வெண்மணல் சிதையக்
கருங்கைக் கொல்லன் அரஞ்செய் யவ்வாய்
நெடுங்கை நவியம் பாய்தலின் நிலையழிந்து
வீகமழ் நெடுஞ்சினை புலம்பக் காவுதொறுங்
கடிமரந் தடியும் ஓசை தன்னூர்
நெடுமதில் வரைப்பில் கடிமனை இயம்ப
ஆங்கினி திருந்த வேந்தனொ டீங்குநின்
சிலைத்தார் முரசங் கறங்க
மலைத்தனை யென்பது நாணுத்தக வுடைத்தே (புறம் 36: 5-13).

இந்தச் செய்யுளின் அடிக்குறிப்பு ''சோழன் குளமுற்றத்துத் துஞ்சிய கிள்ளிவளவன் கருவூர் முற்றியிருந்தானைப் பாடியது'' என்று கூறுகிறது.

46. வேந்து புறங்கொடுத்த வீய்ந்துகு பறந்தலை
மாட மயங்கெரி மண்டிக் கோடிறுபு
உருமு எரி மலையின் இருநிலஞ்சேர (புறம் 373: 19-21).

47. எழு சமங்கடந்த எழுவுறழ் திணிதோள்
கண்ணார் கண்ணிக் கலிமான் வளவ
யாங்ஙன மொழிகோ யானே ஓங்கிய
வரையளந் தறியாப் பொன்படு நெடுங்கோட்டு
இமயஞ் சூட்டிய ஏம விற்பொறி
மாண்வினை நெடுந்தேர் வானவன் தொலைய
வாடா வஞ்சி நாட்டுநின்
பீடுகெழு நோன்றாள் பாடுங் காலே (புறம் 39: 11-18)

இமயஞ்சூட்டிய ஏமவிற்பொறி - சேர அரசரின் முன்னோன் ஒருவன் இமயமலையுச்சியில் பாறை யொன்றின்மேல் பொறித்து வைத்த வில்லின் அடையாளம். வானவன் சேர அரசர் பரம்பரைக்குப் பொதுப் பெயர். வாடாவஞ்சி - வஞ்சி மாநகரமாகிய கருவூர்.)

48. .... சேரலர்
கள்ளியம் பேரியாற்று வெண்ணுரை கலங்க
யவனர் தந்த வினைமாண் நன்கலம்
பொன்னொடு வந்து கறியொடு பெயரும்
வளங்கெழு முசிறி யார்ப்பெழ வளைஇ
அருஞ்சமம் கடந்து படிமம் வவ்விய
நெடுநல் யானை யடுபோர்ச் செழியன் (அகம் 149: 7-13)

49. கொய்சுவற் புரவிக் கொடித்தேர்ச் செழியன்
முதுநீர் முன்றுறை முசிறி முற்றிக்
களிறுபட வெருக்கிய கல்லென் ஞாட்பின்
அரும்புண் ணுறுநர் (அகம் 57: 14-17).

50. The Secret Chamber. V.T. Indo Chudan, 1969, pp.83, 84.

51. ....மூவன்
முழுவலி முள்ளயிறு அழுத்திய கதவில்
கானலந்தொண்டிப் பொருநன் வென்வேல்
தெறலருந் தானைப் பொறையன் (நற். 18-2-5).

52. களவழிக் கவிதை பொய்கை உரைசெய்ய
உதியன் கால்வழித் தளையை வெட்டி அரசிட்ட அவனும்
(கலிங்கத்துப் பரணி, இராசபாரம்பரியம் தாழிசை 18)

உதியன் - சேரன், இங்குக் கணைக்காலிரும்பொறையைக் குறிக்கிறது.
கால்வழித்தளை - காலில் இடப்பட்ட விலங்கு.)

53. போர் அல்லது போஓர் என்பது சோழ நாட்டுக் காவிரிக் கரைமேல் இருந்த ஓர் ஊர். அவ்வூரிலிருந்த பழையன் என்பவன் சோழரின் சேனைத் தலைவன் (அகம் 186:15-16, 326:9-12, நற். 10: 7-8). போர் என்னும் ஊரில் வேறு சில போர்களும் நடந்திருக்கின்றன (புறம் 62, 63, 368 இவற்றின் அடிக்குறிப்புக் காண்க)

4

செங்கட் சோழன், கணைக்கால் இரும்பொறை காலம்

செங்கட் சோழனும் கணைக்கால் இரும்பொறையும், கடைச்சங்க காலத்தின் இறுதியில், கி.பி. இரண்டாம் நூற்றாண்டின் பிற்பகுதியில் இருந்தவர்கள் என்று கூறினோம். இவர்கள் கி.பி. 6-ஆம் நூற்றாண்டில் இருந்தவர்கள் என்று சில சரித்திரக்காரர்கள் தவறாகக் கூறியுள்ளதை இங்கு விளக்கிக் காட்ட விரும்புகிறோம். சோழன் செங்கணான் கி.பி. 6-ஆம் நூற்றாண்டில், பல்லவ அரசர் காலத்தில் இருந்தான் என்று இவர்கள் எழுதியுள்ளனர். இவர்கள் இவ்வாறு கருதுவதற்குச் சான்று கிடையாது. இவர்கள் காட்டும் ஒரே சான்றும் தவறானது. அதாவது, சங்ககாலப் புலவரான பொய்கையாரும் பக்தி இயக்க காலத்தில் இருந்த பொய்கையாழ்வாரும் ஒருவரே என்று இவர்கள் தவறாகக் கருதுவதுதான்.

தமிழர் வரலாறு என்னும் நூலை ஆங்கிலத்தில் எழுதிய பி.தி. சீனிவாச அய்யங்கார் முதன் முதலாக இந்தத் தவறு செய்தார். களவழி பாடிய பொய்கையாரும் விஷ்ணு பக்தரும் பல்லவர் காலத்திலிருந்தவருமான பொய்கையாழ்வாரும் ஒருவரே என்று தவறாகக் கருதிக்கொண்டு, பொய்கையாரால் களவழியில் பாடப்பட்ட சோழன் செங்கணான் கி.பி. ஆறாம் நூற்றாண்டில் இருந்தவன் என்று எழுதினார்.[1] இதே காரணத்தைக் கூறி மு. இராகவையங்காரும், களவழிநாற்பது பாடிய பொய்கையாரும் முதல் திருவந்தாதி பாடிய பொய்கையாழ்வாரும் ஒருவரே என்று எழுதினார். டி.வி. மகாலிங்கமும் தாம் ஆங்கிலத்தில் எழுதிய தென்னிந்தியப் பழைய வரலாற்றில் காஞ்சீபுரம் என்னும் நூலில், இவர்கள் கூறியதை அப்படியே ஏற்றுக்கொண்டு, சோழன் செங்கணான் கி.பி. 6-ஆம் நூற்றாண்டில் இருந்தவன் என்று கூறியதோடு அல்லாமல் அவன் சிம்மவிஷ்ணு பல்லவன் காலத்தில் இருந்தவன் என்றும் எழுதிவிட்டார்.[2] இவர்கள் இப்படி எழுதியிருப்பது 'கங்காதரா மாண்டாயோ' என்னும் கதை

போலிருக்கிறதே தவிர, உண்மையான சான்றும் சரியான ஆதாரமும் இல்லாத கருத்தாகும்.

பொய்கையார் என்னும் பெயர் பொய்கையூரில் பிறந்தவர் என்னும் காரணப் பெயர். பொய்கையூர்கள் வெவ்வேறு நாடுகளில் இருந்திருக்கலாம். குளப்பாக்கம், குளத்தூர், ஆற்றூர், ஆற்றுப்பாக்கம் என்னும் பெயர்கள்போல, வெவ்வேறு ஊரிலிருந்த பொய்கையார்களை ஒரே பொய்கையார் என்று கூறுவது எப்படிப் பொருந்தும்? களவழி பாடிய பொய்கையாரும், முதல் திருவந்தாதி பாடிய பொய்கையாரும் வெவ்வேறு காலங்களில் வெவ்வேறு நாடுகளில் இருந்தவர். களவழி நாற்பது பாடிய பொய்கையார் மேற்குக் கடற்கரையில் இருந்த தொண்டிப்பட்டினத்தில் சேர நாட்டில் கடைச் சங்க காலத்தின் இறுதியில் வாழ்ந்தவர். முதல் திருவந்தாதி பாடிய பொய்யையாழ்வார் கிழக்குக் கடற்கரையைச் சேர்ந்த தொண்டை நாட்டில் பிறந்து பக்தி இயக்கக் காலத்தில் (பல்லவ ஆட்சிக் காலத்தில்) இருந்தவர். (பக்தி இயக்கக் காலம் என்பது கி.பி. 6-ஆம் நூற்றாண்டிலிருந்து கி.பி. 10-ஆம் நூற்றாண்டு வரையில் உள்ள காலம்.)

பக்தி இயக்கக் காலத்தில், ஏறத்தாழ கி.பி. 6ஆம் நூற்றாண்டில் இருந்த பொய்கையாழ்வார் மானிடரைப் பாடாமல், விஷ்ணுவையே பாடித் தொழுதுகொண்டிருந்தவர். அவர் எந்த அரசனையும் வணங்கித் துதித்துப் பாடியவர் அல்லர். 'வாய் அவனை அல்லது வாழ்த்தாது' (11) என்றும் 'மால் அடியை அல்லால் மற்றும் எண்ணத்தான் ஆமோ'(31) என்றும் 'நாளும் கோள் நாகணையான் குரைகழலே கூறுவதே'(63) என்றும் 'நாடிலும் நின் அடியே நாடுவன் நாள்தோறும் பாடிலும் நின் புகழேபாடுவன்' (83) என்றும் 'மாயவனை அல்லாமல் இறையேனும் ஏத்தாது என் நா' (94) என்றும் உறுதி கொண்டிருந்த பொய்கையாழ்வார் மனிதரைப் பாடாத திருமால் பக்தர்.

ஆனால், கடைச்சங்க காலத்தில் இருந்த பொய்கையாரோ, மனிதனாகிய செங்கட்சோழன் மேல் களவழி நாற்பது பாடிய புலவர். மேலும் அவர், சேரமான் கோக்கோதை மார்பனையும் பொறையனையும் புகழ்ந்து பாடியுள்ளார். 'தெறலருழுந்தானைப் பொறையன் பாசறை'யைப் பாடியுள்ளார் (நற். 18).மேலும், சேரமான் கோக்கோதை மார்பனை அவர்,

கள் நாறும்மே கானலத் தொண்டி
அஃதெம் ஊரே, அவன் எம் இறைவன்
(அவன் - கோதை மார்பன்) (புறம் 48 : 4 - 5)

நாடன் என்கோ ஊரன் என்கோ
பாடிமிழ் பனிக்கடல் சேர்ப்பன் என்கோ
யாங்கன மொழிகோ ஓங்குவாள் கோதையை (புறம் 49 : 1-3)

என்றும் பாடியுள்ளார். செங்கண் சோழனையும், கொங்கு நாட்டுப் பொறையனையும் சேரமான் கோக்கோதை மார்பனையும் பாடிய இந்தப் பொய்கையார், திருமாலையோ அல்லது வேறு கடவுளையோ பாடியதாக ஒரு செய்யுளேனும் கிடைக்கவில்லை.

எனவே, மனிதரை (அரசரைப்) பாடிக்கொண்டிருந்த பொய்கையாரும், மானிடரைப் பாடாமல் திருமாலையே பாடிக்கொண்டிருந்த பொய்கையாழ்வாரும் ஒருவராவரோ? வெவ்வேறு காலத்திலிருந்த வெவ்வேறு பொய்கையார்கள் எப்படி ஒரே பொய்கையார் ஆவர்? பெயர் ஒற்றுமை மட்டும் இருந்தால் போதுமா? எனவே, பொய்கையார் வேறு பொய்கையாழ்வார் வேறு என்பது நன்றாகத் தெரிகிறது.

இனி டி.வி. மகாலிங்கம் கூறுவதை ஆராய்வோம். தொண்டை நாட்டையரசாண்ட பல்லவ அரசர் மரபைச் சேர்ந்த சிம்ம வர்மனுடைய மகனான சிம்மவிஷ்ணுவின் காலத்தில், புறநானூற்றிலும் களவழி நாற்பதிலுங் கூறப்பட்ட செங்கணான் இருந்தான் என்று இவர் எழுதுகிறார்.[3] சிம்மவிஷ்ணு சோழ நாட்டின் மேல் போருக்குச் சென்ற போது அவனை எதிர்த்தவன் செங்கட்சோழன் என்று கூறுகிறார். செங்கட்சோழனும் சிம்மவிஷ்ணுவும் 6-ஆம் நூற்றாண்டில் இருந்தவர்கள் என்றும், செங்கணான் சேரனை (கணைக்காலிரும் பொறையை) வென்ற பிறகு, அவனுடைய கடைசிக் காலத்தில் சிம்மவிஷ்ணு செங்கணானை வென்றான் என்றும் எழுதுகிறார்.[4] இவர் கூறுவது இவருடைய ஊகமும் கற்பனையும் ஆகும். பல்லவ சிம்மவிஷ்ணு சோழ நாட்டை வென்றான் என்றும் பல்லவரின் பள்ளன்கோவில் செப்பேடு கூறுகிறது (சுலோகம் 5). சிம்ம விஷ்ணு இன்னொரு சிம்மவிஷ்ணு என்பவனை வென்றான் என்று அதே சாசனம் (சுலோகம் 4) கூறுகிறது. இதிலிருந்த சோழ நாட்டையரசாண்ட சிம்மவிஷ்ணுவைத் தொண்டை நாட்டையரசாண்ட பல்லவ சிம்மவிஷ்ணு வென்று சோழ நாட்டைக் கைப்பற்றினான் என்பது தெரிகிறது. ஆனால் மகாலிங்கம், பல்லவ சிம்மவிஷ்ணு, சோழன் செங்கணானுடன் போர் செய்து சோழ நாட்டை வென்றான் என்று கூறுவது எப்படிப் பொருந்தும்? சாசனம் கூறுகிற பெயரை மாற்றி இவர் தம் மனம் போனபடி கூறுவது ஏற்கத்தக்கதன்று.

கி.பி. 6-ஆம் நூற்றாண்டில் சோழ நாட்டையரசாண்டவர் களப்பிர அரசர்கள். களப்பிரருக்குக் கீழ், சோழ அரசர் அக்காலத்தில் சிற்றரசராக இருந்தார்கள். ஆகவே, சுதந்தரமும் ஆற்றலும் படைத்திருந்த செங்கட்சோழன், களப்பிரர் ஆட்சிக் காலத்தில் அவர்களுக்குக் கீழடங்கிச் சிற்றரசனாக வாழ்ந்திருந்திருக்க முடியாது. அவன் களப்பிரர் ஆட்சிக் காலத்துக்கு முன்பு சோழர்கள் சுதந்தரர்களாக ஆட்சி செய்துகொண்டிருந்த காலத்தில்தான் வாழ்ந்திருக்க வேண்டும். கடைச்சங்க காலத்துக்குப் பிறகு (கி.பி. 250-க்குப் பிறகு) சோழ நாடு களப்பிரர் ஆட்சிக்குக் கீழடங்கியிருந்தது. ஏறத்தாழ கி.பி. 575-இல் பல்லவ சிம்மவிஷ்ணு சோழ நாட்டைக் களப்பிரரிடமிருந்து வென்று கைப்பற்றினான். பிறகு, சோழ நாடு கி.பி. 10-ஆம் நூற்றாண்டு வரையில் பல்லவர் ஆட்சிக்குட்பட்டிருந்தது. கி.பி. 10-ஆம் நூற்றாண்டுக்குப் பிறகுதான் சோழர்கள் மறுபடியும் சுதந்திரம் பெற்று பேரரசர்களாக அரசாண்டார்கள். ஆகவே, கி.பி. மூன்றாம் நூற்றாண்டிலிருந்து கி.பி. 10-ஆம் நூற்றாண்டு வரையில் சோழர்கள் களப்பிரருக்கும் பின்னர் பல்லவருக்கும் கீழடங்கிச் சிற்றரசர்களாக இருந்த காலத்தில் சோழன் செங்கணான் இருந்திருக்க முடியாது. செங்கணான், களப்பிரர் சோழ நாட்டைக் கைப்பற்றுவதற்கு முன்னரே கி.பி. 250-க்கு முன்பு இருந்தவனாதல் வேண்டும்.

பள்ளன்கோவில் செப்பேடு கூறுகிறபடி, பல்லவ சிம்ம விஷ்ணு வென்ற சோழ நாட்டுச் சிம்ம விஷ்ணு களப்பிர அரசன் என்பது சரித்திர ஆசிரியர்கள் முடிவு செய்துள்ள உண்மையாகும். சரித்திரக் காரர்களின் இந்த முடிவுடன் மகாலிங்கம் புதிதாகக் கற்பனையாகவும் ஊகமாகவும் கூறுகிற செய்தி முரண்படுகிறது.

பொய்கையாரைப் பொய்கையாழ்வாருடன் இணைத்துக் குழப்புவதும், பிறகு பொய்கையார் களவழியில் பாடிய செங்கணானைக் கி.பி. 6-ஆம் நூற்றாண்டில் இருந்தவன் என்று இணைத்துக் குழப்புவதும், பிறகு அந்தச் செங்கணானைப் பல்லவ சிம்மவிஷ்ணுவின் சமகாலத்தவன் என்று ஊகிப்பதும், பிறகு செங்கணானைச் சோழ நாட்டில் அரசாண்ட சிம்ம விஷ்ணுவுடன் (களப்பிர அரசனுடன்) இணைத்துக் குழப்புவதும் உண்மையான சரித்திரத்துக்கு உகந்ததன்று. முதற்கோணல் முற்றுங்கோணல் என்னும் பழமொழி போல, பொய்கையாழ்வாரில் தொடங்கிய தவறு பல தவறுகளில் வந்து முடிந்தது.

எனவே, நாம் தொடக்கத்தில் கூறியதுபோல, சோழன் செங்கணானும், அவன் வென்ற கணைக்கால் இரும்பொறையும்

அவர்கள் காலத்திலிருந்த பொய்கையாரும் கி.பி. இரண்டாம் நூற்றாண்டின் இறுதியில் அல்லது மூன்றாம் நூற்றாண்டின் முற்பகுதியில் இருந்தார்கள் என்பதே சரியாகும்.

அடிக்குறிப்பு

1. History of the Tamils. P.T. Srinivasa Iyengar. 1929. pp. 608 - 610)

2. Kanchipuram in Early South Indian History. T.V. Mahalingam. 1969. pp.49. 58-59).

3. K.E.S.I.H. p.49.

4. K.E.S.I.H. pp. 58, 59.

5
வேறு கொங்குச் சேரர்

சங்க இலக்கியங்கள், அரசர் வரலாறுகளைத் தொடர்ச்சியாகவும் வரன்முறையாகவும் கூறவில்லை. அவ்வாறு கூறுவது அச்செய்யுள்களின் நோக்கமும் அன்று. ஆகையால், அவை கூறுகிற அரசர் வரலாறுகளைச் சான்றுகளுடன் சீர் தூக்கிப் பார்த்து ஆராய்ந்துகொள்ள வேண்டும். இந்த முறையில் கொங்கு நாட்டுச் சேர அரசர் பரம்பரையை ஆராய்ந்தோம். சங்க இலக்கியங்களில் காணப்படாத கொங்குச் சேரர் சிலர் அக்காலத்துப் பிராமி எழுத்துக் கல்வெட்டுகளில் காணப்படுகின்றனர். கொங்கு நாட்டுப் புகழியூரில் ஆறு நாட்டார் மலைக்குகையில் எழுதப்பட்டுள்ள இரண்டு பிராமி எழுத்துச் சாசனங்கள் மூன்று கொங்குச் சேர அரசர்களின் பெயரைக் கூறுகின்றன. இந்தப் பெயர்கள் புதியவை. இரண்டு சாசனங்களும் ஒரே விஷயத்தைக் கூறுகின்றன. இளவரசனாக இருந்த இளங்கடுங்கோ என்பவன், அமணன் ஆற்றூர் செங்காயபன் என்னும் முனிவருக்கு ஆறு நாட்டார் மலைக் குகையில் கற்படுக்கைகளை அமைத்துத் தானஞ் செய்ததை இவை கூறுகின்றன. தானங் கொடுத்த இளங்கடுங்கோவின் தந்தை பெருங்கடுங்கோவையும் அத்தந்தையின் தந்தையாகிய கோ ஆதன் சேரலிரும்பொறையையும் இந்தச் சாசனங்கள் கூறுகின்றன. இச்சாசனங்களின் வாசகங்கள் இவை-

1. அமணன் ஆற்றூர் செங்காயபன் உறைய கோ ஆதன் சேரலிரும்பொறை மகன் பெருங் கடுங்கோன் மகன் இளங்கடுங்கோ இளங்கோ ஆக அறத்த கல்..

2. அமணன் ஆற்றூர் செங்காயபன் உறைய கோ ஆதன் சேரலிரும்பொறை மகன் பெருங் கடுங்கோன் மகன் இளங்கடுங்கோ இளங்கோ ஆக அறத்த கல்.

இவ்விரண்டு கல்வெட்டுகளும் ஒரே செய்தியைக் கூறுகின்றன. இவற்றில் பாட்டனான கோ ஆதன் சேரலிரும்பொறையும் தந்தையான பெருங்கடுங்கோனும் அவனுடைய மகனான இளங்கடுங்கோனும் கூறப்படுகின்றனர். இளங்கடுங்கோ, இளவரசனாக இருந்தபோது இந்தத் தானத்தை இம்முனிவருக்குச் செய்தான். இந்த மூன்று அரசர்களைப் பற்றிப் புகழியூர்க் கல்வெட்டில் கூறியுள்ளோம்.

ஆதனவினி

கொங்குச் சேர அரசர் பரம்பரையைச் சேர்ந்தவன் ஆதனவினி. இவன் கொங்கு நாட்டின் ஒரு சிறு பகுதியை அரசாண்டிருக்க வேண்டு மென்று தோன்றுகிறது. ஐங்குறுநூறு முதலாவது மருதத்திணையில், வேட்கைப் பத்து என்றும் முதற்பத்தில் இவன் பெயர் கூறப்படுகிறது.

வாழி யாதன் வாழி யவினி
நெற்பல பொலிக பொன்பெரிது சிறக்க

வாழி யாதன் வாழி யவினி
விளைக வயலே வருக விரவலர்

வாழி யாதன் வாழி யவினி
பால்பல வூறுக பகடுபல சிறக்க

வாழி யாதன் வாழி யவினி
பகைவர் புல்லார்க பார்ப்பா ரோதுக

வாழி யாதன் வாழி யவினி
பசியில் லாகுக பிணிசேண் நீங்குக

வாழி யாதன் வாழி யவினி
வேந்துபகை தணிக யாண்டுபல நந்துக

வாழி யாதன் வாழி யவினி
அறம்நனி சிறக்க அல்லது கெடுக

வாழி யாதன் வாழி யவினி
யரசுமுறை செய்க களவில் லாகுக

வாழி யாதன் வாழி யவினி
நன்று பெரிது சிறக்க தீதிலலாகுக

வாழி யாதன் வாழி யவினி
மாரி வாய்க்க வளநனி சிறக்க

இவ்வாறு இவன் பத்துச் செய்யுட்களிலும் வாழ்த்தப்படுகிறான். இதன் பழைய உரை, ''ஆதன்வினி யென்பான் சேரமான்களிற் பாட்டுடைத் தலைமகன்'' என்று கூறுகிறது. இவ்வரசனைப் பற்றி வேறொன்றுந் தெரியவில்லை.

ஐங்குறுநூறு யா.க.சே.மா. சேரல் இரும்பொறையின் காலத்தில் தொகுக்கப்பட்ட நூலாகையால், அந்நூலில் கூறப்படுகிற ஆதன் அவினி, இவ்வரசன் காலத்திலோ அல்லது இவனுக்கு முன்போ இருந்தவனாதல் வேண்டும்.

கொங்குச் சேரர் பரம்பரை

1. சேரமான் அந்துவஞ்சேரல் இரும்பொறை

அந்துவன் பொறையன் (7-ஆம் பத்துப் பதிகம்) = பொறையன் பெருந்தேவி (ஒரு தந்தையின் மகள்)

|

2. செல்வக்கடுங்கோ வாழியாதன் = வேளாவிக் கோமான்

பெருந்தேவி, 7-ஆம் பத்தின் தலைவன், 25 ஆண்டு ஆண்டான்.
சேரமான் சிக்கற்பள்ளித் துஞ்சிய செல்வக்கடுங்கோ வாழியாதன் என்பவன் இவனே. இவனுக்கு இரண்டு மக்கள் 'இளந் துணைப்புதல்வர்' இருந்தார்கள்.
(7-ஆம் பத்து 10:21)

3. பெருஞ்சேரல் இரும்பொறை (தகடூர் எறிந்தவன்) 17 ஆண்டு அரசாண்டான். 8-ஆம் பத்தின் தலைவன்.

குட்டுவன் இரும்பொறை= வேண்மாள் அந்துவஞ் செள்ளை, மையூர்கிழான் மகள் (9-ஆம் பத்து, பதிகம்)

5. யானைக்கட் சேய் மாந்தரஞ் சேரல் இரும்பொறை (பெருஞ்சேரல் இரும்பொறையின் மகன் எனத் தோன்றுகிறான். 10-ஆம் பத்தின் தலைவன் இவனாக இருக்கலாம்.)

4. இளஞ்சேரல் இரும்பொறை 16 ஆண்டு அரசாண்டான் (9-ஆம் பத்துத் தலைவன்)

6. சேரமான் கணைக்கால் இரும்பொறை (இவன் யானைக்கட்சேயின் மகனா, இளஞ்சேரல் இரும்பொறையின் மகனா என்பது தெரியவில்லை).

சேரர் அரசர் பரம்பரை

மூத்தவழி (சேரநாடு)

- உதியன் சேரல்
  - குடக்கோ நெடுஞ்சேரலாதன் (2 -ஆம் பத்து, 58 ஆண்டு அரசாண்டான்)
    - களங்காய்க் கண்ணி நார்முடிச் சேரல் (4ஆம் பத்து, 25 ஆண்டு அரசாண்டான்
    - சேரன் செங் குட்டுவன் (5-ஆம் பத்து, 55 ஆண்டு அர சாண்டான்
      - குட்டுவன் சேரல்
    - ஆடுகோட் பாட்டுச் சேரலாதன் (6-ஆம் பத்து, 38 ஆண்டு அரசாண்டான்
    - இளங்கோ அடிகள் (சிலப்பதிகார ஆசிரியர்)
  - பல்யானைச் செல்கெழுகுட்டுவன் (3ஆம் பத்து, 25 ஆண்டு அரசாண்டான்)

இளைய வழி (கொங்குநாடு)

- அந்துவன் பொறையன்
  - செல்வக்கடுங்கோ வாழியாதன் (7ஆம் பத்து, 25 ஆண்டு அசாண்டான்)
    - தகடூர் எறிந்த பெருஞ்சேரல் இரும்பொறை (8ஆம் பத்து, 17 ஆண்டு அரசாண்டான்)
      - யானைக்கட்சேய் மாந்தரஞ்சேரல் இரும்பொறை
        - கணைக்கால் இரும்பொறை
    - குட்டுவன் இரும் பொறை
      - இளஞ்சேரல் இரும்பொறை 9ஆம் பத்து 16 ஆண்டு அரசாண்டான்)

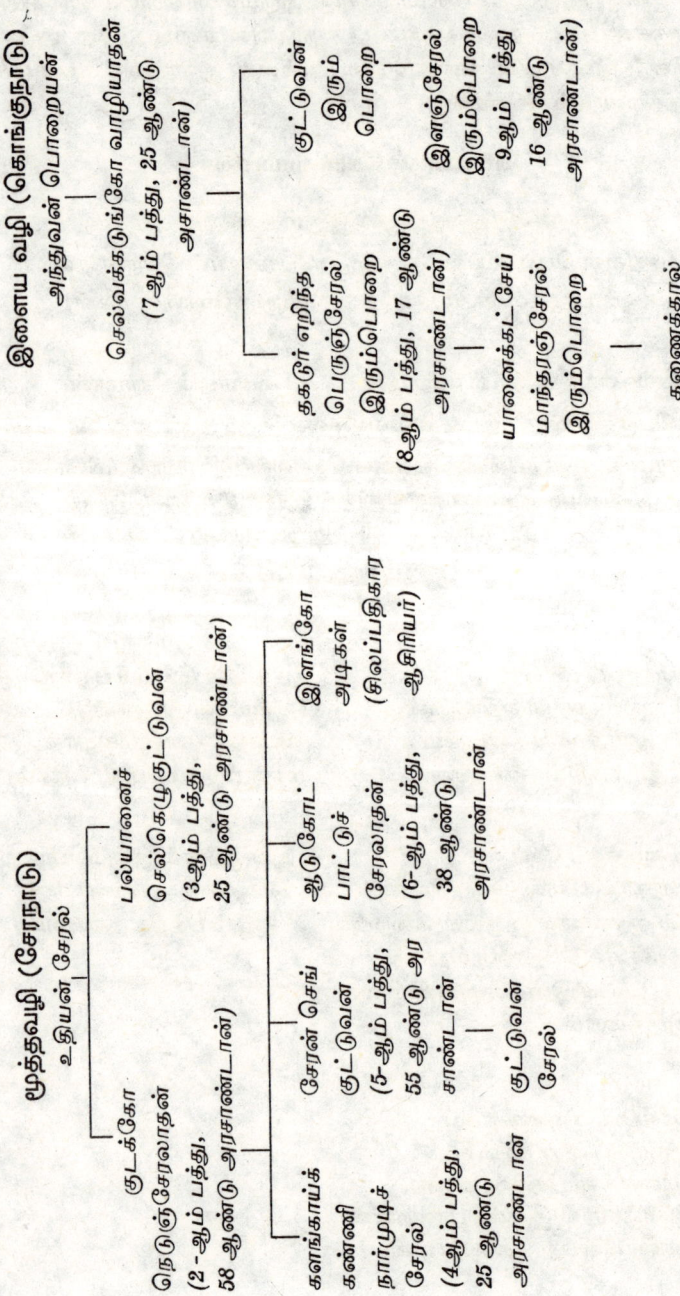

6

இரும்பொறை அரசர்களின் கால நிர்ணயம்

இனி, கொங்கு நாட்டைக் கடைச்சங்க காலத்தில் அரசாண்ட சேர மன்னர்களின் காலத்தை நிர்ணயிக்க வேண்டியது கடமையாகும் (காலத்தைக் கூறாத சரித்திரம் சரித்திரம் ஆகாது.). இந்த அரசர்களின் மூன்று பேர் (7, 8, 9-ஆம் பத்து) ஒவ்வொருவரும் இத்தனையாண்டு அரசாண்டனர் என்பதைப் பதிற்றுப்பத்து பதிகக் குறிப்புகள் கூறுகின்றன. 7-ஆம் பத்தின் தலைவனான செல்வக்கடுங்கோ வாழியாதன் 25 ஆண்டும், இவன் மகன் 8-ஆம் பத்துத் தலைவனான தகடூர் எறிந்த பெருஞ்சேரல் இரும்பொறை 17ஆண்டும், இவனுடைய தம்பி மகன் 9-ஆம் பத்துத் தலைவனான இளஞ்சேரல் இரும்பொறை 16 ஆண்டும் அரசாண்டனர் என்று அந்தக் குறிப்புகள் கூறுகின்றன. ஆனால், இவர்களுக்கு முன்னும் பின்னும் அரசாண்டவர் ஒவ்வொருவரும் எத்தனையாண்டு அரசாண்டனர் என்பது தெரியவில்லை. கிடைத்துள்ள குறிப்புகளைக் கொண்டு இவர்களின் காலத்தை ஒருவாறு நிர்ணயிக்கலாம்.

இந்தக் கால நிர்ணயத்திற்கு அடிப்படையான கருவியாக இருப்பது செங்குட்டுவன் கஜபாகு சமகாலம் ஆகும். செங்குட்டுவன் கண்ணகிக்குப் பத்தினிக் கோட்டம் அமைத்து விழாச் செய்தபோது, அவ்விழாவுக்கு வந்திருந்த அரசர்களில் இலங்கை அரசனான கஜபாகுவும் (முதலாம் கஜபாகு) ஒருவன். முதலாம் கஜபாகு இலங்கையை கி.பி. 171 முதல் 191 வரையில் அரசாண்டான் என்று மகாவம்சம், தீபவம்சம் என்னும் நூல்களில் அறிகிறோம். சரித்திரப் பேராசிரியர்கள் எல்லோரும் இந்தக் கால நிர்ணயத்தை ஏற்றுக்கொண்டிருக்கிறார்கள். (கஜபாகு, செங்குட்டுவனைவிட வயதில் இளையவன்). செங்குட்டுவன் பத்தினிக் கோட்ட விழாச் செய்த போது அவனுடைய ஆட்சியாண்டு ஐம்பது. அவன் ஆட்சிக்கு வந்தபோது (இளவரசு ஏற்றபோது) அவன் இருபது வயதுடையவனாக இருந்தான்

என்று கொள்வோமானால், அவனுடைய ஐம்பதாவது ஆட்சியாண்டில் அவனுக்கு வயது எழுபது இருக்கும். செங்குட்டுவன் தன்னுடைய ஐம்பதாவது ஆட்சியாண்டில் (அதாவது தன்னுடைய 70-ஆம் வயதில்) கண்ணகிக்குக் கோட்டம் அமைத்து விழாக் கொண்டாடினான்.

வையங் காவல் பூண்டநின் நல்யாண்டு
ஐயைந் திரட்டி சென்றதற் பின்னும்
அறக்கள வேள்வி செய்யா தியாங்கணும்
மறக்கள வேள்வி செய்வோ யாயினை

(சிலம்பு, நடுகல், 129-132)

கஜபாகு வேந்தன் தன்னுடைய எத்தனையாவது ஆட்சியாண்டில் பத்தினிக் கோட்டத்துக்கு வந்தான் என்பது தெரியவில்லை. அவனுடைய ஆட்சிக் காலத்தின் இடைப்பகுதியில் உத்தேசமாகக் கி.பி. 180-இல் கஜபாகு பத்தினிக் கோட்டத்துக்கு வந்தான் என்று கொள்ளலாம். அபபோது செங்குட்டுவனின் ஆட்சியாண்டு ஐம்பது. அவன் 55 ஆண்டு ஆட்சி செய்தான் என்று பதிற்றுப்பத்து ஐந்தாம் பத்துப் பதிகக் குறிப்புக் கூறுகிறது. ஆகவே, அவன் உத்தேசம் கி.பி. 185 -ஆம் ஆண்டில் காலமானான் என்று கருதலாம். அதாவது, சேரன் செங்குட்டுவன் உத்தேசமாக கி.பி. 130 முதல் 185 வரையில் அரசாண்டான் என்று நிர்ணயிக்கலாம். செங்குட்டுவனுடைய ஆட்சிக் காலத்தை உத்தேசமாக நிர்ணயித்துக் கொண்டபடியால், இதிலிருந்து கொங்கு நாட்டுச் சேர அரசர் அரசாண்ட காலத்தை (ஏறத்தாழ) எளிதில் நிர்ணயித்துக் கொள்ள முடியும். இதற்குச் சிலப்பதிகாரக் காவியம் நமக்கு மீண்டும் உதவி செய்கிறது.

9-ஆம் பத்தின் தலைவனான இளஞ்சேரல் இரும்பொறை, கொங்கு நாட்டைப் பதினாறு ஆண்டு அரசாண்டான் என்று பதிகக் குறிப்புக் கூறுகிறது. இளஞ்சேரல் இரும்பொறை, சேரன் செங்குட்டுவனின் தாயாதிச் சகோதரனுடைய மகன் என்பதை அறிவோம்.

செங்குட்டுவன் சேர நாட்டை அரசாண்ட காலத்தில் இளஞ்சேர லிரும்பொறை கொங்கு நாட்டை அரசாண்டான். ஆனால் செங்குட்டுவனுடைய ஆட்சிக் காலத்திலேயே, அவன் கண்ணகிக்குப் பத்தினிக் கோட்ட விழாச் செய்வதற்கு முன்னமேயே, அவன் இறந்து போனான். அதாவது, செங்குட்டுவனுடைய 50-ஆவது ஆட்சி யாண்டுக்கு முன்பே, (செங்குட்டுவனுடைய 70-ஆவது வயதுக்கு

முன்னமே, உத்தேசம் கி.பி. 180க்கு முன்னமே) இளஞ்சேரல் இரும்பொறை இறந்து போனான். இதைச் சிலப்பதிகாரத்திலிருந்து அறிகிறோம்.

சதுக்கப் பூதரை வஞ்சியுள் தந்து
மதுக்கொள் வேள்வி வேட்டோன் ஆயினும்
மீக்கூற் றாளர் யாவரும் இன்மையின்
யாக்கை நில்லா தென்பதை யுணர்ந்தோய்

(சிலம்பு, நடுகல் 147-150)

சதுக்கப்பூதர் என்னும் தெய்வங்களை வஞ்சியில் (கொங்கு நாட்டுக் கருவூர் வஞ்சியில்) அமைத்தவன் இளஞ்சேரல் இரும்பொறை யாவான். இதை இவனைப் பாடிய 9ஆம் பத்துப்பதிகமுங் கூறுகிறது.

அருந்திறல் மரபில் பெருஞ்சதுக் கமர்ந்த
வெந்திறல் பூதரைத் தந்திவண் நிறீஇ
ஆய்ந்த மரபிற் சாந்தி வேட்டு
மன்னுயிர் காத்த மறுவில் செங்கோல்
இன்னிசை முரசின் இளஞ்சேரல் இரும்பொறை

(9-ஆம் பத்துப் பதிகம்)

இதனால் கொங்கு நாட்டை அரசாண்ட இளஞ்சேரலிரும்பொறை, சேர நாட்டை அரசாண்ட செங்குட்டுவனின் ஆட்சிக் காலத்திலேயே (பத்தினிக் கோட்டம் அமைப்பதற்கு முன்பே) இறந்து போனான் என்று திட்டமாகத் தெரிகிறது. கி.பி. 175-க்கு முன்னமே இறந்துபோனான் என்று தெரிவதால் (உத்தேசம்) கி.பி. 170-இல் இவன் இறந்து போனான் என்று கருதலாம். இவன் பதினாறு ஆண்டு அரசாண்டான் என்று தெரிகிறபடியால் (170-16=154) கி.பி. 154-இல் இவன் சிம்மாசனம் ஏறினான் என்பது தெரிகிறது. எனவே இளஞ்சேரல் இரும்பொறை உத்தேசமாக கி.பி. 154 முதல் 170 வரையில் அரசாண்டான் என்று கொள்ளலாம்.

சேரன் செங்குட்டுவன் ஆட்சிக் காலத்திலேயே இளஞ்சேரல் இரும்பொறை இறந்துபோனான் என்பதை அறியாமல், கே.ஏ. நீலகண்ட சாஸ்திரியும் கே.ஜி.சேஷையரும் அவன் செங்குட்டுவன் காலத்துக்குப் பிறகு இருந்தான் என்று எழுதியுள்ளனர். இளஞ்சேரல் இரும்பொறை ஏறத்தாழக் கி.பி. 190-இல் இருந்தான் என்று அவர்கள் கூறுகிறார்கள். இது முழுவதும் தவறு. செங்குட்டுவனுக்கு முன்னே

இறந்துபோனவன் அவனுக்குப் பின்னே எப்படி வாழ்ந்திருக்க முடியும்?

இளஞ்சேரல் இரும்பொறைக்கு முன்பு கொங்கு நாட்டை அரசாண்டவன் அவனுடைய பெரிய தந்தையாகிய தகடூர் எறிந்த பெருஞ்சேரலிரும்பொறை என்று அறிந்தோம். அவன் பதினேழு ஆண்டு அரசாண்டான் என்று 8-ஆம் பத்துப் பதிகக் குறிப்புக் கூறுகிறது. எனவே, அவன் உத்தேசமாகக் கி.பி. 137 முதல் 154 வரையில் அரசாண்டான் என்று நிர்ணயிக்கலாம். இவனுடைய ஆட்சிக் காலமும் சேரன் செங்குட்டுவனுடைய ஆட்சிக் காலத்திலேயே அடங்கிவிட்டது.

பெருஞ்சேரல் இரும்பொறையின் தந்தையாகிய செல்வக் கடுங்கோவாழியாதன் இருபத்தைந்து ஆண்டு அரசாண்டான் என்று 7-ஆம் பத்துப் பதிகக் குறிப்புக் கூறுகிறது. ஆகவே, இவன் உத்தேசமாக கி.பி. 112 முதல் 137 வரையில் அரசாண்டான் என்று கருதலாம்.

செல்வக் கடுங்கோவின் தந்தையாகிய அந்துவன் பொறையன் எத்தனையாண்டு அரசாண்டான் என்பது தெரியவில்லை. இருபது ஆண்டு அரசாண்டான் என்று கொள்வோம். அப்படியானால் அவன் உத்தேசமாகக் கி.பி. 92 முதல் 112 வரையில் அரசாண்டான் என்று கருதலாம்.

இளஞ்சேரல் இரும்பொறைக்குப் பிறகு கொங்கு நாட்டை அரசாண்டவன் யானைக்கட்சேய் மாந்தரஞ்சேரல் இரும்பொறை என்று அறிந்தோம். அவன் எத்தனைக் காலம் அரசாண்டான் என்பது தெரியவில்லை. இருபது ஆண்டு ஆட்சி செய்தான் என்று கொண்டால் அவன் உத்தேசமாகக் கி.பி. 170 முதல் 190 வரையில் அரசாண்டான் என்று நிர்ணயிக்கலாம்.

யானைக்கட்சேய் மாந்தரஞ் சேரலுக்குப் பிறகு அரசாண்ட கணைக்கால் இரும்பொறையும் இருபது ஆண்டு அரசாண்டான் என்று கருதலாம். இவன் உத்தேசம் கி.பி. 190 முதல் 210 வரையில் அரசாண்டான் எனக் கொள்ளலாம். இவனுக்குப் பிறகு கொங்கு நாட்டு அரசாட்சி சோழர் கைக்குச் சென்றது. சோழன் செங்கணான் கொங்கு நாட்டைக் கைப்பற்றி அரசாண்டான். ஏறக்குறைய 120 ஆண்டுக்காலம் கொங்கு நாடு, சேர பரம்பரையில் இளைய பரம்பரையைச் சேர்ந்த பொறையர் ஆட்சியில் இருந்தது.

மேலே ஆராய்ந்தபடி கொங்கு நாட்டுச் சேர அரசரின் காலம் (உத்தேசமாக) இவ்வாறு அமைகிறது.

அந்துவன்

பொறையன் (உத்தேசமாக) கி.பி. 92 முதல் 112 வரையில்

செல்வக்கடுங்கோ வாழியாதன்(உத்தேசமாக) கி.பி. 112 முதல் 137 வரையில்

பெருஞ்சேரலிரும்பொறை (உத்தேசமாக) கி.பி. 137 முதல் 154 வரையில்

இளஞ்சேரலிரும்பொறை (உத்தேசமாக) கி.பி. 154 முதல் 170 வரையில்

யானைக்கட்சேய் மாந்தரஞ்சேரலிரும்பொறை (உத்தேசமாக) கி.பி.170 முதல் 190 வரையில்

கணைக்காலிரும்பொறை (உத்தேசமாக) கி.பி. 190 முதல் 210 வரையில்

7
இரும்பொறை அரசரின் ஆட்சி முறை

தமிழ்நாட்டில் மட்டுமன்று, பாரத நாடு முழுவதிலும் அந்தப் பழங்காலத்தில் அரசர்கள் ஆட்சி செய்வதற்குத் துணையாக ஐம்பெருங் குழுவினர் இருந்தார்கள். ஐம்பெருங்குழு என்பது அமைச்சர், புரோகிதர், சேனைத் தலைவர், தூதுவர், சாரணர் என்பவர்கள். ஒவ்வொரு துறைக்கும் அமைச்சர் சிலர் இருந்தார்கள். புரோகிதர் என்பவர் மதச் சார்பான காரியங்களைக் கவனித்தனர். அக்காலத்தில் யானைப்படை, குதிரைப்படை, தேர்ப்படை, காலாட்படை என்று நான்கு வகையான சேனைகள் அரசர்களுக்கு இருந்தன. கொங்கு நாட்டு அரசருக்குச் சிறப்பாக யானைப்படை இருந்தது. ஒவ்வொரு படைக்கும் ஒவ்வொரு தலைவனும், அவர்களுக்குத் தலைவனாக சேனாதிபதியும் இருந்தனர். தூதுவர்கள் அரசன் கட்டளைப்படி அரச காரியங்களை வேற்றரசரிடஞ் சென்று காரியங்களை முடித்தார்கள். ஒற்றர்கள் மாறுவேடம் பூண்டு உள்நாட்டிலும் வெளிநாட்டிலும் நடக்கும் அரசியல் இரகசியங்களைத் தெரிந்து வந்து அரசனுக்குக் கூறினார்கள். தமிழ்நாட்டு அரசர்களிடத்திலும் இவ்வாறு ஐம்பெருங்குழுக்கள் இருந்து அரசாட்சி செய்தன. கொங்கு நாட்டிலும் ஐம்பெருங் குழுவைக் கொண்டு அரசாட்சி நடந்தது. ஆனால், கொங்கு நாட்டு ஐம்பெருங் குழுவைப் பற்றி அதிகமாகத் தெரியவில்லை.

தகடூர் எறிந்த பெருஞ்சேரல் இரும்பொறையின் அமைச்சர் அரிசில்கிழார் என்னும் புலவர். சிறந்த புலவராக இருந்த இவர் இவ்வரசன் மேல் 8-ஆம் பத்து பாடினார். இச்செய்திகளை 8ஆம் பத்துப் பதிகத்தினாலும் அதன் அடிக்குறிப்பினாலும் அறிகிறோம். இப்புலவரின் செய்யுட்கள் சில தகடூர் யாத்திரை என்னும் நூலில் காணப்படுகின்றன.

இளஞ்சேரல் இரும்பொறைக்கு அமைச்சராக இருந்தவர் மையூர்கிழான் என்பவர். இவர், இவ்வரசனுடைய தாய்மாமன் ஆவர்.

தகடூர் எறிந்த பெருஞ்சேரல் இரும்பொறை தன்னுடைய வயது சென்ற அரண்மனைப் புரோகிதனைத் தவஞ் செய்யக் காட்டுக்கு அனுப்பினான்.[1] இளஞ்சேரலிரும்பொறை தன்னுடைய அமைச்சனான மையூர்கிழானைத் தன்னுடைய புரோகிதனைக் காட்டிலும் அறநெறியுடையவனாகச் செய்தான்.[2]

பெருஞ்சேரல் இரும்பொறையின் மறவன் (சேனைத் தலைவன்) பிட்டங்கொற்றன் (புறம் 172: 8-10, அகம் 77: 15-16, 143: 10-12). அரசன் பகையரசர்மேல் போருக்குச் சென்றால், அவன் கீழடங்கிய சிற்றரசர்கள் தங்களுடைய சேனைகளை அழைத்துக்கொண்டு அவனுக்கு உதவியாகச் சென்றனர்.

குடிமக்களிடமிருந்து இறை (வரி) தண்டுவதற்குச் சிலர் நியமிக்கப்பட்டிருந்தார்கள். கொங்கு நாட்டில் வரி வசூல் செய்தவர் கோசர் என்பவர். அவர்கள் கண்டிப்புள்ளவர்கள். அவர்கள் ஊர் ஊராகப் போய்ப் பொது அம்பலத்தில் (ஆலமரம், அரச மரங்களின் கீழே) தங்கிச் சங்குகளை முழங்கியும் பறையடித்தும் தாங்கள் இறை வசூல் செய்ய வந்திருப்பதைத் தெரிவித்தார்கள். பிறகு, ஊராரிடத்தில் இறைத் தொகையை வசூல் செய்துகொண்டு போய் அரசனிடங் கொடுத்தார்கள். இந்தச் செய்தியைக் கொங்கு நாட்டில் வாழ்ந்திருந்த ஔவையார் கூறுகிறார்.[3]

இரும்பொறையரசர்களின் ஆட்சி முறை பற்றி அதிகமாகத் தெரியவில்லை. அவர்களுடைய ஆட்சி சேர சோழ பாண்டியரின் ஆட்சியைப் போலவே இருந்தது என்பதில் ஐயமில்லை.

அடிக்குறிப்பு

1. முழுதுணர்ந்து ஒழுகும் நரைமூதாளனை
வண்மையும் மாண்பும் வளனும் எச்சமும்
தெய்வமும் யாவதும் தவமுடை யோர்க்கென
வேறுபடு நனந்தலைப் பெயரக்
கூறினை பெருமநின் படிமை யானே (8ஆம் பத்து 4:2-28).

2. மெய்யூர் அமைச்சியல் மையூர் கிழானைப் புரையறு கேள்விப் புரோசு மயக்கி
(9ஆம் பத்து, பதிகம் அடி 11-12)
புரோசு-புரோகிதன்.)

3. பறைபடப் பணிலம் ஆர்ப்ப இறைகொள்பு
தொன்மூ தாலத்துப் பொதியிற் றோன்றிய
நாலூர் கோசர் நன்மொழி போல
வாயாகின்றே (குறுந். 15: 1-4).

8
கொங்கு நாட்டுச் சமய நிலை

ஏனைய தமிழ் நாடுகளில் இருந்ததுபோலவே கொங்கு நாட்டிலும் அக்காலத்தில் சிவன், திருமால், முருகன், கொற்றவை முதலிய தெய்வ வழிபாடுகள் நடந்தன. முருகன் வழிபாடு அக்காலத்தில் சிறப்பாக இருந்தது. குன்றுகளிலும் மலைகளிலும் முருகனுக்குக் கோயில்கள் இருந்தன. கொங்கு நாட்டுத் திருச்செங்கோடு மலை அக்காலத்தில் முருகன் கோயிலுக்குப் பெயர் பெற்றிருந்தது. திருமால் (மாயோன்) வழிபாடும் இருந்தது. செல்வக்கடுங்கோ வாழியாதன் மாயவண்ணனாகிய திருமாலை வழிபட்டான். அவன் திருமால் கோயிலுக்கு ஒகந்தூர் என்னும் ஊரைத் தானங்கொடுத்தான்.[1]

வெற்றிக்கடவுளாகிய கொற்றவை வீரர்களின் தெய்வம். அயிரை மலைக் கொற்றவையைச் சேர அரசர், தங்களுடைய குலதெய்வமாக வணங்கினார்கள். கொங்கு நாட்டுக்கும், சேர நாட்டுக்கும் இடையில் இருக்கும் மேற்குத் தொடர்ச்சி மலைகளில் அயிரை மலையில் கொற்றவைக்குக் கோயில் இருந்தது. அயிரை மலைக் கொற்றவையைச் சேர அரசரும் கொங்குச் சேரரும் குலதெய்வமாக வழிபட்டார்கள்.

பூதம் என்னும் தெய்வ வழிபாடும் கொங்கு நாட்டில் அக்காலத்தில் இருந்தது. கொங்கு நாட்டின் தலைநகரமான வஞ்சிக் கருவூரில் இளஞ்சேரல் இரும்பொறை பூதங்களுக்குக் கோயில் கட்டித் திருவிழாச் செய்தான்.[2] சிலப்பதிகாரம் நடுகற்காதையிலும் இச்செய்தி கூறப்படுகிறது.[3]

தமிழ்நாட்டின் வேறு ஊர்களிலும் பூதவழிபாடு அக்காலத்தில் இருந்தது. காவிரிப்பூம்பட்டினத்தின் நடுவிலே, பட்டினப் பாக்கத்துக்கும் மருவூர்ப்பாக்கத்துக்கும் மத்தியில் இருந்த நாளங்காடித் தோட்டத்தில் பூதசதுக்கம் என்னும் இடத்தில் பூதத்துக்குப் பேர்போன கோயில் இருந்தது. அது நகரத்தின் காவல் தெய்வம் (சிலம்பு

5- 65,66,67). சிலப்பதிகாரம் இந்திரவிழவூரெடுத்த காதையில் அவ்வூரார் இந்தப் பூதத்தை வணங்கின சிறப்புக் கூறப்படுகிறது (அடி 59-88).

பூதம் என்றால் இந்தக் காலத்தில் துர்த் தேவதை என்றும் இழிந்தவர் வழிபடும் சிறுதெய்வம் என்றும் கருதப்படுகிறது. ஆனால், சங்க காலத்திலும் அதற்குப் பிற்பட்ட காலத்திலும் பூதம் என்றால் சிறந்த தெய்வமாகக் கருதப்பட்டது. அக்காலத்தில் மனிதருக்குப் பூதத்தின் பெயர் சூட்டப்பட்டது. சங்கப் புலவர் சிலர் பூதன் என்னும் பெயர் கொண்டிருந்ததைக் காண்கிறோம். இளம்பூதனார், ஈழத்துப் பூதன் தேவனார், கரும்பிள்ளை பூதனார், கருவூர்ப் பெருஞ்சதுக்கப் பூதனார், காவன் முல்லைப் பூதனார், காவிரிப்பூம்பட்டினத்துப் பொன் வாணிகனார் மகனார் நப்பூதனார், குன்றம்பூதனார், கோடை பாடிய பெரும்பூதனார், சேந்தம் பூதனார், மருங்கூர் பாகை சேந்தம் பூதனார், பூதபாண்டியன், வெண்பூதனார் முதலியோர் பூதன் என்னும் பெயர் பெற்றிருந்ததை அறிகிறோம். பிற்காலத்தில் பூதத்தாழ்வார் என்று பெயர் பெற்ற வைணவப் பக்தர் இருந்தார்.

பூதம் என்னும் தெய்வவழிபாடு பிற்காலத்தில் மறைந்துபோயிற்று. சங்க காலத்தில் தமிழ்நாடாக இருந்த துளு நாட்டிலும், அக்காலம் முதல் இக்காலம் வரையில் பூத வழிபாடு நடந்துவருகிறது. அங்குள்ள பூதக் கோயில்களுக்குப் பூததான என்று இக்காலத்தில் பெயர் கூறப்படுகிறது. (பூததான-பூதஸ்தானம்). துளு நாட்டுப் பூததானக் கோவில்களில் பூதத்தின் உருவம் இல்லை. அத்தெய்வத்தின் ஊர்திகளான புலி, பன்றி, மாடு முதலியவற்றின் உருவங்கள் வைக்கப்பட்டுள்ளன. சில பூததானங்களில் வாள் இருப்பதும் உண்டு. பூசாரி தெய்வம் ஏறி மருள் கொண்டு ஆடும்போது அந்த வாளைக் கையில் ஏந்தி ஆடுவார். பூதங்களின் மேல் பாடதான என்னும் பாட்டு (துளு மொழியில்) பாடப்படுகிறது. பாடதான என்பதற்குப் பிரார்த்தனைப் பாட்டு என்பது பொருள். துளுவ மொழி திராவிட இனத்துமொழி. அம்மொழியில் சிதைந்துபோன பல தமிழ்ச் சொற்கள் இன்றும் வழங்கி வருகின்றன. துளு மொழியில் உள்ள பாடதானத்தைப் பற்றி இந்தியப் பழமை என்னும் ஆங்கில வெளியீட்டில் காண்க.[4] துளு நாட்டிலும் இப்போது பூத வணக்கம் மறைந்து வருகிறது.

சங்ககாலத்தில் கொங்கு நாட்டிலே வழிபடப்பட்டு வந்த பூதத் தெய்வ வணக்கம் பிற்காலத்தில் மறைந்து போயிற்று.

பத்தினித் தெய்வமாகிய கண்ணகியார் வீடு பேறடைந்தது கொங்கு நாட்டில் என்று கருதப்படுகின்றது. இதைப் பற்றிக் கருத்து வேறுபாடு உண்டு. இது எப்படியானாலும் கொங்கிளங்கோசர், கொங்கு

நாட்டில் கண்ணகிக்குக் கோவில் அமைத்து வழிபட்டது உண்மை. செங்குட்டுவன் சேர நாட்டு வஞ்சி மாநகரத்தில் பத்தினிக் கோட்டம் அமைத்து விழாச் செய்வதைக் கண்ட கொங்கிளங் கோசர், பத்தினித் தெய்வத்துக்குக் கொங்கு நாட்டில் கோவில் கட்டி வழிபட்டதைச் சிலப்பதிகாரம் உரைபெறு கட்டுரை கூறுகிறது.[5] கொங்கிளங் கோசர் பத்தினித் தெய்வத்துக்குத் திருச்செங்கோடு மலைமேல் கோயில் அமைத்தனர் என்றும், அந்தக் கோவில் பிற்காலத்தில் (தேவாரக் காலத்திலேயே) அர்த்தநாரீசுவரர் கோயில் என்று மாற்றப்பட்டது என்றும் அறிஞர்கள் கருதுகிறார்கள்.

சங்க காலத்திலும் அதற்குப் பிறகும் கொங்கு நாட்டுக் கருவூரில் ஆண்டுதோறும் நடந்த பேர் போன திருவிழா உள்ளிவிழா என்பது. அவ்விழாவில் கொங்கர் மணிகளை அரையில் கட்டிக்கொண்டு கூத்தாடினார்கள்.[6]

பௌத்தர், ஜைனர் ஆகிய மதத்தாரும் அக்காலத்தில் கொங்கு நாட்டில் இருந்தார்கள். அந்த மதங்களின் துறவிகள் ஊர்களில் தங்காமல் காடுகளிலே மலைக்குகைகளில் இருந்து தவஞ்செய்தார்கள். அவர்களைப் பற்றிச் சங்க இலக்கியங்களில் அதிகமாகக் காணப்பட வில்லை. அக்காலத்துத் துறவிகள் குன்றுகளிலும் மலைகளிலும் தங்கியிருந்து தவஞ் செய்ததைச் சங்கச் செய்யுளிலிருந்து அறிகிறோம்.

பொரியரை ஞெமிர்ந்த புழற்காய்க் கொன்றை
நீடிய சடையோ டாடா மேனிக்
குன்றுறை தவசியர் போலப் பலவுடன்
என்றூழ் நீளிடைப் பொற்பத் தோன்றும்
அருஞ்சுரம் *(நற்றிணை 141-3-7)*

(ஞெமிர்ந்த - பரந்த. கொன்றை - சரக்கொன்றை மரம். புழற்காய் -துளை பொருந்திய. ஆடாமேனி-அசையாத உடம்பு. அசையாமல் தியானத்தில் அமர்ந்திருத்தல், நீராடாத உடம்பையுடையவர் என்றும் பொருள் கூறலாம். ஜைன முனிவர் நீராடக்கூடாது என்பது அவர்களின் கொள்கை. தவசியர்-தவம் செய்வோர்.)

ஆனால், கொங்கு நாட்டு மலைக்குகைகள் சிலவற்றில் காணப்படுகின்ற கற்படுக்கைகளும் அங்கு எழுதப்பட்டுள்ள பிராமி எழுத்துக்களும் அக்காலத்தில் அங்கே பௌத்த, சமண, சமய முனிவர்கள் தங்கியிருந்ததைத் தெரிவிக்கின்றன. அந்த முனிவர்கள் கல்லின் மேலே படுப்பது வழக்கமாகையால் ஊரார் மலைக் குகைகளிலுள்ள கரடுமுரடான பாறைகளைச் சமப்படுத்திப் பாயுந்

தலையணையும்போல வழவழப்பாக அமைத்துக் கொடுத்தார்கள். அவைகளை அமைத்துக் கொடுத்தவர்களின் பெயர்கள் அப்படுக்கைகளின் அருகில் பிராமி எழுத்தினால் எழுதப்பட்டன. அந்தக் கற்படுக்கைகளும் எழுத்துக்களும் இப்போது கண்டுபிடிக்கப் பட்டுள்ளன.

இந்த **ஆர்க்கியாலஜி**, எபிகிராபி சான்றுகளினாலே அக்காலத்தில் கொங்கு நாட்டிலும் சமண, பௌத்தர்கள் இருந்தனர் என்பது தெரிகின்றது. இந்தப் பிராமிக் கல்வெட்டெழுத்துக்களைப் பற்றி இந்நூலில் வேறு இடத்தில் காண்க.

கரூர் தாலுகாவைச் சேர்ந்த புகழூருக்கு 2 கல் தூரத்தில் ஆறு நாட்டார் மலை என்னும் மலையில் கடைச்சங்க காலத்தில் எழுதப்பட்ட பிராமி எழுத்துக்கள் உள்ளன. இவ்வெழுத்துக்கள் இக்குன்றில் பௌத்த அல்லது ஜைன மதத் துறவிகள் அக்காலத்தில் தங்கியிருந்து தவஞ் செய்ததைக் குறிக்கின்றன.

ஆறுநாட்டார் மலைக்கு ஏழு கல்லுக்கப்பால் உள்ள அர்த்தநாரிபாளையம் என்னும் ஊர் இருக்கிறது. இவ்வூரின் பழைய பெயர் தெரியவில்லை. இவ்வூர் வயல்களின் மத்தியில் கற்பாறைக் குன்றும் அதில் நீர் உள்ள சுனையும் இருக்கின்றன. இங்குள்ள பொடவில் ஐந்து கற்படுக்கைகள் அமைக்கப்பட்டுள்ளன. இங்குக் கடைச்சங்க காலத்தில் சமண அல்லது பௌத்த ச்மயத் துறவிகள் தங்கியிருந்தனர் என்பதை இக்கற்படுக்கைகள் சான்று கூறுகின்றன. இக்குன்று இக்காலத்தில் பஞ்ச பாண்டவ மலை என்றும் இங்குள்ள சுனை ஐவர் சுனை என்றும் பெயர் பெற்றுள்ளன.[7]

கோயம்புத்தூர் மாவட்டம் ஈரோடு தாலுகாவில் ஈரோடுக்குப் போகிற சாலையில் உள்ளது அரசலூர் மலை. இம்மலையில் ஓரிடத்தில் இயற்கையாக அமைந்த குகையில் சில கற்படுக்கைகளும் பிராமி எழுத்துக் கல்வெட்டுகளும் உள்ளன. இவை, கடைச்சங்க காலத்தில் இங்கு சமண முனிவர்கள் இருந்ததைத் தெரிவிக்கின்றன.[8]

திருச்செங்கோடு மலைமேல் ஓரிடத்தில் சமண முனிவர்கள் இருந்து தவஞ்செய்தனர் என்பதற்குச் சான்றாக அங்குக் கற்பாறைகளில் கற்படுக்கைகள் காணப்படுகின்றன.

கொங்கு நாட்டிலிருந்த கடைச்சங்க காலத்துச் சைவ வைணவக் கோயில்கள் எவை என்பது தெரியவில்லை. திருச்செங்கோட்டுமலை மேல் உள்ள முருகன் (சுப்பிரமணியர்) கோயில் மிகப் பழமையானது.

இங்குள்ள அர்த்தநாரீசுவரர் கோயில் என்று இப்போது பெயர் பெற்றுள்ள கோயில் ஆதிகாலத்தில் கண்ணகிக் கோயிலாக இருந்து பிற்காலத்தில் சிவன் கோயிலாக மாற்றப்பட்டது என்பது பேராசிரியர் முத்தமிழ்ப் புலவர் விபுலாநந்த அடிகள் போன்ற அறிஞர்கள் கண்ட முடிவு.

பொதினி (பழனி) மலையில் உள்ள முருகப் பெருமான் கோயிலும் மிகப் பழமையானது. பழனி மலைகள் சங்க காலத்தில் கொங்கு நாட்டின் தென்பகுதியைச் சேர்ந்திருந்தன.

அடிக்குறிப்பு

1. மாயவண்ணனை மனனுறப் பெற்று அவற்கு
ஒத்திர நெல்லின் ஒகந்தூர் ஈத்து. (7-ஆம் பத்து, பதிகம்)

2. அருந்திறல் மரபில் பெருஞ் சதுக்கமர்ந்த
வெந்திறல் பூதரைத் தந்திவண் நிறீஇ
ஆய்ந்த மரபில் சாந்தி வேட்டு
மன்னுயிர் காத்த மறுவில் செங்கோல்
இன்னிசை முரசின் இளஞ்சேரல் இரும்பொறை (9ஆம் பத்து)

3. சதுக்கப் பூதரை வஞ்சியுள் தந்து
மதுக்கொள் வேள்வி வேட்டோன் (நடுகற்காதை 147-148)

4. Indian Antiquary. xxiii.p.19

5. அது கேட்டுக் கொங்கிளங்கோசர் தங்கள் நாட்டகத்து நங்கைக்கு விழாவொடு சாந்தி செய்ய மழை தொழிலென்று மாறாதாயிற்று (உரைபெறு கட்டுரை).

6. .... கொங்கர்
மணியரை யாத்து மறுகின் ஆடும்
உள்ளி விழவு (அகம் 368- 16,17,18).

7. Annual Report South Indian Epigraphy. 1927-28. Part II. Para I)

8. சுதேசிமித்திரன், 1961, ஜுன் 4 தேதி, Annual Report South Indian Epigraphy, 1961-62. p.10).

9

பயிர்த் தொழில், கைத்தொழில், வாணிபம்

மற்றத் தமிழ் நாடுகளில் இருந்தது போலவே கொங்கு நாட்டிலும் பல வகையான தொழில்கள் நடந்து வந்தன. கொங்கு நாடு கடற்கரை இல்லாத உள்நாடு. ஆகையால், கடல்படு பொருள்களாகிய உப்பும் உப்பிட்டு உலர்த்திய மீன்களும் சங்குகளும் நெய்தல் நிலங்களிலிருந்து கொண்டு வரப்பட்டன. அவை மேற்குக் கடற்கரை, கிழக்குக் கடற்கரைப் பக்கங்களிலிருந்து கொண்டு வரப்பட்டன. உமணர் (உப்பு வாணிகர்) உப்பு மூட்டைகளை மாட்டு வண்டிகளில் ஏற்றிக் கொண்டு உள்நாடுகளில் வந்து விற்றனர். கொங்கு நாட்டில் வாழ்ந்தவரான ஔவையாரும் இதைக் கூறுகிறார் ('உமணர் ஒழுகைத்தோடு' குறுந்.*388:4*) உப்பு வண்டி மாடுகளின் கழுத்தில் கட்டப்பட்டிருந்த மணி ஓசை காட்டுவழிகளில் ஒலித்தது.[1] உப்பு வண்டிகளில் பாரம் அதிகமாக இருந்தபடியால் சில சமயங்களில் வண்டிகள் மேடு பள்ளங்களில் ஏறி இறங்கும்போது அச்சு முறிந்து விடுவதும் உண்டு. அதற்காக அவர்கள் சேம அச்சுகளை வைத்திருந்தார்கள்.[2]

கடற்கரைப் பக்கங்களில் சங்கு கிடைக்கும் இடங்களில் கடலில் முழுகிச் சங்குகளைக் கொண்டு வந்து வளையல்களாக அறுத்து விற்றனர். அக்காலத்தில் தமிழ்நாட்டு மகளிர் எல்லோரும் சங்கு வளையல்களைக் கைகளில் அணிந்திருந்தனர். சங்கு வளையல்களை அணிவது நாகரிகமாகவும் பண்பாடாகவும் மங்கலமாகவும் கருதப்பட்டது. குடில்களில் வாழ்ந்த ஏழைப் பெண்கள் முதலாக அரண்மனைகளில் வாழ்ந்த அரசியர் வரையில் எல்லாப் பெண்களும் சங்கு வளையல்களை அணிந்திருந்தார்கள். செல்வச் சீமாட்டிகளும் அரசிகளும் பொன் வளையல்களை அணிந்திருந்ததோடு சங்கு வளையல்களையும் கட்டாயமாக அணிந்திருந்தனர். செல்வம் படைத்தவர்கள் வலம்புரிச் சங்குகளை அணிந்தார்கள். சாதாரண மகளிர் இடம்புரிச் சங்கு வளையல்களை அணிந்தார்கள். தலையாலங்கானத்துச் செருவென்ற பாண்டியன் நெடுஞ்செழியனுடைய அரசி, கைகளில்

பொன் தொடிகளை அணிந்திருந்தாள்.[3] கோவலனுடைய மனைவி கண்ணகியார் பொன்தொடி முதலான நகைகளை எல்லாம் விற்ற பிறகும் சங்கு வளையை மட்டும் கடைசி வரையில் அணிந்திருந்தார். அவர் கோவலனை இழந்து கைம்பெண் ஆனபோது கொற்றவை கோயிலின் முன்பு தன்னுடைய சங்கு வளையை உடைத்துப் போட்டார்.[4] கைம் பெண்களைத் தவிர ஏனைய மகளிர் எல்லோரும் முக்கியமாக மணமானவர்கள் சங்கு வளைகளை அணிந்திருந்தார்கள். இதைச் சங்க இலக்கியங்களில் பரக்கக் காணலாம். தமிழ்நாட்டு மகளிர் மட்டுமல்லர். ஏனைய பாரத நாட்டு மகளிர் எல்லோரும் அந்தக் காலத்தில் சங்கு வளைகளை அணிந்திருந்தனர். இந்த வழக்கம் மிகப் பிற்காலத்தில் மறைந்துபோய், கண்ணாடி வளையல் அணியும் வழக்கம் ஏற்பட்டுவிட்டது. பாரதநாட்டில் முஸ்லிம்கள் தொடர்பு ஏற்பட்ட பிறகு இந்த மாறுதல் உண்டாயிற்று. இப்போதுங்கூட வடநாடுகளில் சில இடங்களில் மகளிர் சங்கு வளைகளை அணிந்து வருகின்றனர். கொங்கு நாட்டு மகளிர் சங்கு வளைகளை அணிந்து வருகின்றனர். கொங்கு நாட்டு மகளிரும் அந்தக் காலத்தில் சங்கு வளைகளை அணிந்தனர். சங்கு வளைகள் கடற்கரை நாடுகளிலிருந்து கொங்கு நாட்டுக்குக் கொண்டு வரப்பட்டன. பெண்களுக்கு ஆடை எவ்வளவு முக்கியமோ அவ்வளவு முக்கியமாக சங்கு வளைகளும் இருந்தன. ஆகையால், சங்கு வளை வாணிகம் அக்காலத்தில் பெரிதாக இருந்தது.

கொங்கு நாட்டில் பெரும்பாலும் மலைகள் உள்ள குறிஞ்சி நிலங்களும், காடுகள் உள்ள முல்லை நிலங்களும் இருந்தன. நீர்வளம், நிலவளம் பொருந்தின மருத நிலங்களும் இருந்தன. குறிஞ்சி நிலங்களில் வாழ்ந்த மக்கள் மலைகளிலும் மலைச் சாரல்களிலும் தினை அரிசியையும் ஐவனநெல் என்னும் மலை நெல்லையும் பயிரிட்டார்கள். மலைகளில் வளர்ந்த மூங்கிலிலிருந்து மூங்கில் அரிசியும் சிறிதளவு கிடைத்தது. மூங்கிலரிசியைச் சமைத்து உண்டனர். அதை ஆவலாக இடித்தும் உண்டனர். மலைகளில் மலைத்தேன் கிடைத்தது. மலைச்சாரல்களில் பலா மரங்கள் இருந்தன. அகில், சந்தனம், வேங்கை முதலிய மரங்களும் இருந்தன.

முல்லை (காட்டு) நிலத்தில் வாழ்ந்தவர்கள் வரகு, கேழ்வரகு ஆகிய தானியங்களைப் பயிரிட்டார்கள். அவர்கள் பசுக்களையும் ஆடுகளையும் வளர்த்தார்கள். அவைகளிலிருந்து பால், தயிர், வெண்ணெய், நெய் கிடைத்தன. அவரை, துவரை, முதலிய தானியங்களும் விளைந்தன.

மருத நிலங்களில் வயல்களிலே நெல்லும் கரும்பும் பயிராயின. கரும்பை ஆலைகளில் சாறு பிழிந்து வெல்லப் பாகு காய்ச்சினார்கள்.

கொங்கு நாடு கரும்புக்குப் பேர்போனது. ஆதிகாலத்தில் தமிழ்நாட்டில் கரும்பு இல்லை. கொங்கு நாட்டுத் தகடூரை அரசாண்ட அதிகமான் அரசர் பரம்பரையில் முற்காலத்திலிருந்த அதிகமான் ஒரு கரும்பை எங்கிருந்தோ கொண்டு வந்து தமிழகத்தில் நட்டான் என்று ஔவையார் கூறுகிறார் (புறநானூறு 99:1-4, 302:20-21). கரும்புக்கு பழனவெதிர் என்று ஒரு பெயர் உண்டு (பழனம்-கழினி. வெதிர்-மூங்கில்). மூங்கிலைப் போலவே கரும்பு கணுக்களையுடையதாக இருப்பதனாலும் கழனிகளில் பயிர் செய்யப்படுவதாலும் பழனவெதிர் என்று கூறப்பட்டது. மருத நிலங்களில் உழவுத் தொழிலுக்கு எருமைகளையும் எருதுகளையும் பயன்படுத்தினார்கள். குறிஞ்சி, முல்லை நிலங்களில் இருந்தவர்களை விட மருத நிலத்து மக்கள் நல்வாழ்வு வாழ்ந்தார்கள்.

பருத்திப் பஞ்சும் கொங்கு நாட்டில் விளைந்தது. பருத்தியை நூலாக நூற்று ஆடைகளை நெய்தார்கள். நூல் நூற்றவர்கள் பெரும்பாலும் கைம்பெண்களே.

அக்காலத்தில் பண்டமாற்று நடந்தது. அதாவது காசு இல்லாமல் பண்டங்களை மாற்றிக் கொண்டார்கள். உப்பை நெல்லுக்கு மாற்றினார்கள். குளங்களிலும் ஏரிகளிலும் மீன் பிடித்து வந்து அந்த மீன்களை நெல்லுக்கும் பருப்புக்கும் மாற்றினார்கள். பால், தயிர், நெய்களைக் கொடுத்து அவற்றிற்கு ஈடாக நெல்லைப் பெற்றுக்கொண்டார்கள். இவ்வாறு பண்டமாற்று பெரும்பாலும் நடந்தது. அதிக விலையுள்ள பொருட்களுக்கு மட்டும் காசுகள் வழங்கப்பட்டன. வெளிநாடுகளில் இருந்து, அதாவது உரோம தேசத்திலிருந்து வந்த யவனக் கப்பல் வாணிகர், வெள்ளிக்காசு, பொற்காசுகளைக் கொடுத்து இங்கிருந்து விலையுயர்ந்த பொருள்களை வாங்கிக்கொண்டு போனார்கள்.

அடிக்குறிப்பு

1. உமணர், கணநிரை மணியின் ஆர்க்கும் (அகம் 303:17—18).

2. எருதே இளைய நுகமுண ராவே
   சகடம் பண்டம் பெரிது பெய்தன்றே
   அவல் இழியினும் மிசை ஏறினும்
   அவணதறியுநர் யாரென உமணர்
   கீழ்மரத் தியாத்த சேமவச்சு.   (புறம். 102:1-5)

3. பொலந்தொடி தின்ற மயிர்வார் முன்கை
   வலம்புரி வளையொடு கடிகை நூல் யாத்து (நெடுநல்வாடை 141/142).

4. 'கொற்றவை வாயில் பொற்றொடி தகர்த்து' (சிலம்பு, கட்டுரைகாதை 181). இங்குப் பொற்றொடி என்றது பொன் வளையலையன்று, சங்கு வளையை "பொற்றொடி பொலிவினையுடைய சங்குவளை. துர்க்கை கோயில் வாயிலிலே தன் கை வளையைத்தகர்த்து" என்று பழைய அரும்பதவுரையாசிரியர் எழுதுவது காண்க.)

❖

10

அயல் நாட்டு வாணிகம்

சங்க காலத் தமிழகம் வெளிநாடுகளுடன் கடல் வாணிகத் தொடர்பு கொண்டிருந்ததுபோலவே கொங்கு நாடும் அயல் நாடுகளுடன் கடல் வாணிகத் தொடர்பு கொண்டிருந்தது. ஆனால் கொங்கு நாட்டின் கடல் வாணிகத் தொடர்பைப் பற்றிச் சங்க இலக்கியங்களில் யாதொரு செய்தியும் காணப்படவில்லை. சங்கச் செய்யுள்களில் முசிறி, தொண்டி, நறவு, கொற்கை, புகார் முதலிய துறைமுகப்பட்டினங்களில் யவனர் முதலியவர்களின் கப்பல்கள் வந்து வாணிகஞ் செய்த செய்திகள் கூறப்படுகின்றன. ஆனால், கொங்கு நாட்டுடன் அயல்நாட்டு வாணிகர் செய்திருந்த வாணிகத்தைப் பற்றிய செய்திகள் காணப்படவில்லை. ஆனாலும், கிரேக்க உரோம நாட்டவராகிய யவனர்கள் எழுதியுள்ள பழைய குறிப்புகளிலிருந்து கொங்கு நாட்டுக்கும் யவன நாட்டுக்கும் இருந்த வாணிகத் தொடர்பு தெரிகிறது.

முசிறி, தொண்டி, நறவு முதலிய மேற்குக் கடற்கரைப் பட்டினங்களில் யவனர்கள் முக்கியமாக மிளகை ஏற்றுமதி செய்துகொண்டு போனார்கள். பாண்டியரின் கொற்கைத் துறைமுகப்பட்டினத்திலிருந்து யவனர் முக்கியமாக முத்துக்களை வாங்கிக்கொண்டு போனார்கள். சோழ நாட்டுப் புகார் (காவிரிப்பூம்பட்டினம்) துறைமுகப் பட்டினத்திலிருந்து, சாவக நாடு எனப்பட்ட கிழக்கிந்தியத் தீவுகளிலிருந்து கிடைத்த சாதிக்காய், இலவங்கம், கற்பூரம் முதலிய வாசனைப் பொருள்களையும், பட்டுத் துணிகளையும் யவனர் வாங்கிக் கொண்டுபோனார்கள். உள்நாடாகிய கொங்கு நாட்டிலிருந்து அக்காலத்தில் உலகப் புகழ் பெற்றிருந்த நீலமணிக் கற்களை யவனர் வாங்கிக் கொண்டுபோனார்கள். யானைத் தந்தங்களையும் யவனர் வாங்கிக்கொண்டு போனார்கள். கொங்கு நாட்டிலிருந்தும் யானைத் தந்தங்கள் அனுப்பப்பட்டன. கொல்லி மலையில் இருந்தவர்கள் யானைக் கொம்புகளை விற்றார்கள்.[1]

கொங்கு நாட்டு நீலமணிக் கற்களை யவனர் வாங்கிக் கொண்டு போனதைப் பற்றிக் கூறுவதற்கு முன்பு, யவனர் தமிழ்நாட்டுடன்

வாணிகத் தொடர்பு கொண்ட வரலாற்றையறிந்து கொள்வது முக்கியமாகும். கிரேக்க நாட்டாரும் உரோம நாட்டாருமாகிய யவனர்கள் வருவதற்கு முன்னே அதாவது கிருஸ்து சகாப்தத்துக்கு முன்னே. அரபி நாட்டு அராபியர் தமிழ்நாட்டுடனும் வட இந்திய நாட்டுடனும் வாணிகத் தொடர்பு கொண்டிருந்தார்கள். அவர்கள் முக்கியமாக இந்திய தேசத்தின் மேற்குக் கடற்கரைத் துறைமுகப் பட்டினங்களுக்குத் தங்களுடைய சிறிய படகுகளில் வந்து வாணிகஞ் செய்தார்கள்.

அந்தக் காலத்தில் தெரிந்திருந்த உலகம் ஆசியா, ஐரோப்பா, ஆப்பிரிக்கா ஆகிய மூன்று கண்டங்கள் மட்டுமே. ஆப்பிரிக்காக் கண்டத்தில் எகிப்து தேசமும் சில கிழக்குப் பகுதி நாடுகளும் தெரிந்திருந்தன. ஆப்பிரிக்காவின் தெற்கு மேற்குப் பகுதி நாடுகள் உலகம் அறியாத இருண்ட கண்டமாகவே இருந்து வந்தன. அந்தக் காலத்தில், ஐரோப்பாக் கண்டமாகிய மேற்குத் தேசங்களையும் ஆசியாக் கண்டமாகிய கிழக்குத் தேசங்களையும் தொடர்புபடுத்தியது எகிப்து நாட்டு அலெக்சாந்திரியத் துறைமுகப்பட்டினம். அலெக்சாந்திரியம், கிழக்கு நாடுகளையும் மேற்கு நாடுகளையும் இணைத்து நடுநாயகமாக விளங்கிற்று. பல நாட்டு வாணிகரும் அந்தத் துறைமுகத்துக்கு வந்தார்கள். எல்லா நாட்டு வாணிகப் பொருட்களும் அங்கு வந்து குவிந்தன. நீலநதி மத்தியதரைக்கடலில் கலக்கிற புகார் முகத்துக்கு அருகில், அக்காலத்து உலகத்தின் நடுமத்தியில் அலெக்சாந்திரியம் அமைந்திருந்தது. அங்குக் கிரேக்கர், உரோம நாட்டார், பாபிலோனியர், பாரசீகர், அராபியர், இந்தியர், சீனர் முதலான பல நாட்டு மக்களும் வாணிகத்தின் பொருட்டு வந்தனர்.

பாரத தேசத்தின் மேற்குக் கடற்கரைப் பட்டினங்களிலிருந்து இந்திய வாணிகர் அலெக்சாந்திரியம் சென்றனர். ஆனால், காலஞ் செல்லச் செல்ல அராபியர் இந்திய நாட்டுப் பொருள்களைத் தாங்களே வாங்கிக் கொண்டுபோய் அலெக்சாந்திரியத்தில் விற்றார்கள். இதற்குக் காரணம் அலெக்சாந்திரியத்துக்கும் பாரத நாட்டுக்கும் இடைமத்தியில் அரபுநாடு இருந்ததுதான். இரண்டு நாடுகளுக்கும் மத்தியில் இருந்த அரபு நாட்டு அராபியர் கப்பல் வாணிகத்தைத் தங்கள் கையில் பிடித்துக்கொண்டார்கள். மேலும், கிரேக்க, உரோம நாட்டு யவன வாணிகர் இந்திய நாட்டுத் துறைமுகப் பட்டினங்களுக்கு வராதபடியும் அவர்கள் செய்துவிட்டார்கள். கிரேக்க, உரோம நாட்டு யவனர்கள் இந்திய நாட்டுடன் நேரடியாக வாணிகத் தொடர்பு கொண்டால் தங்களுக்குக் கிடைத்த பெரிய ஊதியம் கிடைக்காமற் போய்விடும்

என்று அராபியர் அறிந்தபடியால், யவனர்களை இந்தியாவுக்கு வராதபடி தடுத்துவிட்டார்கள். அந்தக் காலத்தில் கப்பல்கள் நடுக்கடலில் பிரயாணஞ் செய்யாமல் கடற்கரையோரமாகவே பிரயாணஞ் செய்தன. அவ்வாறு வந்த யவனக் கப்பல்களை அராபியர் கடற்கொள்ளைக்காரரை ஏவிக் கொள்ளையடித்தனர். அதனால், யவனக்கப்பல்கள் இந்தியாவுக்கு வருவது தடைப்பட்டது. அராபியர் மட்டும் இந்தக் கப்பல் வாணிகத்தை ஏகபோகமாக நடத்திப் பெரிய இலாபம் பெற்றார்கள். அவர்கள் சேர நாட்டில் உலகப் புகழ் பெற்றிருந்த முசிறித் துறைமுகப்பட்டினத்தின் ஒரு பகுதியில் தங்கி வாணிகஞ் செய்தார்கள். முசிறியில் அவர்கள் இருந்து வாணிகஞ் செய்த இடம் பந்தர் என்று பெயர் பெற்றிருந்தது. பந்தர் என்பது அரபு மொழிச் சொல். அதன் பொருள் அங்காடி, பண்டசாலை, துறைமுகம் என்று பொருள். சென்னை மாநகரில் 'பந்தர் தெரு' என்னும் பெயருள்ள ஒரு கடைத் தெரு இருக்கிறது. இங்கு முன்பு முஸ்லீம்கள் அதிகமாக வாணிகஞ் செய்திருந்தார்கள். அதனால் அந்தத் தெருவுக்கு இப்பெயர் ஏற்பட்டது. முசிறித் துறைமுகத்தில் அராபியர் பந்தர் என்னும் இடத்தில் வாணிகஞ்செய்திருந்ததைப் பதிற்றுப்பத்துச் செய்யுளினால் அறிகிறோம்.[2]

உரோமாபுரி சாம்ராச்சியத்தை அரசாண்ட அகஸ்தஸ் (Augustus) சக்கரவர்த்தி காலத்தில் யவன வாணிகர் நேரடியாகத் தமிழ்நாட்டுக்கு வரத்தொடங்கினார்கள். அகஸ்தஸ் சக்கரவர்த்தி கி.மு. 29 முதல் கி.பி. 14 வரையில் அரசாண்டான். இவனுடைய ஆட்சிக் காலத்தில் அலெக்சாந்திரியம் உட்பட எகிப்து தேசமும் மேற்கு ஆசியாவில் சில நாடுகளும் உரோம சாம்ராச்சியத்தின் கீழடங்கின. அரபு நாட்டின் மேற்குக் கரையில் இருந்த (செங்கடலின் கிழக்குக் கரையிலிருந்த) அரபுத் துறைமுகங்களை இந்தச் சக்கரவர்த்தி தன் ஆதிக்கத்தில் கொண்டு வந்தான். பிறகு யவனக் கப்பல்கள் இந்திய தேசத்தின் மேற்குக் கடற்கரைப் பட்டினங்களுக்கு நேரடியாக வந்து வாணிகஞ் செய்யத் தலைப்பட்டன. இவ்வாறு கிரேக்க, உரோமர்களின் வாணிகத் தொடர்பு கி.பி. முதல் நூற்றாண்டின் தொடக்கத்தில் ஏற்பட்டது. அப்பொழுது யவனக் கப்பல்கள் நடுக்கடலின் வழியாக வராமல் கடற்கரையின் ஓரமாகவே பிரயாணஞ் செய்தன. கரையோரமாக வருவதனால் மாதக் கணக்கில் தாமதம் ஏற்பட்டது. ஆனால், ஏறத்தாழ கி.பி. 47-இல் ஹிப்பலஸ் என்னும் கிரேக்க மாலுமி, பருவக்காற்றின் உதவியினால் நடுக்கடலின் ஊடே கப்பலைச் செலுத்தி விரைவாக முசிறித் துறைமுகத்துக்கு வந்தான். அந்தப் பருவக்காற்றுக்கு யவன மாலுமிகள், அதைக் கண்டுபிடித்தவன் பெயரையே வைத்து ஹிப்பலஸ் என்று

பெயர் சூட்டினார்கள். இதன் பிறகு, யவனக் கப்பல்கள் அரபிக்கடலின் ஊடே முசிறி முதலிய துறைமுகங்களுக்கு விரைவாக வந்து போயின. இதனால் அவர்களுக்கு நாற்பது நாட்கள் மிச்சமாயின.

தொடக்கக் காலத்தில் யவனர் செங்கடலுக்கு வந்து வாணிகஞ் செய்தபோது அந்தக் கடலுக்கு எரித்திரைக் கடல் என்று பெயர் கூறினார்கள். எரித்திரைக் கடல் என்றால் செங்கடல் என்பது பொருள். பிறகு, அவர்கள் செங்கடலுக்கு இப்பால் பாரசீகக் குடாக்கடலுக்கு வந்தபோது, இந்தக் கடலுக்கும் எரித்திரைக் கடல் என்று அதே பெயரிட்டார்கள். பிறகு, அரபிக் கடலில் வந்து வாணிகஞ்செய்தபோது அரபிக்கடலுக்கும் அப்பெயரையே சூட்டினார்கள். பின்னர் இந்து சமுத்திரம், வங்காளக்குடாக் கடல்களில் வந்து வாணிகஞ் செய்தபோது இந்தக் கடல்களுக்கும் எரித்திரைக் கடல் என்றே பெயரிட்டார்கள். இந்தக் கடல்களில் எல்லாம் வந்து எந்தெந்தத் துறைமுகப் பட்டினங்களில் யவனர் வாணிகஞ் செய்தார்கள், என்னென்ன பொருள்களை ஏற்றுமதி இறக்குமதி செய்தார்கள் என்பதைக் குறித்து யவன நாட்டார் ஒருவர் கி. பி. 89-ஆம் ஆண்டில், பழைய கிரேக்க மொழியில் ஒரு நூல் எழுதியுள்ளார். அந்த நூலின் பெயர் பெரிப்ளஸ் மாரிஸ் எரித்திரை (The Periplus Maris Erythrai) என்பது.

அகஸ்தஸ் சக்கரவர்த்தி யவன - தமிழக வாணிகத்தைப் பெருக்கினான். தமிழ்நாட்டு மிளகும் முத்தும் இரத்தினக் கற்களும் யானைத் தந்தங்களும் யவன நாட்டுக்கு ஏற்றுமதியாயின. மிளகு பெரிய அளவில் ஏற்றுமதியாயிற்று. அதற்காக அகஸ்தஸ் சக்கரவர்த்தி பெரிய மரக்கலங்களைக் கட்டினான். மேலும், மிளகு முதலிய பொருள்களை வாங்குவதற்குப் பொன் நாணயங்களையும் வெள்ளி நாணயங்களையும் அனுப்பினான். இவ்வாறு கி.பி. முதல் நூற்றாண்டில் யவன-தமிழகக் கடல் வாணிகம் சிறப்பாக நடக்கத் தொடங்கிற்று

தமிழகத்தில் வந்த யவனர்கள் ஏற்றுமதி செய்துகொண்டு போன பொருள்களில் முக்கியமானது மிளகு. இதற்காகவே முக்கியமாகப் பெரிய கப்பல்கள் கட்டப்பட்டன என்றும், பொற்காசுகளும் வெள்ளிக்காசுகளும் அனுப்பப்பட்டன என்றும் உரோம நாட்டுச் சரித்திரத்திலிருந்து அறிகிறோம். இந்தச் செய்தியைச் சங்கச் செய்யுள்களும் கூறுகின்றன. சேர அரசர்களின் முசிறித் துறைமுகப்பட்டினத்தில் அழகான யவனக் கப்பல்கள் வந்து பொன்னைக் (பொற்காசை) கொடுத்துக் கறியை (கறி-மிளகு) ஏற்றிக்கொண்டு போயின என்று புலவர் தாயங்கண்ணனார் கூறுகிறார்.

.... சேரலர்
சுள்ளியம் பேரியாற்று வெண்ணுரை கலங்க
யவனர் தந்த விளைமாண் நன்கலம்
பொன்னொடு வந்து கறியொடு பெயரும்
வளங்கெழு முசிறி *(அகம் 149:7-11)*

முசிறித் துறைமுகம் யவனர்களின் பெரிய மரக்கலங்கள் வந்து தங்குவதற்குப் போதுமான ஆழமுடையதாக இல்லை. ஏனென்றால் அங்குக் கடலில் கலந்த பெரியாறு மண்ணை அடித்துக் கொண்டுவந்து ஆழத்தைத் தூர்த்துவிட்டது. அதனால், ஆழமில்லாமற் போகவே யவன மரக்கலங்கள் துறைமுகத்துக்கு அப்பால் கடலிலே நங்கூரம் பாய்ச்சி நின்றன.

மிளகு மூட்டைகளைத் தோணிகளில் ஏற்றிக்கொண்டு போய்க் கடலில் நின்றிருந்த யவன மரக்கலங்களில் ஏற்றிவிட்டு அதற்கு ஈடாக யவனப் பொற்காசுகளைத் தோணிகளில் ஏற்றிக்கொண்டு வந்தார்கள் என்று பரணர் என்னும் சங்கப் புலவர் கூறுகிறார்.

மனைக் குவைஇய கறிமூடையாற்
கலிச்சும் மைய கலக்குறுந்து
கலந்தந்த பொற் பரிசம்
கழித்தோணியாற் கரைசேர்க்குந்து
....
புனலங் கள்ளின் பொலந்தார்க் குட்டுவன்
முழங்குகடல் முழவின் முசிறி *(புறம் 343: 3-10)*

யவன மரக்கலங்கள் மிளகை ஏற்றுமதி செய்துகொண்டு போனதை, இப்புலவர்கள் நிகழ் காலத்தில் கூறுவதைக் காண்க. அக்காலத்தில் மிளகு, கிரேக்கர், உரோமர் முதலிய மேலைத் தேசத்தவர்க்கு முக்கிய உணவுப் பண்டமாக இருந்தபடியால் மிளகு வாணிகம் முதன்மை பெற்று இருந்தது. யவனர் மிளகை விரும்பி அதிகமாக வாங்கிக் கொண்டு போன காரணத்தினாலே சமஸ்கிருத மொழியில் மிளகுக்கு யவனப்பிரியா என்று பெயர் கூறப்பட்டது.

அந்தக் காலத்தில்தான் கொங்கு நாட்டுக்கும் யவன நாட்டுக்கும் வாணிகத் தொடர்பு ஏற்பட்டது. கொங்கு நாட்டிலே சிற்சில சமயங்களில் கதிர் மணிகள் உழவர்களுக்குக் கிடைத்தன என்று பழஞ் செய்யுள்களிலிருந்து அறிகிறோம். கொங்கு நாட்டின் வடக்கிலிருந்த

புன்னாட்டின் நீலக்கல் சுரங்கம் இருந்தது என்று பிளினி என்னும் யவனர் எழுதியிருக்கிறார்.[3] படியூரிலும் இந்தக் கதிர்மணிகள் கிடைத்தன (சேலம் மாவட்டத்துப் படியூர்). கோயம்புத்தூர் மாவட்டத்து வாணியம்பாடியிலும் நீலக்கற்கள் கிடைத்தன. அந்தக் காலத்தில் இந்த நீலக்கற்கள் உலகத்திலே வேறு எங்கேயும் கிடைக்கவில்லை. கொங்கு நாட்டில் மணிகள் கிடைத்ததைக் கபிலர் கூறுகிறார்.[4] அரிசில் கிழாரும் இதைக் கூறுகிறார்.[5] யவனர் இங்கு வந்து இவற்றை வாங்கிக்கொண்டு போனார்கள். உரோம சாம்ராச்சியத்திலிருந்த சீமாட்டிகள் இந்தக் கற்களைப் பெரிதும் விரும்பினார்கள், உரோம சாம்ராச்சியத்தில் இந்த நீலக் கற்கள் ஆக்வா மரினா (aqua marina) என்று பெயர் பெற்றிருந்தது. யவன வாணிகர்கள் கொங்கு நாட்டுக்கு வந்தது, முக்கியமாக இந்தக் கதிர்மணிகளை வாங்குவதற்காகவே. யவனர்கள் கொங்கு நாட்டுக்கு வந்து பொற்காசுகளையும் வெள்ளிக் காசுகளையும் கொடுத்து நீலக்கற்களை வாங்கிக்கொண்டு போனதற்கு இன்னொரு சான்று. அவர்களுடைய பழைய நாணயங்கள் கொங்கு நாட்டைச் சேர்ந்த பொள்ளாச்சி, வெள்ளலூர், கரூர் முதலிய ஊர்களில் பழைய காலத்து உரோம நாணயங்கள் பெருவாரியாகக் கண்டெடுக்கப்பட்டுள்ளன. சேர நாடு, பாண்டிய நாடு, புதுக்கோட்டை முதலிய இடங்களிலும் பழங்காலத்து உரோம நாணயங்கள் கண்டெடுக்கப்பட்டுள்ளன. இங்கு நம்முடைய ஆராய்ச்சிக்குரிய கொங்கு நாட்டில் கிடைத்த உரோம சாம்ராச்சியப் பழங்காசுகளை மட்டுங் கூறுவோம்.

பொள்ளாச்சி (கோயம்புத்தூர் மாவட்டம்): இங்கு ஒரு பானை நிறைய உரோமாபுரி வெள்ளிக்காசுகள் 1800-ஆம் ஆண்டில் கண்டெடுக்கப்பட்டன. 1809-ஆம் ஆண்டிலும் ஒரு புதையல் கண்டெடுக்கப்பட்டது. இந்தப் புதையலில் கிடைத்த காசுகள் பொற்காசுகளா, வெள்ளிக்காசுகளா என்பது தெரியவில்லை. 1888-ஆம் ஆண்டிலும் உரோமபுரிக் காசுப் புதையல் கண்டெடுக்கப்பட்டது,

வெள்ளலூர் (கோயம்புத்தூர் அருகில் போத்தனூருக்குச் சமீபம்): இவ்வூரிலும் உரோம தேசத்துப் பழங்காலக் காசுப் புதையல்கள் கிடைத்தன. 1842-ஆம் ஆண்டில் கண்டெடுக்கப்பட்ட புதையலில் 378 வெள்ளிக் காசுகளும், 1850-ஆம் ஆண்டில் கிடைத்த புதையலில் 135 வெள்ளிக் காசுகளும், 1891-ஆம் ஆண்டில் கிடைத்த புதையலில் 180 வெள்ளிக்காசுகளும் இருந்தன. 1931-ஆம் ஆண்டில் கிடைத்த புதையலில் 121 காசுகள் இருந்தன. இவற்றில் 23 நாணயங்களில் முத்திரையில்லாமல் வெறுங்காசாக இருந்தன. முத்திரையிடுவதற்கு

முன்பு அவசரமாக இவை தங்கச் சாலையிலிருந்து அனுப்பப்பட்டன என்று தெரிகிறது.

கரூர்[6] (கோயம்புத்தூர் மாவட்டம்): இங்கு 1800 -ஆம் ஆண்டில் உரோம தேசத்துப் பொற்காசு ஒன்று கிடைத்தது. 1806-ஆம் ஆண்டிலும் இன்னொரு பொற்காசு கிடைத்தது. 1878-ஆம் ஆண்டில் 500 வெள்ளிக் காசுகள் உள்ள புதையல் கண்டெடுக்கப்பட்டது. இவற்றில் 117 காசுகள் தேய்மானமில்லாமல் புதியவையாக இருந்தன. இவை ஒவ்வொன்றும் 3. 76 கிராம் எடையுள்ளவை.

கலயமுத்தூர் (பழனிக்கு மேற்கே ஆறு கல் தொலைவில் உள்ளது): இவ்வூரில் 1856-ஆம் ஆண்டில் உரோம தேசத்துப் பழங்காசுகள் கிடைத்தன.

இவையில்லாமல், ஏறக்குறைய 1000 வெள்ளிக் காசுகளைக் கொண்ட உரோமாபுரி நாணயங்கள் ஒரு பெரிய மட்பாண்டத்தில் அகழ்ந்தெடுக்கப்பட்டது. இவை மதராஸ் படியில் ஐந்து, ஆறு படி கொண்ட நாணயங்கள். இக்காசுகள் உருக்கிவிடப்பட்டனவாம். இவை கொங்கு நாட்டில் கிடைத்தவை. இடம் குறிப்பிடப்படவில்லை. போரில் இறந்த வீரர்களுக்கு நடுகல் நடுவதும், இறந்தவரைத் தாழியில் இட்டுப் புதைப்பதும் சங்க காலத்து வழக்கம். அவ்வாறு புதைக்கப்பட்ட ஒரு பண்டையர் குழியில் (கொங்கு நாட்டில்) ஓர் உரோம தேசத்து வெள்ளிக் காசு கண்டெடுக்கப்பட்டது (1817)[7].

கொங்கு நாட்டில் இன்னும் பல உரோம தேசத்து நாணயப் புதையல்கள் இருக்கக்கூடும். கிடைத்துள்ள காசுகள் எல்லாம் பொற்காசுகளும் வெள்ளிக்காசுகளுமாக உள்ளன. செப்புக் காசுகள் மிகச் சில. இக்காசுகள் எல்லாம் உரோம சாம்ராச்சியத்தை அரசாண்ட உரோமச் சக்கரவர்த்திகளின் தலையுருவம் பொறிக்கப்பட்டவை. சில காசுகளில் அவ்வரசர்களின் மனைவியரின் உருவம் பொறிக்கப் பட்டிருக்கின்றன. கி.மு. முதல் நூற்றாண்டு முதல் கி.பி. இரண்டாம் நூற்றாண்டின் இறுதி வரையில் உரோம சாம்ராச்சியத்தை அரசாண்ட அரசர்களின் உருவங்களும் முத்திரைகளும் இக்காசுகளில் பொறிக்கப்பட்டிருப்பது குறிப்பிடத்தக்கது. இந்தக் காலம் நம்முடைய ஆராய்ச்சிக்குரிய கடைச்சங்க காலத்தின் இறுதியாகும். இந்தக் காசுகள், அக்காலத்தில் தமிழ் நாட்டுக்கும் உரோமாபுரி நாட்டுக்கும் நடந்த வாணிகத் தொடர்பை உள்ளங்கை நெல்லிக்கனி போலக் காட்டுகின்றன.

கிடைத்துள்ள இந்தக் காசுகளிலே கீழ்க்கண்ட உரோமச் சக்கரவர்த்திகளின் உருவங்கள் பொறிக்கப்பட்டுள்ளன. அவை -துருஸஸ் (Drusus the Elder-கி.மு. 38 முதல் கி.பி. 9 வரையில் அரசாண்டான்).

அகஸ்தஸ் (கி.மு. 29 முதல் கி.பி.14 வரையில் அரசாண்டான்.) தைபரியஸ் (கி.பி. 14 முதல் 37 வரையில் அரசாண்டான்). கெலிகுலா (கி.பி. 37 முதல் 41 வரையில் அரசாண்டான்). கிளாடியஸ் (கி.பி. 41 முதல் 54 வரையில் அரசாண்டான்). நீரோ (கி.பி. 54 முதல் 68 வரையில் அரசாண்டான்) டொமிஷியன் (கி.பி. 81 முதல் 96 வரையில் அரசாண்டான்) நெர்வா (கி.பி. 96 முதல் 98 வரையில்). திராஜன் (98 முதல் 117). ஹேத்திரியன் (117 முதல் 138 வரையில்). கம்மோடியஸ் (180 முதல் 193 வரையில்). மற்றும் துருஸஸின் மனைவியான அந்தோனியாவின் முத்திரை பொறிக்கப்பட்டதும், ஜர்மனிகஸின் மனைவியான அக்ரிப்பைனாவின் உருவ முத்திரை பொறிக்கப்பட்டதுமான காசுகளும் கிடைத்திருக்கின்றன.[8]

தமிழ்நாட்டுக்கு வந்து பொருள்களை வாங்கிக்கொண்டுபோன யவனக் கப்பல் வியாபாரிகள் காசுகளைக் கொடுத்தே பொருள்களை வாங்கிக் கொண்டு போனார்கள். இந்தச் செய்தியைச் சங்கச் செய்யுட்கள் கூறுகின்றன. அக்காலத்திலிருந்த பிளைனி (Pliny) என்னும் உரோமாபுரி அறிஞரும் இதைக் கூறியுள்ளார். பரணர் தாம் பாடிய 343 ஆம் செய்யுளில்,

மனைக் குவைஇய கறிமூடையாற்
கலிச்சும் மைய கரை கலக்குறுந்து
கலந்தந்த பொற் பரிசம்
கழித்தோணியாற் கரை சேர்க்குந்து (புறம்: 343 3 -6)

என்று கூறுகிறார்.

சேர நாட்டு முசிறித் துறைமுகத்தில் யவனக் கலங்கள் (மரக்கலங்கள்) பொற்காசுகளைக் கொண்டு வந்து நின்றபோது, தோணிகளில் கறி (மிளகு) மூட்டைகளை ஏற்றிக் கொண்டுபோய் யவன மரக்கலங்களில் இறக்கிவிட்டு அதற்கு விலையாக அவர்கள் கொடுத்த பொற்காசுகளைத் தோணிகளில் ஏற்றிக் கொண்டு வந்தார்கள் என்பது இதன் பொருள்.

புலவர் தாயங் கண்ணனாரும் இதைக் கூறுகிறார்.

.... சேரலர்
சுள்ளியம் பேரியாற்று வெண்ணுரை கலங்க
யவனர் தந்த வினைமாண் நன்கலம்
பொன்னொடு வந்து கறியொடு பெயரும்
வளங்கெழு முசிறி (அகம் 149.7-11)

இதில் யவனருடைய மரக்கலங்கள் முசிறித் துறைமுகத்துக்கு வந்து கறியை (மிளகை) ஏற்றிக் கொண்டு பொன்னைக் (பொன், வெள்ளிக் காசுகளை) கொடுத்துவிட்டுச் சென்றது கூறப்படுகிறது.

உரோமாபுரியிலிருந்த பிளைனி (Pliny) என்னும் அறிஞர் கி.பி. 70-ஆம் ஆண்டில் உரோமாபுரிச் செல்வம் கிழக்கு நாடுகளுக்குப் போவதைக் குறித்துக் கவலை தெரிவித்துள்ளார். ஆண்டுதோறும் நூறாயிரம் ஸெஸ்டர் (11, 00,000பவுன்) மதிப்புள்ள பொன்னும் வெள்ளியும் வாணிகத்தின் பொருட்டுக் கிழக்கு நாடுகளுக்குப் போய்விடுவதை அவர் கண்டித்திருக்கிறார். உரோம நாட்டுச் சீமான்களும் சீமாட்டிகளும் வாசனைப் பொருள்கள், நகைகள் முதலியவைக்காக உரோம நாட்டுப் பொன்னை விரயஞ் செய்ததாக அவர் கூறியுள்ளார். சங்கப் புலவர்கள், யவன வாணிகர் பொன்னைக் கொண்டுவந்து கொடுத்துப் பொருள்களை வாங்கிக்கொண்டு போனார்கள் என்று கூறியது போலவே பிளைனியும் உரோமாபுரிப் பொன் கிழக்கு நாடுகளுக்குப் போய்விடுகிறது என்று கூறியிருப்பது காண்க.

உரோமாபுரிச் சாம்ராச்சியத்தில் அக்காலத்தில் ஸ்பெயின் தேசமும் அடங்கியிருந்தது. அந்த ஸ்பெயின் தேசத்தில் தங்கச் சுரங்கம் இருந்தபடியால், அங்கிருந்து உரோமாபுரிச் சக்கரவர்த்திகளுக்கு ஏராளமாகப் பொன் கிடைத்தது. அகஸ்தஸ் சக்கரவர்த்தி இந்தப் பொன்னைக் கொண்டு நாணயங்கள் அடித்து வெளிப்படுத்தினார். அந்த நாணயங்களைக் கொண்டுவந்த யவன மாலுமிகள், அதிகச் சரக்குகளை (முக்கியமாக மிளகை) ஏற்றிக் கொண்டு போவதற்காகப் பெரிய மரக்கலங்களைக் கொண்டு வந்தார்கள்.

இவ்வாறு கி.பி. முதல் இரண்டு நூற்றாண்டுகளில் நடைபெற்ற யவன-தமிழக வாணிகத்தினால் கொங்கு நாடு கதிர்மணிகளை யவன நாட்டுக்கு விற்றுப் பெரும் பொருள் ஈட்டியது. அந்த யவன நாட்டுப் பழங்காசுகளில் சிறு அளவுதான் இப்போது அகழ்ந்தெடுக்கப்பட்டுள்ள உரோம நாணயங்கள். இன்னும் புதையுண்டிருக்கிற உரோம நாணயங்கள் எவ்வளவென்று நமக்குத் தெரியாது.

கொங்கு நாட்டிலிருந்து யவன வாணிகர் வாங்கிக் கொண்டுபோன இன்னொரு பொருள் யானைத் தந்தம். கொங்கு நாட்டைச் சார்ந்த யானைமலைக்காடுகளிலும் ஏனைய காடுகளிலும் யானைக் கொம்புகள் கிடைத்தன. சேர நாட்டு மலைகளிலும் யானைக் கோடுகள் கிடைத்தன. யவன வாணிகர் யானைக் கோடுகளை வாங்கிச் சென்றார்கள். கொங்கு

நாட்டுக் கொல்லி மலை ஓரிக்கு உரியது. கொல்லி மலையில் வாழ்ந்த குடிமக்கள், விளைச்சல் இல்லாமல் பசித்தபோது தாங்கள் சேமித்து வைத்திருந்த யானைக் கொம்புகளை விற்று உணவுண்டார்கள் என்று கபிலர் கூறுகிறார்.[9]

சேரன் செங்குட்டுவன் வேனிற்காலத்தில் சேர நாட்டுப் பெரியாற்றுக் கரையில் சோலையில் தங்கியிருந்தபோது அவனிடம் வந்த குன்றக் குறவர் பல பொருள்களைக் கையுறையாகக் கொண்டு வந்தனர். அப்பொருள்களில், யானைக் கொம்பும் அகிற் கட்டைகளும் இருந்தன .[10]. சேர நாட்டு, கொங்கு நாட்டு மலைகளில் யானைக் கொம்புகள் கிடைத்தன என்பது இதனால் தெரிகிறது. யவனர் வாங்கிக்கொண்டு போன பொருள்களில் யானைக் கொம்பும் கூறப்படுகிறது.

கொங்கு நாடு உள்நாடாகையால் அதற்குக் கடற்கரை இல்லை, ஆகையால் துறைமுகம் இல்லை. ஆனால், கொங்கு நாட்டை அரசாண்ட 'பொறையர்' சேர அரசரின் பரம்பரையாராகையால், அவர்கள் சேர நாட்டுத் துறைமுகங்களில் இரண்டைத் தங்களுக்கென்று வைத்திருந்தார்கள். அவற்றின் பெயர் தொண்டி, மாந்தை என்பன. கொங்கு நாட்டுப் பொறையர் மேற்குக்கடற்கரைத் தொண்டியைத் தங்களுக்குரிய துறைமுகப் பட்டினமாக வைத்துக் கொண்டு வாணிகஞ் செய்தனர். கொங்கு நாட்டை அரசாண்ட இளஞ்சேரலிரும்பொறை 'வளைகடல் முழவில் தொண்டியோர் பொருநன்' என்று கூறப்படுகிறான் (9ஆம் பத்து 8:21). 'திண்டேர்ப் பொறையன் தொண்டி' (அகம் 60:7). யானைக்கட்சேய் மாந்தரஞ்சேரல் இரும்பொறை, 'தண் தொண்டியோர் அடுபொருநன்' என்று கூறப்படுகிறான் (புறம் 17:13). குறுந்தொகை 128-ஆம் செய்யுள் 'திண்டேர்ப் பொறையன் தொண்டி' என்று கூறுகிறது (குறுந். 128:2) யவனர் தொண்டியைத் திண்டிஸ் என்று கூறினார்கள்.

இதனால், கொங்கு நாடு சேர அரசர் ஆட்சிக்குட்பட்டிருந்த காலம் வரையில், தொண்டித் துறைமுகம் கொங்கு நாட்டின் துறைமுகப் பட்டினமாக அமைந்திருந்தது என்று கருதலாம். பிற்காலத்தில் சோழர், கொங்கு நாட்டைக் கைப்பற்றி அரசாண்டபோது தொண்டி, கொங்குத் துறைமுகமாக அமையவில்லை.

அடிக்குறிப்பு

1. காந்தளஞ் சிலம்பில் சிறுகுடி பசித்தெனக்
கடுங்கண் வேழ்த்துக் கோடு நொடுத் துண்ணும்
வல்வில் ஓரிக் கொல்லிக் குடவரை). (குறுந். 100 :3- 5)

2. இன்னிசைப் புணரி யிரங்கும் பௌவத்து
நன்கல வெறுக்கை துஞ்சும் பந்தர்
கமழுந்தாழைக் கானலம் பெருந்துறை (6-ஆம் பத்து 5:3-5)

கொடுமணம் பட்ட நெடுமொழி ஒக்கலொடு,
பந்தர்ப் பெயரிய பேரிசை மூதூர் (7-ஆம் பத்து 7: 1-2)

கொடு மணம்பட்ட வினைமாண் அருங்கலம்
பந்தர்ப் பயந்த பலர்புகழ் முத்தம் (8-ஆம் பத்து, 4: 5-6)

3. Pliny, Nat. Hist. BK. xxxvii. Cap.V)

4. இலங்கு கதிர்த் திருமணி பெறூஉம்
அகன்கண் வைப்பின் நாடு) 7-ஆம் பத்து 6: 19-20).

5. கருவிவானந் தண்டளி சொரிந்தெனப்
பல்விதை யுழவர் சில்லே றாளர்
பனித்துறைப் பகன்றைப் பாங்குடைத் தெரியல்
கழுவுறு கலிங்கங்க டுப்பச்சூடி
இலங்குகதிர்த் திருமணி பெறூஉம்
அகன்கண் வைப்பின் நாடு (8-ஆம் பத்து 6:10-15)

6. திருச்சி மாவட்டத்தில் இருந்த கரூர், தற்போது கரூர் மாவட்டம் என்ற பெயரில் தனி மாவட்டமாக உள்ளது. இங்குத் தவறுதலாக கோவை மாவட்டத்தைச் சார்ந்ததாகக் குறிப்பிட்டுள்ளது (பர்.)

7. M.J.L.S. xiii.p.214.)

8. M.J.L.S., Vol. xiii. `Roman Coins found in india, `J.R.A.S., xxiii. J.B.B.R., A.S.I. 1843. p. 294. Num. Chrn. 1891. Roman History from Coins, Michael Grant. 1968.)

9. காந்தளச் சிலம்பில் சிறுகுடி பசித்தெனக்
கடுங்கண் வேழத்துக்கோடு நொடுத் துண்ணும்
வல்வில் ஓரி கொல்லிக் குடவரை (குறுந். 100:3-5)

வேழத்துக்கோடு - யானைக்கொம்பு, நொடுத்து-விலை கூறி விற்று)

10. யானைவெண் கோடும் அகிலின் குப்பையும் (சிலம்பு, காட்சி, 37)

❖

11

கொங்கு நாட்டுப் புலவர்கள்

புலவர் நிலை

சங்க காலத்துக் கொங்கு நாட்டின் கல்வி நிலை ஏனைய தமிழ் நாட்டிலிருந்தது போலவே இருந்தது. புலவர்களுக்கு உயர்வும் மதிப்பும் மரியாதையும் இருந்தன. புலவர்கள் ஒரே ஊரில் தங்கிக் கிணற்றுத் தவளைகளைப் போலிராமல், பல ஊர்களில் பல நாடுகளிலும் சென்று மக்களிடம் பழகி நாட்டின் நிலை, சமுதாயத்தின் நிலைகளை நன்கறிந்திருந்தார்கள். மக்களிடையே கல்வி பரவாமலிருந்தாலும், கற்றவருக்குச் சென்றவிடமெல்லாம் சிறப்பு இருந்தபடியால், வசதியும் வாய்ப்பும் உள்ளவர் முயன்று கல்வி கற்றனர். ஆண்பாலார், பெண்பாலார், அரசர், வாணிகர், தொழிலாளர் முதலியவர்கள் அக்காலத்தில் புலவர்களாக இருந்தார்கள். அந்தப் பழங்காலத்திலே இருந்த அந்தப் புலவர்கள் இரண்டு பொருள்களைப் பற்றிச் சிறப்பாகச் செய்யுள் இயற்றினார்கள். அவற்றில் ஒன்று அகப்பொருள், மற்றொன்று புறப்பொருள். அகப்பொருள் என்பது காதல் வாழ்க்கையைப் பற்றியது. புறப்பொருள் என்பது பெரும்பாலும் வீரத்தையும் போர்ச் செயலையும் பற்றியது. சங்க இலக்கியங்களில் சிறப்பாக இவ்விரு பொருள்கள் பேசப்படுகின்றன. பலவகையான சுவைகள் இச்செய்யுட்களில் காணப்படுகிறபடியால், இவற்றைப் படிக்கும்போது இக்காலத்திலும் மகிழ்ச்சியளிக்கின்றன. மேலும், சங்கச் செய்யுட்கள், அக்காலத்து மக்கள் வாழ்க்கை வரலாற்றை அறிவதற்குப் பேருதவியாக இருக்கின்றன.

புலவர்கள் பொதுவாக அக்காலத்தில் வறியவராக இருந்தார்கள். அவர்கள் செல்வர்களையும் அரசர்களையும் அணுகி அவர்களுடைய சிறப்புகளைப் பாடிப் பரிசு பெற்று வாழ்ந்தார்கள். புலவர்கள் பொதுவாக யானைகளையும் குதிரைகளையும் தேர்களையும் (வண்டிகள்) பரிசாகப் பெற்றார்கள். பரிசாகப் பெற்ற இவைகளை விற்றுப் பொருள் பெற்றனர். சில சமயங்களில் அரசர்கள் புலவர்களுக்கு

நிலங்களையும் பொற்காசுகளையும் பரிசாகக் கொடுத்தார்கள். பொருள் வசதியுள்ளவர்கள் - அரசர், வாணிகர் பெருநிலக்கிழார் போன்றவர்கள் - கல்வி இன்பத்துக்காகவே கல்வி பயின்று புலவர்களாக இருந்தார்கள். அவர்களும் அகப்பொருள் புறப்பொருள்களைப் பற்றிச் செய்யுள் இயற்றினார்கள். ஆனால், அக்காலத்தில் கல்வி கற்றவர் தொகை மிகக் குறைவு. பொதுவாக நாட்டு மக்கள் கல்வியில்லாதவர்களாகவே இருந்தார்கள்.

பொதுவாகப் புலவர்களுடைய வாழ்க்கை வறுமையுந் துன்பமுமாக இருந்தது. பிரபுக்கள் எல்லோரும் அவர்களை ஆதரிக்க வில்லை. சிலரே ஆதரித்தார்கள். அவர்கள் பெற்ற சிறு பொருள் வாழ்க்கைக்குப் போதாமலிருந்தது. ஆகவே, புலவர்கள் புரவலர்களை நாடித் திரிந்தனர். அவர்களில் நல்லூழ் உடைய சில புலவர்கள் பெருஞ்செல்வம் பெற்று நல்வாழ்வு வாழ்ந்தார்கள். கொங்கு நாட்டுப் புலவர் வாழ்க்கையும் இப்படித்தான் இருந்தது.

சங்க காலத்தில் இருந்த கொங்கு நாட்டுப் புலவர்களைப் பற்றிக் கூறுவோம்.

அஞ்சியத்தைமகள் நாகையார்

இவர் பெண்பால் புலவர். நாகை என்பது இவருடைய பெயர். அஞ்சியத்தை மகள் என்பது சிறப்புச் சொல். தகடூர் அதிகமான் அரசர்களில் அஞ்சி என்னும் பெயருள்ளவர் சிலர் இருந்தார்கள். அந்த அஞ்சியரசர்களில் ஒருவருடைய அத்தை மகள் இவர். ஆகையால் அஞ்சியத்தை மகள் நாகையார் என்று பெயர் கூறப்பெற்றார். அத்தை மகள் என்பதனால் அஞ்சியினுடைய மனைவி இவர் என்று சிலர் கருதுகின்றனர். அஞ்சியின் அவைப் புலவராக நெடுங்காலம் இருந்த ஔவையாரிடம் இந்த நாகையார் கல்வி பயின்றவராக இருக்கலாமே?

இவருடைய செய்யுள் ஒன்று அகநானூற்றில் 352-ஆம் செய்யுளாகத் தொகுக்கப்பட்டிருக்கிறது. குறிஞ்சித் திணையைப் பாடிய இந்தச் செய்யுள் இனிமையுள்ளது. பாறையின்மேல் இருந்து ஆடுகிற மயிலுக்குப் பின்னால் பெரிய பலாப்பழத்தை வைத்திருக்கிற கடுவன் குரங்கு. ஊர்த்திருவிழாவில் விறலியொருத்தி பரதநாட்டியம் ஆடும்போது அவளுக்குப் பின்னாலிருந்து முழவு கொட்டும் முழவன்போலக் காட்சியளித்ததை இவர் இச்செய்யுளில் கூறுகிறார். மணப்பெண் ஒருத்தி தன்னுடைய தோழியிடம் தன்னுடைய மனநிறைந்த மகிழ்ச்சியைக் கூறியதாக இவர் கூறியுள்ளது

படிப்பவருக்குப் பேருவகை தருகின்றது. அஞ்சியரசன் மேல் புலவர் பாடிய செய்யுளுக்கு இசையமைத்துப் பாடும் பாணனுடைய இசையில், இசையும் தாளமும் ஒத்திருப்பது போலவும் காதலன்-காதலியின் திருமண நாள் போலவும் அந்த மணப்பெண் நிறை மனம் பெற்றிருந்தாள் என்று இவர் கூறுவது படித்து இன்புறத்தக்கது.

கடும்பரிப் புரவி நெடுந்தேர் அஞ்சி
நல்லிசை நிறுத்த தயவரு பனுவல்
தொல்லிசை நிறீஇய வுரைசால் பாண்மகன்
எண்ணுமுறை நிறுத்த பண்ணி னுள்ளும்
புதுவது புனைந்த திறத்தினும்
வதுவை நாளினும் இனியனால் எமக்கே

இதனால் இப்புலவர் இசைக் கலையைப் பயின்றவர் என்பது தெரிகின்றது.

அதியன் விண்ணத்தனார்

அதியன் என்பது குலப்பெயர். விண்ணத்தன் என்பது இவருடைய இயற்பெயர். அதியன் (அதிகன், அதிகமான்) என்பது தகடூர் நாட்டை அரசாண்ட அரச பரம்பரையின் குலப்பெயர். இப்புலவர் அந்த அரச குலத்தைச் சேர்ந்தவர் என்று தோன்றுகிறார். எனவே, இவர் கொங்கு நாட்டுப் புலவர் என்பதில் ஐயமில்லை. இவருடைய செய்யுள் ஒன்று அகநானூற்றில் 301ஆம் செய்யுளாகத் தொகுக்கப்பட்டிருக்கிறது.

அரிசில் கிழார்

இந்தப் புலவரின் சொந்தப் பெயர் தெரியவில்லை. அரிசில் என்னும் ஊரின் தலைவர் என்பது இவர் பெயரால் தெரிகிறது. அரிசில் என்னும் ஊர் சோழ நாட்டில் இருந்தது என்று சிலர் கூறுவர். அரிசில் என்னும் பெயருள்ள ஊர் கொங்கு நாட்டிலும் இருந்தது. அரிசில் கிழார் கொங்கு நாட்டில் வாழ்ந்தவர்.

இப்புலவர் அகப்பொருள் துறையில் பாடிய ஒரு செய்யுள் (193) குறுந்தொகையில் தொகுக்கப்பட்டிருக்கிறது. வையாவிக் கோப்பெரும் பேகனை அவனால் துறக்கப்பட்ட கண்ணகி காரணமாக இவர் ஒரு செய்யுள் பாடினார் (புறம் 146). இதே காரணம் பற்றி வையாவிக் கோப்பெரும்பேகனைக் கபிலரும் (புறம் 143), பரணரும் (புறம் 141, 142, 144, 145) பெருங்குன்றூர்க் கிழாரும் (புறம் 147) பாடியுள்ளனர்.

இதனால், இப்புலவர்கள் காலத்தில் அரிசில்கிழாரும் இருந்தார் என்பது தெரிகின்றது. இவர் பாடிய புறப்பொருட்டுறை பற்றிய செய்யுட்கள் புறநானூற்றில் தொகுக்கப்பட்டுள்ளன.(புறம் 281, 285, 300, 304, 342).

பெருஞ்சேரல் இரும்பொறை அதிகமான் நெடுமானஞ்சியின் தகடூரின் மேல் படையெடுத்துச் சென்று முற்றுகையிட்டுப் போர் செய்தபோது அரிசில்கிழார், போர்க்களத்தில் இருந்து அந்தப் போர் நிகழ்ச்சியை நேரில் கண்டார். பொன்முடியாரும் அப்போர் நிகழ்ச்சிகளை நேரில் கண்டவர். தகடூர்ப் போரைப் பற்றித் தகடூர் யாத்திரை என்னும் ஒரு நூல் இருந்தது. அந்த நூலில் இப்புலவர்கள் பாடிய செய்யுட்களும் இருந்தன. அந்த நூல் இப்போது மறைந்துவிட்டது. சில செய்யுட்கள் மட்டும் புறத்திரட்டு என்னும் நூலில் தொகுக்கப்பட்டுள்ளன. தகடூர் மன்னனாகிய அதிகமான் நெடுமானஞ்சியின் அவைப்புலவரான ஔவையாரும் இவர்கள் காலத்திலிருந்தார். அதிகமான் நெடுமானஞ்சியின் மகனான எழினி, தகடூர்ப் போர்க்களத்தில் வீரப்போர் செய்து இறந்தபோது அரிசில்கிழார் அவனுடைய வீரத்தைப் புகழ்ந்து பாடினார் (புறம் 230).

தகடூர் யாத்திரையில் அரிசில் கிழாருடைய செய்யுள்களும் இருந்தன என்று கூறினோம். தொல்காப்பியம் பொருளதிகாரம் புறத்திணையியலின் உரையில், உரையாசிரியர் நச்சினார்க்கினியர், தகடூர் யாத்திரையிலிருந்து அரிசில்கிழாரின் செய்யுட்கள் சிலவற்றை மேற்கோள் காட்டுகிறார். புறத்திணையியல் இயங்குபடையரவம்' எனத்தொடங்கும் 8-ஆம் சூத்திரத்தின் 'பொருளின்று உயத்த பேராண் பக்கம்' என்பதன் உரையில் 'மெய்ம்மலி மனத்தினம்மெதிர் நின்றோன்' என்னும் செய்யுளை மேற்கோள் காட்டி ''இஃது அதிகமானால் சிறப்பெய்திய பெரும் பாக்கனை மதியாது நின்றானைக் கண்டு அரிசில்கிழார் கூறியது'' என்று எழுதுகிறார்.

புறத்திணையில் 'கொள்ளார் தேஎங் குறித்த கொற்றமும்' என்று தொடங்கும் 12-ஆம் சூத்திரத்தில் 'அன்றி முரணிய புறத்தோன் அணங்கிய பக்கமும்' என்பதன் உரையில் நச்சினார்க்கினியர் 'கலையெனப் பாய்ந்த மாவும்' என்னுஞ் செய்யுளை மேற்கோள்காட்டி, ''இது சேரமான் (பெருஞ்சேரலிரும்பொறை) பொன்முடியாரையும் அரிசில்கிழாரையும் நோக்கித் தன் படை பட்டதன்மை கூறக் கேட்டோற்கு அவர் கூறியது'' என்று விளக்கங் கூறியுள்ளார்.

தகடூர்ப் போரை வென்ற பெருஞ்சேரலிரும்பொறை மேல் அரிசில்கிழார் பத்துச் செய்யுட்களைப் பாடினார் (பதிற்றுப் பத்து,

எட்டாம் பத்து). அச்செய்யுள்களில் அவ்வரசனுடைய வெற்றிகளையும் நல்லியல்புகளையும் கூறியுள்ளார். அவற்றைக் கேட்டு மகிழ்ந்த அவ்வரசன் அவருக்கு ஒன்பது லட்சம் பொன்னையும் தன்னுடைய சிம்மாசனத்தையும் அவருக்குப் பரிசிலாகக் கொடுத்தான். புலவர் அவற்றையெல்லாம் ஏற்றுக்கொள்ளாமல் அரசனுக்கு அமைச்சராக இருந்தார். இவைகளை எட்டாம் பத்துப் பதிகத்தின் அடிக்குறிப்பினால் அறிகிறோம். அக்குறிப்பாவது-

"பாடிப் பெற்ற பரிசில் தானும் கோயிலாளும் புறம் போந்து நின்று கோயிலுள்ள வெல்லாம் கொண்மி னென்று காணம் ஒன்பது நூறாயிரத்தோடு அரசுகட்டிற் கொடுப்ப அவர் யான் இரப்ப இதனை ஆள்கவென்று அமைச்சுப்பூண்டார்." (கோயிலாள் -இராணி. கோயில்-அரண்மனை. காணம்-அக்காலத்தில் வழங்கின பொற்காசு. அரசுகட்டில்-சிம்மாசனம். அமைச்சு-மந்திரி பதவி).

இது, புலவர் வேறு எவரும் அடையாத பெருஞ் சிறப்பாகும். அரிசில் கிழாரைப் பற்றிய வேறு செய்திகள் தெரியவில்லை.

உம்பற்காட்டு இளங்கண்ணனார்

உம்பற்காடு என்பது கொங்கு நாட்டு ஊர். இளங்கண்ணனார் என்பது இவருடைய பெயர். யானை மலைப் பிரதேசமாகிய உம்பற் காட்டில் வாழ்ந்தவராகையால் இப்பெயர் பெற்றார். இவர் பாடின செய்யுள் ஒன்று அகநானூற்றில் 264ஆம் செய்யுளாகத் தொகுக்கப்பட்டிருக்கிறது.

ஔவையார்

ஔவை (அவ்வை) என்பது உயர்குலத்துப் பெண் பாலார்க்கு வழங்கப்படுகிற பெயர். இது இவருக்குரிய இயற்பெயர் அன்று. உயர்வைக் குறிக்கும் சிறப்புப் பெயர். ஔவையார் என்று சிறப்புப் பெயர் பெற்ற பெண்பாற் புலவர் சிலர் இருந்தனர். அவர்களில் இவர், காலத்தினால் முற்பட்டவர். கொங்கு நாட்டில் வாழ்ந்த இவர், கொங்கு நாட்டுத் தகடூரையரசாண்ட அதிகமான் நெடுமானஞ்சியின் புலவராக இருந்தார். தகடூர், இப்போதைய சேலம் மாவட்டத்தினின்றும் பிரிந்து தர்மபுரி மாவட்டம் என்று பெயர் வழங்கப்படுகின்றது.

ஔவையார் முதன்முதலாக நெடுமானஞ்சியிடம் பரிசில் பெறச் சென்றபோது அவன் பரிசு தராமல் காலந் தாழ்த்தினான். அப்போது இவர் ஒரு செய்யுளைப் பாடினார் (புறம் 206). பிறகு அதிகமான் பரிசில் வழங்கி இவரை ஆதரித்தான். அதிகமான் அஞ்சியை ஔவையார்

அவ்வச் சமயங்களில் பாடியுள்ளார். அதிகமான் நெடுமான் அஞ்சிக்கு மகன் பிறந்தபோது அவன் போர்க்களத்திலிருந்து வந்து மகனைப் பார்த்தான். அவ்வமயம் அவன் இருந்த காட்சியை ஒளவையார் பாடியுள்ளார். கையில் வேலும், மெய்யில் வியர்வையும், காலில் வீரக்கழலும், மார்பில் அம்பு தைத்த புண்ணும் உடையவனாக வெட்சிப்பூவும் வேங்கைப் பூவும் விரவித் தொடுத்த மாலையையணிந்து கொண்டு புலியுடன் போர் செய்த யானையைப் போல அவன் காணப்பட்டான் என்று கூறுகின்றார் (புறம் 100). அவனுடைய மகன் பெயர் பொகுட்டெழினி.

அதிகமான் ஒரு சமயம் ஒளவையாரைத் தொண்டைமான் இளந்திரையனிடம் தூது அனுப்பினான். இவரை வரவேற்றுத் தொண்டைமான் தன்னுடைய படைக்கலச் சாலையைக் காட்டினான். போர்க் கருவிகள் எண்ணெயிடப்பட்டு மாலைகள் சூட்டி, வரிசையாக வைக்கப்பட்டிருந்தன. அது கண்ட ஒளவையார், தன்னுடைய அதிகமான் அரசனின் போர்க் கருவிகள் பழுது தீர்க்கப்படுவதற்காகக் கொல்லனுடைய உலைக்களத்தில் இருக்கின்றன என்று ஒரு செய்யுள் பாடினார் (புறம் 95). அதாவது, அதிகமான் தன்னுடைய ஆயுதங்களைப் பயன்படுத்திக்கொண்டே இருந்தபடியால் அவற்றை அவன் ஆயுதச் சாலையில் வைக்கவில்லை என்பது கருத்து.

எளிதில் கிடைக்காத அருமையான நெல்லிக்கனி நெடுமானஞ்சிக்குக் கிடைத்தது. அதனை அருந்தியவர் நெடுங்காலம் வாழ்ந்திருப்பார்கள். அந்தக் கனியை அவன் அருந்தாமல் ஒளவையாருக்குக் கொடுத்து உண்ணச் செய்தான். உண்ட பிறகுதான், அக்கனியின் சிறப்பை ஒளவையார் அறிந்தார். அப்போது, அதிகமானுடைய தன்னலமற்ற பெருங்குணத்தை வியந்து வாழ்த்தினார் (புறம் 91). நெடுமான் அஞ்சியை ஒளவையார் வேறு சில பாடல்களிலும் பாடியுள்ளார். அவை புறநானூற்றில் தொகுக்கப்பட்டுள்ளன. (புறம் 87, 88, 89, 90, 91, 94, 97, 98, 101, 103, 104, 315, 320).

நெடுமானஞ்சியின் மகனான பொகுட்டெழினியையும் ஒளவையார் பாடியுள்ளார். அவன் அக்காலத்து வழக்கப்படி, பகைவருடைய நாட்டில் சென்று ஆனிரைகளைக் கவர்ந்து வந்ததைப் பாடியுள்ளார் (குறுந். 80:4-6). அவனுடைய வீரத்தையும் நல்லாட்சியையும் பாடி இருக்கிறார் (புறம் 102). அவன் பகைவருடைய கோட்டையொன்றை வென்றபோது ஒளவையாருக்குப் புத்தாடை கொடுத்து விருந்து செய்தான் (புறம் 392).

ஒளவையார் காலத்தில் பாரிவள்ளல் இருந்தான். மூவேந்தர் பாரியின் பரம்புமலைக் கோட்டையை முற்றுகையிட்டிருந்த போது,

கிளிகளைப் பழக்கிக் கோட்டைக்கு வெளியேயிருந்த நெற்கதிர்களைக் கொண்டு வந்த செய்தியை ஔவையார் கூறுகிறார் (அகம் 303; 10-14).

ஔவையார் காலத்தில் தகடூர்ப் போர் நிகழ்ந்தது. கொங்கு நாட்டில் தங்கள் இராச்சியத்தை நிறுவிய இரும்பொறையரசர்கள் தங்கள் இராச்சியத்தை விரிவுபடுத்திக் கொண்டிருந்தார்கள். அவர்களில் பெருஞ்சேரல் இரும்பொறை தகடூரின் மேல் படையெடுத்து வந்து, கோட்டையை முற்றுகையிட்டுப் போர் செய்தான். அந்தப் போரில் இரு தரப்பிலும் பல வீரர்கள் மாண்டார்கள். அதிகமான் நெடுமான் அஞ்சியின் மார்பில் அம்பினால் புண் உண்டாயிற்று. அப்போது ஔவையார் அவனைப் பாடினார் (புறம் 93). பிறகு அப்புண் காரணமாக அவன் இறந்து போனான். அப்போதும் அவனை ஔவையார் பாடினார் (புறம் 235, 231). அவனுக்கு நடுகல் நட்டு நினைவுக் குறியமைத்தார்கள். அச்சமயத்திலும் ஔவையார் ஒரு செய்யுளைப் பாடினார்(புறம் 232).

ஔவையார், அதிகமான் நெடுமான் அஞ்சியாலும் அவன் தன் பொகுட்டெழினியாலும் ஆதரிக்கப்பட்டவர். தகடூரில் அதிகமானுடன் போர் செய்த பெருஞ்சேரல் இரும்பொறையையும் அவனுடைய தாயாதித் தமயனான சேரன் செங்குட்டுவனையும் அரிசில்கிழாரும் பரணரும் பாடியிருக்கிறார்கள். ஔவையாரின் காலத்திலிருந்த பாரியைக் கபிலர் பாடியுள்ளார். ஆகவே, இவர்கள் வாழ்ந்திருந்த காலத்தில் ஔவையாரும் வாழ்ந்தார் என்பது தெரிகின்றது. பாரியைப் பாடின கபிலர், செங்குட்டுவனின் தாயாதிச் சிற்றப்பனான செல்வக்கடுங்கோ வாழியாதன் மீது 7ஆம் பத்துப் பாடினார். செங்குட்டுவனும் செல்வக்கடுங்கோ வாழியாதனும் ஏறத்தாழ சமகாலத்தில் இருந்தவர். மேலும் கபிலரும் பரணரும் சமகாலத்தில் இருந்தவர் என்பது தெரிந்த விஷயம். ஆகவே, இவர்கள் எல்லோரும் சமகாலத்தவர் என்பது தெரிகின்றது. மேலும், செங்குட்டுவனுக்குத் தம்பியாகிய இளங்கோவடிகளும் இவர்களின் நண்பராகிய சீத்தலைச் சாத்தனாரும் ஔவையார் காலத்தில் இருந்தவர்கள்.

ஔவையாரின் செய்யுட்கள் தொகை நூல்களில் தொகுக்கப் பட்டிருக்கின்றன. இவருடைய, செய்யுள்கள் அகநானூற்றில் நான்கும், குறுந்தொகையில் பதினைந்தும், நற்றிணையில் ஏழும், புறநானூற்றில் முப்பத்து மூன்றும் ஆக மொத்தம் ஐம்பத்தொன்பது செய்யுட்கள் கிடைத்திருக்கின்றன. இவருடைய செய்யுட்களில் சரித்திர ஆராய்ச்சிக்குப் பயன்படுகிற செய்திகள் காணப்படுகின்றன.

அதிகமான் நெடுமான் அஞ்சியின் முன்னோர்களில் ஒருவன் கரும்பைக் கொண்டு வந்து தமிழகத்தில் முதல் முதலாகப் பயிர் செய்தான் என்று ஔவையார் கூறுகிறார் (புறம் 99, 392).

கருவூர்க் கண்ணம்பாளனார்

இவர் கொங்கு நாட்டுக் கருவூரில் இருந்தவர். இவருடைய செய்யுட்கள் அகநானூற்றிலும் (180, 263) நற்றிணையிலும் (148) தொகுக்கப்பட்டுள்ளன. அகம் 263-இல்

ஒளிறு வேல் கோதை ஓம்பிக் காக்கும்

வஞ்சியன்ன வளநகர் விளங்க

என்று இவர் கூறுகிறார். இதில் கோதை என்பது தகடூர் எறிந்த பெருஞ்சேரல் இரும்பொறையைக் குறிப்பதாகலாம். பெருஞ்சேரலிரும் பொறைக்கு 'கோதை' என்று ஒரு சிறப்புப் பெயர் உண்டு. வஞ்சி என்பது கருவூரின் இன்னொரு பெயர்.

கருவூர்க் கதப்பிள்ளைச் சாத்தனார்

கொங்கு நாட்டுக் கருவூரில் இருந்த இவர் அகம் 309. நற். 343. புறம் 168 ஆகிய மூன்று செய்யுட்களைப் பாடியிருக்கிறார். கதப்பிள்ளையார் என்னும் இன்னொரு புலவர் குறுந்தொகை (64, 265, 380), நற்றிணை (135), புறம் (380) ஆகிய செய்யுட்களைப் பாடியுள்ளார். இவ்விருவரையும் ஒருவர் என்று பின்னத்தூர் அ. நாராயணசாமி ஐயர் கருதுகிறார். இவர்கள் வெவ்வேறு புலவர்கள் என்று தோன்றுகின்றனர்.

கருவூர்க் கதப்பிள்ளைச் சாத்தனார் புறம் 168இல் குதிரைமலைப் பிட்டங்கொற்றனைப் பாடுகிறார். பிட்டங்கொற்றன், கொங்கு நாட்டில் குதிரைமலை நாட்டில் இருந்தவன். இவன் கொங்குச் சேரரின் கீழ்ச் சேனைத் தலைவனாக இருந்தான்.

கருவூர்க் கலிங்கத்தார்

கலிங்க நாட்டில் (ஒரிசா தேசம்) சென்று நெடுங்காலந் தங்கியிருந்து மீண்டும் கருவூருக்கு வந்து வாழ்ந்திருந்தவர் இவர் என்பது இவருடைய பெயரிலிருந்து அறிகிறோம். (கி.மு. மூன்றாம் நூற்றாண்டிலிருந்தே தமிழ் வாணிகர் கலிங்க நாட்டுக்குச் சென்று அங்கு வாணிகஞ் செய்து வந்தனர் என்பதைக் கலிங்க நாட்டில் காரவேலன் என்னும் அரசன் ஹத்தி கும்பா குகையில் எழுதியுள்ள சாசனத்திலிருந்து அறிகிறோம்.) கி.பி. இரண்டாம் நூற்றாண்டிலிருந்த இவர் வாணிகத்தின் பொருட்டுக் கலிங்க நாடு சென்றிருந்தார்போலும். பாலைத் திணையைப் பாடிய இவருடைய செய்யுள் ஒன்று அகம் 183 ஆம் செய்யுளாகத் தொகுக்கப்பட்டிருக்கிறது.

கருவூர் கிழார்

இவர் இருந்த ஊரின் பெயரே இவருடைய பெயராக அமைந்திருக்கிறது. இவரைப் பற்றிய வரலாறு தெரியவில்லை. இவர் இயற்றிய செய்யுள் ஒன்று குறுந்தொகையில் 170-ஆம் செய்யுளாகத் தொகுக்கப்பட்டிருக்கிறது.

கருவூர்க் கோசனார்

கோசர் என்பது ஓர் இனத்தவரின் பெயர். சங்க காலத்தில் கோசர், போர் வீரர்களாகவும், அரச ஊழியர்களாகவும் தமிழகமெங்கும் பரவியிருந்தார்கள். கொங்கு நாட்டில் இருந்த கொங்கிளங் கோசர், சேரன் செங்குட்டுவன் பத்தினித் தெய்வத்துக்கு விழாச் செய்தது போலவே, இவர்களும் கொங்கு நாட்டில் பத்தினித் தெய்வத்துக்கு விழாச் செய்தார்கள் என்று சிலப்பதிகாரத்தினால் அறிகிறோம். கோயம்புத்தூர் என்பது கோசர் (கோசர் - கோயர்) என்னும் பெயரினால் ஏற்பட்ட பெயர். கோசர் இனத்தைச் சேர்ந்த இந்தப் புலவர் கொங்கு நாட்டுக் கருவூரில் இருந்தபடியால் கருவூர்க் கோசனார் என்று பெயர் பெற்றார். பாலைத் திணையைப் பாடிய இவருடைய செய்யுள் ஒன்று நற்றிணையில் (214) தொகுக்கப்பட்டிருக்கிறது.

கருவூர் சேரமான் சாத்தன்

சாத்தன் என்னும் பெயருள்ள இவர் சேரமன்னர் குலத்தைச் சேர்ந்தவர். இவர் இருந்த கருவூர் கொங்கு நாட்டுக் கருவூர் என்று தோன்றுகிறது. இவருடைய செய்யுள் ஒன்று குறுந்தொகையில் 268-ஆம் செய்யுளாகத் தொகுக்கப்பட்டிருக்கிறது.

கருவூர் நன்மார்பனார்

நன்மார்பன் என்னும் பெயருள்ள இப்புலவர் கருவூரில் வாழ்ந்தவர். இவருடைய வரலாறு தெரியவில்லை. இவருடைய செய்யுள் ஒன்று அகநானூற்றில் 277-ஆம் செய்யுளாகத் தொகுக்கப் பட்டிருக்கிறது. வெயிற்காலத்தில் செந்நிறமாக மலர்கிற (கலியாண) முருக்க மலர்க்கொத்து, சேவற்கோழி வேறு சேவலுடன் போர் செய்யும்போது சிலிர்த்துக் கொள்ளும் கழுத்து இறகு போல இருக்கிறது என்று இவர் உவமை கூறியிருப்பது மிகப் பொருத்தமாகவும் வியப்பாகவும் இருக்கிறது.

அழலகைந் தன்ன காமர் துதை மயிர்
மனையுறை கோழி மறனுடைச் சேவல்

போர்புரி எருத்தம் போலக் கஞலிய
பொங்கழல் முருக்கின் ஒண்குரல் (அகம் 277:14-17)

கருவூர்ப் பவுத்திரனார்

பவுத்திரன் என்பது இவருடைய பெயர். இவர் பாடிய செய்யுள் ஒன்று குறுந்தொகையில் 162-ஆம் செய்யுளாகத் தொகுக்கப்பட்டிருக்கிறது. பசுக்கூட்டம் ஊருக்குத் திரும்பி வருகிற மாலை வேளையில் முல்லை முகைகள் பூக்குந் தருவாயிலிருப்பதைக் கண்டு தலைமகன் கூறியதாக அமைந்த இந்தச் செய்யுள் படிப்பதற்கு இன்பமாக இருக்கிறது.

கருவூர்ப் பூதஞ்சாத்தனார்

பேய், பூதம், சாத்தன் என்னும் பெயர்கள் சங்க காலத்தில் மக்களுக்குப் பெயராக வழங்கப்பட்டன. பேய், பூதம் என்னும் பெயர்கள் அந்தக் காலத்தில் தெய்வம் என்னும் பொருளில் உயர்வாக மதிக்கப்பட்டன. பிற்காலத்திலுங்கூட இப்பெயர்கள் வழங்கப்பட்டன. பேயாழ்வார், பூதத்தாழ்வார் என்னும் பெயர்களைக் காண்க. மிகப் பிற்காலத்தில், பேய் பூதம் என்னும் பெயர்கள் சிறப்பான உயர்ந்த பொருளை இழந்து தாழ்வான பொருளைப் பெற்றன. கொங்கு நாட்டுக் கருவூரில் பூதம் என்னுந் தெய்வத்துக்குக் கோயில் இருந்தது. இந்தப் புலவருக்கு அந்தத் தெய்வத்தின் பெயரை இட்டனர் போலும்.

கருவூர்ப் பூதஞ் சாத்தனார் இயற்றிய செய்யுள் ஒன்று அகநானூற்றில் ஐம்பதாம் செய்யுளாகத் தொகுக்கப்பட்டிருக்கிறது.

கருவூர்ப் பெருஞ்சதுக்கத்துப் பூதனாதனார்

இவர் கருவூரில் பெருஞ்சதுக்கம் என்னும் இடத்தில் இருந்தவர் என்று தோன்றுகிறார். இவருடைய பெயர் பூதன் ஆதன் என்பது. இவருடைய வரலாறு தெரியவில்லை. கோப்பெருஞ்சோழன் வடக்கிலிருந்து (பட்டினி நோன்பிருந்து) உயிர்விட்டபோது அவன் மீது இவர் கையறுநிலை பாடினார். அந்தச் செய்யுள் புறநானூற்றில் 219-ஆம் செய்யுளாகத் தொகுக்கப்பட்டிருக்கிறது.

கொல்லிக் கண்ணனார்

கண்ணன் என்பது இவருடைய பெயர். கொல்லி என்பது இவருடைய ஊர்ப்பெயர். கொல்லி என்னும் ஊரும் கொல்லி மலைகளும் கொல்லிக் கூற்றத்தில் இருந்தன. ஓரி என்னும் அரசன் கொல்லிக் கூற்றத்தை அரசாண்டான் என்றும் பெருஞ்சேரல் இரும்பொறை அவனை வென்று அவனுடைய நாட்டைத் தன்னுடைய

கொங்கு இராச்சியத்தில் சேர்த்துக் கொண்டான் என்றும் அறிந்தோம். கொல்லிக் கண்ணனார், கொல்லிக் கூற்றத்துக் கொல்லி என்னும் ஊரிலிருந்தவர் என்பது தெரிகிறது.

இந்தப் புலவரைப் பற்றிய வரலாறு ஒன்றுந் தெரியவில்லை. இவர் பாடிய செய்யுள் ஒன்று குறுந்தொகையில் 34-ஆம் செய்யுளாகத் தொகுக்கப்பட்டிருக்கிறது. மருதத்திணையைப் பற்றிய இந்தச் செய்யுளில் 'குட்டுவன் மாந்தை'யைக் கூறுகிறார். மாந்தை என்பது கொங்குச் சேரருக்குரிய மேற்குக் கரையிலிருந்த துறைமுகப்பட்டினம். குட்டுவன் என்னும் பெயருள்ள அரசர் பலர் இருந்தனர். அவர்களில் இவர் கூறுகிற குட்டுவன் யார் என்பது தெரியவில்லை.

சேரமான் கணைக்காலிரும்பொறை

கொங்கு நாட்டையாண்ட இவன் கொங்குச் சேரரின் கடைசி அரசன் என்று கருதப்படுகிறான். இவன் புலவனாகவும் திகழ்ந்தான். இவன் பாடிய செய்யுள் புறநானூற்றில் 74-ஆம் செய்யுளாகத் தொகுக்கப் பட்டிருக்கிறது. அந்தச் செய்யுளை இவனுடைய வரலாற்றுப் பகுதியில் காண்க.

பாலை பாடிய பெருங்கடுங்கோ

சேரமான் பாலை பாடிய பெருங்கடுங்கோ என்றும் இவரைக் கூறுவர். கொங்கு நாட்டுச் சேரர்களில் கடுங்கோ என்னும் பெயருள்ளவர் சிலர் இருந்தனர். செல்வக் கடுங்கோ (வாழியாதன்), மாந்தரன் பொறையன் கடுங்கோ, பாலை பாடிய பெருங்கடுங்கோ, மருதம் பாடிய இளங்கடுங்கோ என்று சிலர் இருந்தனர். கடுங்கோ என்பது இவருடைய பெயர். இவருக்குப் பிறகு இளங்கடுங்கோ ஒருவர் இருந்தார். பாலைத் திணையைப் பற்றிய செய்யுட்களைப் பாடினபடியால் இந்தச் சிறப்பையுஞ் சேர்த்துப் பாலை பாடிய பெருங்கடுங்கோ என்று பெயர் பெற்றார்.

கொங்கு நாட்டைச் சேர்ந்த புகழூர் ஆறுநாட்டார் மலையில் உள்ள இரண்டு பழைய பிராமிக் கல்வெட்டெழுத்துக்கள் பெருங்கடுங்கோ, இளங்கடுங்கோக்களைக் கூறுகின்றன. 'அமணன் ஆற்றூர் செங்காயபன் உறையகோ ஆதன் சேரலிரும்பொறை மகன் பெருங்கடுங்கோன் மகன் இளங்கடுங்கோ இளங்கோவாக அறுத்த கல்' என்பது அந்தக் கல்வெட்டின் வாசகம்.

இந்தக் கல்வெட்டில் கூறப்படுகிற பெருங்கடுங்கோன், பாலை பாடிய பெருங்கடுங்கோவாக இருக்கலாம் என்று தோன்றுகிறது.

அப்படியானால் இவருடைய தந்தை கோ ஆதன் சேரலிரும் பொறையாவான். கோ ஆதன் சேரலிரும்பொறையின் மகன் பெருங்கடுங்கோனுக்கு இளங்கடுங்கோ என்று பெயருள்ள ஒரு மகன் இருந்தான் என்பதை இந்தக் கல்வெட்டு எழுத்தினால் அறிகிறோம். இந்த இளங்கடுங்கோவும் மருதம் பாடிய இளங்கடுங்கோவும் ஒருவராக இருக்கலாமோ?

பாலை பாடிய பெருங்கடுங்கோவின் அறுபத்தெட்டுச் செய்யுட்கள் சங்கத் தொகைநூல்களில் தொகுக்கப்பட்டிருக்கின்றன. அகநானூற்றில் பன்னிரண்டும் (அகம் *5, 99, 111, 155, 185, 223, 261, 267,291, 313, 337, 379*), கலித்தொகையில் முப்பத்தைந்தும் (பாலைக்கலி முழுவதும்), குறுந்தொகையில் பத்தும் (குறுந். *16, 37, 124, 135, 137, 209, 231, 262, 283, 398*), புறநானூற்றில் ஒன்றும் (புறம் *282*), நற்றிணையில் பத்தும் (நற். *9, 48, 118, 202, 224, 256, 318, 337, 384, 391*) ஆக அறுபத்தெட்டுச் செய்யுட்கள் தொகுக்கப்பட்டுள்ளன. இவருடைய செய்யுட்கள் அழகும் இனிமையும் பொருள் செறிவும் சொற்செறிவும் உடையவை. இவர் காட்டும் உவமைகளும் உலகியல் உண்மைகளும் அறிந்து மகிழத் தக்கவை.

அறன்கடைப் படாஅ வாழ்க்கையும் என்றும்
பிறன்கடைச் செலாஅச் செல்வமும் இரண்டும்
பொருளின் ஆகும் *(அகம் 155: 1-3)*

என்று இவர் கூறியது; என்றும் மாறாத உலகியல் உண்மையாகும்.

உள்ளது சிதைப்போர் உளரெனப் படாஅர்
இல்லோர் வாழ்க்கை யிரவினும் இளிவெனச்
சொல்லிய வன்மைத் தெளியக் காட்டிச்
சென்றனர் வாழி தோழி *(குறுந். 283; 1-4)*

இது எல்லோரும் கொள்ளவேண்டிய பொன்மொழியன்றோ?

திருவிழாவின்போது உயரமான கம்பத்தில் இராத்திரியில் பல விளக்குகளை ஏற்றிவைப்பது அக்காலத்து வழக்கம். இந்தக் கம்ப விளக்கை, மலைமேல் வளர்ந்த இலையுயர்ந்த இலவ மரம் செந்நிறப் பூக்களுடன் திகழ்வது போல இருக்கிறது என்று உவமை கூறியிருப்பது இயற்கையான உண்மையைத் தெரிவிக்கின்றது.

அருவி யான்ற வுயர்சிமை மருங்கில்
பெருவிழா விளக்கம் போலப் பலவுடன்
இலையில மலர்ந்த இலவம் *(அகம் 185: 10-12)*

நம்பியும் நங்கையும் காதலரானார்கள். நங்கை நம்பியுடன் புறப்பட்டு அவனுடைய ஊருக்குப் போய்விட்டாள். அவள் போய்விட்டதையறிந்த செவிலித்தாய் அவளைத் தேடிப் பின் சென்றாள். அவர்கள் காணப்படவில்லை. தொடர்ந்து நெடுந்தூரஞ் சென்றும் அவர்கள் காணப்படவில்லை. ஆனால், துறவிகள் சிலர், அவ்வழியாக வந்தவர்கள் எதிர்ப்பட்டனர். அவர்களை அவ்வன்னை 'நம்பியும் நங்கையும் போவதை வழியில் கண்டீர்களோ' என்று வினவினாள். அவர்கள் நங்கையின் அன்னை இவள் என்பதை அறிந்தனர். அவர்கள் அன்னைக்குக் கூறினார்கள்; 'ஆம் கண்டோம். நீர் மனம் வருந்த வேண்டா. நங்கை நம்பியுடன் கூடி வாழ்வதுதான் உலகியல் அறம். அந்த நங்கை நம்பிக்குப் பயன்படுவாளே தவிர உமக்குப் பயன்படாள். மலையில் வளர்ந்த சந்தன மரம் மலைக்குப் பயன்படாது. கடலில் உண்டாகும் முத்து கடலுக்குப் பயன்படாது. யாழில் உண்டாகிற இன்னிசை வாசிப்பவருக்கல்லாமல் யாழுக்குப் பயன்படாது. உம்முடைய மகளும் உமக்கு அப்படித்தான்' என்று கூறி அன்னையின் கவலையைப் போக்கினார்கள் என்று பாலை பாடிய பெருங்கடுங்கோ உலகியல் அறத்தை அழகும் இனிமையும் உண்மையும் விளங்கக் கூறுகிறார். அவை;

புலவுறு நறுஞ்சாந்தம் படுப்பவர்க் கல்லதை
மலையுளே பிறப்பினும் மலைக்கவைதாம் என்செய்யும்?
நினையுங்கால் நும்மகள் நுமக்குமாங் கனையளே:
சீர்கெழு வெண்முத்தம் அணிபவர்க் கல்லதை
நீருளே பிறப்பினும் நீர்க்கவைதா மென்செய்யும்?
தேருங்கால் நும்மகள் நுமக்குமாங் கனையளே.
ஏழ்புணர் இன்னிசை முரல்பவர்க் கல்லதை
யாழுளே பிறப்பினும் யாழ்க்கவைதா மென்செய்யும்?
சூழுங்கால் நும்மகள் நுமக்குமாங் கனையளே

இவ்வாறு பாலை பாடிய பெருங்கடுங்கோவின் செய்யுட்களில் பல உண்மைகளையும் அழகுகளையும் இனிமையையும் கண்டு மகிழலாம். இவர் போர் செய்திருக்கிறார் என்றும் அப்போரில் வெற்றி பெற்றிருக்கிறார் என்றும் பேய்மகள் இளவெயினியார் இவர்மேல் பாடிய செய்யுளினால் அறிகிறோம்.

பேய்மகள் இளவெயினி

பேய் என்பது இவருடைய பெயர். பேய், பூதம் என்னும் பெயர்கள் சங்க காலத்திலும் அதற்குப் பிறகும் தெய்வங்களின் பெயராக

வழங்கி வந்தன. பேயாழ்வார் பூதத்தாழ்வார் என்னும் பெயர்களைக் காண்க. எயினி என்பதனாலே இவர் எயினர் (வேடர்) குலத்துப் பெண்மணி என்று தெரிகிறார். இவர் சிறந்த புலவர். பெரும்புலவரும் அரசருமாக இருந்த பாலை பாடிய பெருங்கடுங்கோவைப் பாடி இவர் அவரிடம் பரிசு பெற்றார். இவர் பாடிய பாடல் புறநானூறு 11ஆம் செய்யுளாகத் தொகுக்கப்பட்டிருக்கிறது. அந்தச் செய்யுளில் இவர் பாலை பாடிய பெருங்கடுங்கோவை,

> விண்பொரு புகழ் விறல் வஞ்சிப்
> பாடல் சான்ற விறல் வேந்தனும்மே
> வெப்புடைய அரண் கடந்து
> துப்புறுவர் புறம்பெற்றிசினே

என்று கூறுகிறார்.

இவரும் பாலை பாடிய பெருங்கடுங்கோவும் கொங்கு நாட்டில் சமகாலத்தில் இருந்தவர்கள் என்பது தெரிகின்றது.

பொன்முடியார்

கொங்கு நாட்டுப் புலவராகிய இவர் சேலம் மாவட்டத்துத் தகடூர் நாட்டைச் சேர்ந்த பொன்முடி என்னும் ஊரினர். இவ்வூர்ப் பெயரே இவருக்குப் பெயராக வழங்கியது. இவருடைய சொந்தப் பெயர் தெரியவில்லை. இவரைப் பெண்பாற் புலவர் என்று சிலர் கருதுவது தவறு. அதிகமான் நெடுமான் அஞ்சியின் தகடூர்க் கோட்டையைப் பெருஞ்சேரல் இரும்பொறை முற்றுகையிட்டுப் போர் செய்த காலத்தில் பொன்முடியார் அந்தப் போர்க்களத்தை நேரில் கண்டவர். அரிசில்கிழார் என்னும் புலவரும் அந்தப் போர் நிகழ்ச்சிகளை நேரில் கண்டவர். இவர்கள் காலத்திலே, அதிகமான் நெடுமானஞ்சியின் அவைப் புலவரான ஔவையாரும் இருந்தார். எனவே, இவர்கள் எல்லோரும் சமகாலத்தில் இருந்தவர்கள். பொன்முடியாரின் வரலாறு தெரியவில்லை. இப்புலவருடைய பாடல்கள் புறநானூற்றிலும் தகடூர் யாத்திரையிலும் தொகுக்கப்பட்டுள்ளன.

புறநானூறு 209, 310, 312-ஆம் பாட்டுகள் இவர் பாடியவை. இவை முறையே குதிரை மறம், நூழிலாட்டு, மூதின் முல்லை என்னுந் துறைகளைக் கூறுகின்றன. இவர் பாடிய ''ஈன்று புறந்தருதல் என் தலைக்கடனே'' என்று தொடங்கும் மூதின் முல்லைத் துறைச் செய்யுள் (புறம் 312) பலரும் அறிந்ததே.

தகடூர்ப் போர் நிகழ்ச்சியைக் கூறுகிற தகடூர் யாத்திரை என்னும் நூலில் பொன்முடியாரின் பாட்டுகளும் தொகுக்கப்பட்டிருந்தன. ஆனால், அந்நூல் இப்போது மறைந்துபோனபடியால் இவர் பாடிய எல்லாப் பாடல்களும் கிடைக்கவில்லை. அந்த நூற் செய்யுட்கள் சில புறத்திரட்டு என்னும் நூலில் தொகுக்கப்பட்டுள்ளன. தொல்காப்பியப் புறத்திணையியல் உரையில் ஆசிரியர் நச்சினார்க்கினியர் பொன் முடியாருடைய செய்யுட்கள் சிலவற்றை மேற்கோள் காட்டியுள்ளார். புறத்திணையியல் 'இயங்குபடையரவம்' என்னுந் தொடக்கத்து 8-ஆம் சூத்திரத்தில் 'வருவிசைப் புனலைக் கற்சிலைபோல ஒருவன் தாங்கிய பெருமையானும்' என்னும் அடிக்கு உரை எழுதிய நச்சினார்க்கினியார்: 'கார்த்தரும்' எனத் தொடங்கும் பாட்டை மேற்கோள் காட்டி (புறத்திரட்டு 1369-ஆம் செய்யுள்) ''இது பொன்முடியார் ஆங்கவளைக்(?) கண்டு கூறியது'' என்று எழுதியுள்ளார்.

புறத்திணையியலில் 'கொள்ளார் தேஎங் குறித்த கொற்றமும்' எனத் தொடங்கும் 12-ஆம் சூத்திரத்தின் 'தொல் எயிற்கு இவர்தலும் என்பதன் உரையில் நச்சினார்க்கினியர் (பக். 11-12) 'மறனுடைய மறவர்' என்று தொடங்கும் செய்யுளை மேற்கோள் காட்டி 'இது பொன்முடியார் பாட்டு' என்று எழுதுகிறார்.

மேற்படி சூத்திரத்தின் 'அன்றி முரணிய புறத்தோன் அணங்கிய பக்கமும்' என்பதன் உரையில் 'கலையெனப் பாய்ந்த மாவும்' என்னுஞ் செய்யுளை மேற்கோள் காட்டி ''இது சேரமான் (பெருஞ்சேரல் இரும்பொறை) பொன்முடியாரையும் அரிசில் கிழாரையும் நோக்கித் தன் படை பட்ட தன்மை கூறக்கேட்டோற்கு அவர் கூறிய விளக்கம்'' என்று கூறியுள்ளார்.

மேற்படி சூத்திரம் 'உடன்றோர் வருபகை பேணார் ஆர்எயில் உளப்பட' என்னும் அடிக்கு உரை எழுதியவர். ''இது பொன்முடியார் தகடூரின் தன்மை கூறியது'' என்று விளக்கங் கூறுகிறார்.

பொன்முடியாரின் செய்யுட்கள் இவ்வளவுதான் கிடைத்திருக் கின்றன. இவர் பாடியவை எல்லாம் புறத்துறை பற்றிய செய்யுட்களே.

பெருந்தலைச் சாத்தனார்

இவர் ஆவூர் மூலங்கிழார் மகனார் பெருந்தலைச் சாத்தனா ரென்றும் மூலங்கிழார் மகனார் பெருந்தலைச் சாத்தனாரென்றுங் கூறப்படுகிறார். இவருடைய பெயர்க் காரணத்தைப் பற்றிப் ''பெரிய

தலையையுடையராதலிற் பெருந்தலைச் சாத்தனார் எனப்பட்டார் போலும்'' என்று பின்னத்தூர் அ. நாராயணசாமி ஐயரவர்கள் நற்றிணை பாடினோர் வரலாற்றில் எழுதுகிறார். இது ஏற்கத்தக்கதன்று. சாத்தனார் என்னும் பெயருள்ள இப்புலவர் பெருந்தலை என்னும் ஊரில் இருந்தது பற்றிப் பெருந்தலைச் சாத்தனார் என்று பெயர் பெற்றார் என்று கருதுவது பொருத்தமானது. கொங்கு நாட்டில் கோயம்புத்தூர் மாவட்டத்தில் கோபிசெட்டிப் பாளையம் தாலுகாவில் பெருந்தலையூர் என்னும் ஊர் இருக்கிறது. இப்புலவர் அவ்வூரினராக இருக்கலாம். பெருந்தலையூர்ச் சாத்தனார் என்பது சுருங்கிப் பெருந்தலைச் சாத்தனார் என்று வழங்கப்பட்டது.

அகநானூற்றில் 13, 224-ஆம் செய்யுள்கள் இவர் பாடியவை. அகம் 13ஆம் செய்யுளில் 'தென்னவன் மறவனாகிய கோடைப் பொருநன்' என்பவனைக் குறிப்பிடுகிறார். இவன் பாண்டியனுடைய சேனைத் தலைவன் என்பதும் கோடைக் கானல் மலைப்பகுதியை இவன் ஆண்டான் என்பதும் தெரிகின்றன. நற்றிணை 262-ஆம் செய்யுளும் இவர் பாடியதே. இவர் பாடிய ஆறு செய்யுட்கள் புறநானூற்றில் தொகுக்கப்பட்டிருக்கின்றன.

புறம் 151-ஆம் செய்யுளின் கீழ்க்குறிப்பு, ''இளங்கண்டீரக் கோவும் இளவிச்சிக்கோவும் ஒருங்கிருந்தவழிச் சென்ற பெருந்தலைச் சாத்தனார் இளங்கண்டீரக் கோவைப் புல்லி இளவிச்சிக்கோவைப் புல்லாராக, என்னை என் செயப் புல்லீராயினீரென, அவர் பாடியது'' என்று கூறுகிறது. கண்டீரக்கோ, விச்சிக்கோ என்பவர்கள் கொங்கு நாட்டுச் சிற்றரசர்கள், கொங்கு நாட்டுக் குதிரை மலை நாட்டை அரசாண்ட குமணனை அவன் தம்பி காட்டுக்கு ஓட்டிவிட்டுத் தான் அரசாண்டான். வறுமையினால் துன்புற்ற பெருந்தலைச் சாத்தனார் காட்டுக்குச் சென்று, அங்கிருந்த குமணனைப் பாடினார் (புறம் 164). இச்செய்யுளில் இவருடைய வறுமைத் துன்பம் பெரிதும் இரங்கத்தக்கதாக உள்ளது. அப்போது குமணன் என் தலையை வெட்டிக் கொண்டுபோய் என் தம்பியிடங் கொடுத்தால் அவன் உமக்குப் பொருள் தருவான் என்று கூறித் தன்னுடைய போர் வாளைப் புலவருக்குக் கொடுத்தான். அந்த வாளைப் பெற்றுக் கொண்ட புலவர் இளங்குமணனிடம் வந்து குமணன் கொடுத்த வாளைக் காட்டிப் புறம் 165-ஆம் செய்யுளைப் பாடினார். கோடைமலைப் பொருநனாகிய கடிய நெடுவேட்டுவனைப் பாடியுள்ளார் (புறம் 205). இவனை இவர் தம்முடைய அகம் 13-ஆம் செய்யுளில் குறிப்பிட்டுள்ளதை முன்னமே கூறினோம். மூவன் என்பவனிடம் சென்று பரிசில் பெறுவதற்குப் புறம் 209-ஆம்

செய்யுளைப் பாடினார். புறம் 294-ஆம் செய்யுளில் ஒரு போர் வீரனுடைய தானை மறத்தைப் பாடியுள்ளார்.

மருதம் பாடிய இளங்கடுங்கோ

இவர் பெயர் கடுங்கோ என்பது பெருங்கடுங்கோ என்று ஒருவர் இருந்தது பற்றி இவர் இளங்கடுங்கோ என்று பெயர் பெற்றார். மருதத் திணை பற்றிய செய்யுள்களைப் பாடினபடியால் மருதம் பாடிய இளங்கடுங்கோ என்று இவர் அழைக்கப்பெற்றார். பாலை பாடிய பெருங்கடுங்கோவின் மகனாக இவர் இருக்கக்கூடுமோ? அல்லது தம்பியாக இருக்கக்கூடுமோ? (பாலை பாடிய பெருங்கடுங்கோ என்னுந் தலைப்புக் காண்க.). இவர் கொங்கு நாட்டிலிருந்த அரசர் மரபைச் சேர்ந்த புலவர். இவர் பாடிய செய்யுட்கள் அகநானூற்றில் இரண்டும் (அகம் 96, 176) நற்றிணையில் ஒன்றும் (நற்.50) தொகுக்கப்பட்டுள்ளன.

பாலை பாடிய பெருங்கடுங்கோ, அவரைப் பாடிய பேய்மகள் இளவெயினி ஆகிய இவர்கள் காலத்தில் இப்புலவர் இருந்தார். அவர்களுக்கு இவர் வயதில் இளைஞர்.

12

கொங்கு நாட்டுச் சங்க நூல்கள்

பதிற்றுப்பத்து

கடைச்சங்க காலத்து நூல்களில் பதிற்றுப்பத்தும் ஒன்று. இதில் சேர நாட்டுச் சேர அரசர்கள் அறுவரும் கொங்கு நாட்டுச் சேர அரசர் நால்வரும் பாடப்பட்டுள்ளனர். ஆகையால், இந்நூலின் பிற்பகுதி கொங்கு நாட்டுப் பொறையரைப் பற்றியது.

இவற்றில் ஏழாம்பத்து, கொங்கு நாட்டை அரசாண்ட செல்வக்கடுங்கோ வாழியாதன் மேல் கபிலர் பாடியது. இதற்குக் கபிலர் நூறாயிரம் (ஒரு லட்சம்) காணம் பரிசாகப் பெற்றார். மற்றும் கொங்கு நாட்டிலுள்ள நன்றா (இப்போது திருநணா?) என்னும் மலை மேலிருந்து கண்ணுக்குத் தெரிந்த நாடுகளின் வருவாயை இவ்வரசன் கபிலருக்குக் கொடுத்தான் என்று 7-ஆம் பத்துப் பதிகத்தின் அடிக்குறிப்புக் கூறுகிறது.

பதிற்றுப்பத்தின் எட்டாம் பத்து, தகடூர் எறிந்த பெருஞ்சேரல் இரும்பொறை மேல் அரிசில் கிழார் பாடியது. இதற்காக இவர் பெற்ற பரிசு ஒன்பது நூறாயிரம் (ஒன்பது இலட்சம்) காணமும் அமைச்சுப் பதவியுமாம். தகடூர்ப் போர் நடந்தபோது அரசில்கிழார் போர்க்களத்தில் இருந்து அப்போரை நேரில் கண்டவர். அக்காலத்தில் இவர் பாடிய செய்யுட்கள் தகடூர் யாத்திரை என்னும் நூலில் தொகுக்கப்பட்டிருந்தன.

பதிற்றுப்பத்தின் ஒன்பதாம் பத்து, இளஞ்சேரல் இரும் பொறையைப் பெருங்குன்றூர் கிழார் பாடியது. இதற்கு இவர் 32 ஆயிரம் காணமும் ஊரும் மனையும் நிலங்களும் பரிசாகப் பெற்றார் என்று பதிகச் செய்யுளின் அடிக்குறிப்புக் கூறுகிறது.

பதிற்றுப்பத்தின் பத்தாம் பத்து இப்போது மறைந்துவிட்டது. இது சேரமான் (யானைக்கட்சேய் மாந்தரஞ்சேரல் திரும்பொறையைப் பொருந்தில் இளங்கீரனார் பாடியது என்று கருதப்படுகிறது. இப்படிக் கருதுவதற்குக் காரணம் புறநானூறு 53-ஆம் செய்யுள். சேரமான்

யானைக்கட்சேய் மாந்தரம் சேரல் இரும்பொறை விளங்கில் என்னும் ஊரில் பகைவருடன் போர் செய்து வென்றான். அப்போது அவன் தன்னைப் பாடுவதற்கு இக்காலத்தில் கபிலர் இல்லையே என்று கவலையடைந்தான். இவனுடைய பாட்டனாகிய செல்வக் கடுங்கோ வாழியாதனை 7-ஆம் பத்தில் பாடிய கபிலர் முன்னமே இறந்து போனார்.) அரசன் கவலைப்படுவதை அறிந்த பொருந்தில் இளங்கீரனார் கபிலரைப் போன்று உம்மை நான் பாடுவேன் என்று கூறினார்.

செறுத்த செய்யுட் செய்செந் நாவின்
வெறுத்த கேள்வி விளங்குபுகழ்க் கபிலன்
இன்றுள னாயின் நன்றுமன் என்றநின்
ஆடுகொள் வரிசைக் கொப்பப்
பாடுவல் மன்னாற் பகைவரைக் கடப்பே *(புறம் 53: 11-15)*

இவ்வாறு இந்தப் புலவர் பாடியிருக்கிறபடியால் இவரே இவ்வரசன் மேல் பத்தாம் பத்துப் பாடியிருக்கலாம் என்று கருதுவது தவறாகாது.

பதிற்றுப்பத்தில் 7, 8, 9, 10-ஆம் பத்துகள் கொங்கு சேரர் மேல் பாடப்பட்டவை என்பதும், ஆகவே அவை கொங்கு நாட்டு இலக்கியம் என்பதும் தெரிகின்றன.

பதிற்றுப்பத்துச் செய்யுட்கள் வெறும் இயற்றமிழ்ச் செய்யுட்கள் மட்டுமன்று. இச்செய்யுட்கள் இசையுடன் பாடப்பட்டன என்பது தெரிகிறது. ஒவ்வொரு செய்யுளின் அடிக்குறிப்புகளிலிருந்து இதனையறிகிறோம். ஆகவே, புலவர்கள் இயற்றின இந்தச் செய்யுட்களை அந்தந்த அரசர் முன்னிலையில் பாடியபோது பாணரைக் கொண்டு இசையுடன் பாடப்பட்டன என்பது தெரிகிறது.

ஒவ்வொரு செய்யுளின் அடியிலும் துறை, தூக்கு, வண்ணம் என்னும் தலைப்பில் இசைக் குறிப்புகள் எழுதப்பட்டுள்ளன. துறை என்பதில் காட்சி, வாழ்த்து, செந்துறைப் பாடாண் பாட்டு, பரிசிற்றுறைப் பாடாண்பாட்டு, வஞ்சித் துறை பாடாண்பாட்டு முதலான குறிப்புகள் எழுதப்பட்டுள்ளன. தூக்கு என்பதில் செந்தூக்கு, செந்தூக்கும் வஞ்சித் தூக்கும் என்று தூக்கு (தூக்கு - தாளம்) குறிப்பிடப்பட்டுள்ளன. வண்ணம் என்பதில் ஒழுகு வண்ணம், சொற்சீர் வண்ணம் என்பவை குறிப்பிடப்பட்டுள்ளன. இவை இசைத்தமிழைப் பற்றிய குறிப்புகள்.

தகடூர் யாத்திரை

கொங்கு நாட்டில் தகடூரை அரசாண்டவர் அதிகமான் பரம்பரையைச் சேர்ந்த அரசர்கள் என்றும், அவர்கள் தகடூரைச் சூழ்ந்து கோட்டை மதிலைக்கட்டி அரண் அமைத்துக் கொண்டிருந்தார்கள் என்றும், கொங்கு நாட்டின் தென்பகுதிகளை அரசாண்ட பெருஞ் சேரலிரும்பொறை, தன் காலத்திலிருந்த அதிகமான் நெடுமான் அஞ்சியின் மேல் படையெடுத்துச் சென்று தகடூரை முற்றுகையிட்டுப் போர் செய்தான் என்றும், அந்தப் போர் பல காலம் நடந்து கடைசியில் பெருஞ்சேரலிரும்பொறை அதைக் கைப்பற்றினான் என்றும் கூறினோம். அந்தத் தகடூர்ப் போரைப் பற்றி ஒரு நூல் அக்காலத்திலேயே செய்யப்பட்டிருந்தது. அது சிலப்பதிகாரத்துக்கு முன்னரே இயற்றப்பட்ட நூல் என்பது ஆராய்ச்சியிலிருந்து தெரிகிறது. அதுதான் தகடூர் யாத்திரை என்னும் நூல்.

அக்காலத்தில் அரசர்கள் போர் செய்யும்போது புலவர்களும் போர்க்களத்துக்குச் சென்று எந்தெந்த வீரன் எந்தெந்த விதமாகப் போர் செய்கிறான் என்பதை நேரில் கண்டு அவர்களின் வீரத்தைப் புகழ்ந்து பாடுவது அக்காலத்து வழக்கமாக இருந்தது. தகடூர்ப் போரிலும் சில புலவர்கள் போர்க்களஞ் சென்று போர்ச் செயலைக் கண்டு பாடினார்கள். அவர்கள் பாடிய அந்தப் பாடல்களின் தொகுப்புதான் தகடூர் யாத்திரை என்னும் நூல். இப்போது நூல் முழுவதும் கிடைக்காதபடியால் அந்நூலில் எந்தெந்தப் புலவர்களின் செய்யுள்கள் இருந்தன என்பது இப்போது தெரியவில்லை. ஆனால் பொன் முடியார், அரிசில்கிழார் என்னும் புலவர்களின் செய்யுள்களும் அந்நூலில் இருந்தன என்பது திண்ணமாகத் தெரிகிறது.

சரித்திரச் செய்தியைக் கூறுகிற தகடூர் யாத்திரை இப்போது மறைந்துவிட்டது. அந்நூலின் சில செய்யுட்கள் மட்டுமே இப்போது கிடைத்துள்ளன. இந்நூல் சென்ற 19-ஆம் நூற்றாண்டில் திருநெல்வேலி தெற்குப் புதுத்தெருவில் இருந்த கிருஷ்ணவாத்தியார் வீட்டில் இருந்தது. பிறகு இந்தச் சுவடி மறைந்து போயிற்று. இதைப் பற்றி டாக்டர் உ.வே. சாமிநாதையர் 'என் சரித்திரம்' என்னும் நூலில் இவ்வாறு எழுதுகிறார்.

''அங்கே தொல்காப்பிய உரைச் சுவடி ஒன்றில், 'நாங்குனேரியிலிருக்கும் ஒருவருக்கு என்னிடமிருந்த தகடூர் யாத்திரைப் பிரதி ஒன்றைக் கொடுத்துவிட்டு, இப்பிரதியை இரவலாக வாங்கிக் கொண்டேன்' என்று எழுதியிருந்தது. யாரிடமிருந்து வாங்கியது என்று குறிப்பிடவில்லை. பிற்காலத்தில் நாங்குனேரியில்

நான்கு முறை ஏடு தேடியபோது தகடூர் யாத்திரை கிடைக்கவேயில்லை. பழைய நூல்கள் பல இந்த உலகத்தைவிட்டு யாத்திரை செய்து விட்டதைப் போல இந்த அருமையான நூலும் போய்விட்ட தென்றுதான் நினைக்கிறேன்.''

கொங்கு நாட்டு அரசர்கள் இருவர் நடத்திய போரைக் கூறுவது தகடூர் யாத்திரை என்னும் நூல். இதில் அக்காலத்திலிருந்த புலவர்கள் இந்தப் போரைப் பற்றிப் பாடிய செய்யுட்கள் தொகுக்கப்பட்டிருந்தன. எனவே, இந்த நூல் கொங்கு நாட்டில் உண்டான நூல்களில் ஒன்றாகும்.

இந்நூலைத் தொகுத்தவர் யார், தொகுப்பித்தவர் யார் என்பதும் தெரியவில்லை. நூலே மறைந்துவிட்டபோது இச்செய்திகளை எவ்வாறு அறியமுடியும்? மறைந்து போன தமிழ் நூல்கள் என்னும் புத்தகத்தில், தகடூர் யாத்திரை என்னுந் தலைப்பில் இந்நூலைப் பற்றிய ஏனைய விஷயங்களை அறியலாம்.

ஐங்குறுநூறு

ஐங்குறுநூறு, எட்டுத்தொகை நூல்களில் மூன்றாவது தொகை நூல். அகவற் பாக்களினால் அமைந்த இந்நூல் மிகக் குறைந்த அடிகளைக் கொண்டது. மூன்று அடிச் சிற்றெல்லையையும் ஆறடிப் பேரெல்லையையுங் கொண்டது. ஐந்து அகப்பொருள் துறைகளைப் பற்றிக் கூறுகிறது. இக்காரணங்களினாலே இந்நூல் ஐங்குறுநூறு என்று பெயர் பெற்றுள்ளது. ஓரம்போகியார், அம்மூவனார், கபிலர், ஓதல் ஆந்தையார், பேயனார் என்னும் ஐந்து புலவர்கள் இந்நூற் செய்யுள்களைப் பாடியவர்கள்.

மருதம் ஓரம்போகி, நெய்தல் அம்மூவன்
கருதுங் குறிஞ்சி கபிலன் கருதிய
பாலை ஓதலாந்தை, பனிமுல்லை பேயனே
நூலையோ தைங்குறு நூறு

என்னும் பழைய செய்யுளால் இதனையறியலாம்.

இந்த நூலைத் தொகுப்பித்தவர், கொங்கு நாட்டை அரசாண்ட யானைக்கட்சேய் மாந்தரஞ்சேரல் இரும்பொறை. தொகுத்தவர் இவ்வரசனால் ஆதரிக்கப்பெற்றவராகிய புலத்துறை முற்றிய கூடலூர் கிழார். புலவர் கூடலூர் கிழார், இவ்வரசன் இறந்த பிறகும் வாழ்ந்திருந்தார். இவ்வரசன் இறந்தபோது இவன்மேல் கையறுநிலை பாடினார் (புறம் 229). அச்செய்யுளின் அடிக்குறிப்பு, ''கோச் சேரமான் யானைக்கட்சேய் மாந்தரஞ் சேரல் இரும்பொறை இன்ன நாளில்

துஞ்சுமென அஞ்சி, அவன் துஞ்சியவிடத்துப் பாடியது'' என்று கூறுகிறது.

ஐங்குறுநூறுக்குப் பிற்காலத்திலே கடவுள் வாழ்த்துப் பாடியவர், பாரதம் பாடிய பெருந்தேவனார். இந்தப் பெருந்தேவனாரே ஏனைய தொகை நூல்களுக்கும் கடவுள் வாழ்த்துப் பாடினார். ஐங்குறுநூறுக்குப் பழைய உரை ஒன்று உண்டு. அந்த உரையாசிரியரின் பெயர் தெரியவில்லை.

இந்நூல் 1903-ஆம் ஆண்டில் முதன்முதலாக அச்சுப் புத்தகமாக வெளிவந்தது. இதன் பதிப்பாசிரியர் உத்தமதானபுரம் வே.சாமிநாதையர் அவர்கள். திருவாவடுதுறை ஆதீனத்தாரும், திருமலை மகாவித்துவான் சண்முகம் பிள்ளையவர்களும், ஜே.எம். வேலுப்பிள்ளையவர்களும் ஆழ்வார் திருநகரி தே. இலக்குமணக் கவிராயர் அவர்களும் தங்களுடைய கையெழுத்துப் பிரதிகளைக் கொடுத்து இந்நூலைப் பதிப்பிக்க உதவி செய்தனர்.

இந்நூல் மருதத்திணை, வேட்கைப்பத்து, வேழப்பத்து, கள்வன் பத்து, தோழிக்குரைத்த பத்து, புலவிப் பத்து, தோழி கூற்றுப் பத்து, கிழத்தி கூற்றுப் பத்து, புனலாட்டுப் பத்து, புலவி விராய பத்து, எருமைப் பத்து என்னும் பத்துப் பகுதிகளையுடையது.

நெய்தல்திணை, தாய்க்குரைத்த பத்து, தோழிக்குரைத்த பத்து, கிழவற்குரைத்த பத்து, பாணற்குரைத்த பத்து, ஞாழற்பத்து, வெள்ளாங்குருகுப் பத்து, சிறுவெண் காக்கைப் பத்து, தொண்டிப் பத்து, நெய்தற் பத்து, வளைப் பத்து என்னும் பத்துப் பகுதிகளையுடையது.

குறிஞ்சித்திணை, அன்னாய் வாழிப்பத்து, அன்னாய்ப் பத்து, அம்மவாழிப் பத்து, தெய்யோப் பத்து, வெறிப்பத்து, குன்றக் குறவன் பத்து, கேழற்பத்து, குரக்குப் பத்து, கிள்ளைப் பத்து, மஞ்ஞைப் பத்து என்னும் பத்துப் பகுதிகளையுடையது.

பாலைத்திணை, செலவழுங்குவித்த பத்து, செலவுப் பத்து, இடைச்சுரப் பத்து, தலைவியிரங்கு பத்து, இளவேனிற் பத்து, வரவுரைத்த பத்து, முன்னிலைப் பத்து, மகட்போக்கிய வழித் தாயிரங்கு பத்து, உடன் போக்கின் கண் இடைச் சுரத்துரைத்த பத்து, மறுதரவுப் பத்து என்னும் பத்துப் பிரிவுகளையுடையது.

முல்லைத்திணை, செவிலிகூற்றுப்பத்து, கிழவன் பருவம் பாராட்டுப்பத்து, விரவுப் பத்து, புறவு அணிப் பத்து, பாசறைப்பத்து, பருவங்கண்டு கிழத்தியுரைத்த பத்து, தோழி வற்புறுத்த பத்து, பாணன்

பத்து, தேர்வியங்கொண்ட பத்து, வரவுச் சிறப்புரைத்த பத்து என்னும் பத்துத் துறைகளைக் கொண்டுள்ளது.

நெய்தற்றிணையில் கிழவற்குரைத்த பத்தில் 9-ஆம் 10-ஆம் செய்யுட்கள் மறைந்து போய்விட்டன. முல்லைத்திணையில் கிழவன் பருவம் பாராட்டுப் பத்தில் ஆறாம் செய்யுளின் இரண்டாம் அடியிலும் தேர்வியங்கொண்ட பத்தின் பத்தாம் செய்யுளின் இரண்டாம் அடியிலும் சில எழுத்துகள் மறைந்துள்ளன.

ஐங்குறுநூற்றைப் பாடிய புலவர் எல்லோரும் கொங்கு நாட்டவர் அல்லர். கபிலர் மட்டுங் கொங்கு நாட்டில் வாழ்ந்திருந்தவர். இந்நூலைத் தொகுத்த கூடலூர் கிழார், கொங்கு நாட்டுப் புலவர்.

13

சங்க காலத்துத் தமிழெழுத்து

கடைச் சங்க காலத்தில் வழங்கி வந்த தமிழ் எழுத்தின் வரி வடிவம் எது என்பது இக்காலத்தில் ஒரு கேள்வியாக இருக்கிறது.

தமிழகத்தில் பழங்காலத்தில் வழங்கி வந்தது வட்டெழுத்துதான் என்று சில ஆண்டுகளுக்கு முன்பு கருதி வந்தனர். அக்காலத்தில் பிராமி எழுத்து தமிழகத்தில் கண்டுபிடிக்கப்படவில்லை. பிறகு, பிராமி எழுத்துக்கள் தமிழ்நாட்டு மலைக் குகைகளில் எழுதப்பட்டிருப்பது கண்டுபிடிக்கப்பட்டன. பாண்டி நாடு, புதுக்கோட்டை, தொண்டை நாடு, கொங்குநாடு ஆகிய நாடுகளில் மலைக்குகைகளில் கற்பாறைகளிலே பொறிக்கப்பட்ட பிராமி எழுத்துக்கள் சில ஆண்டுகளுக்கு முன்பு கண்டுபிடிக்கப்பட்டுள்ளன. இவையில்லாமல், அரிக்கமேடு, கொற்கை, காவிரிப்பூம்பட்டினம், உறையூர் முதலிய இடங்களில் அகழ்வாராய்ச்சி செய்தபோது அவ்விடங்களில் கிடைத்த மட்பாண்டங்களிலும் பிராமி எழுத்துக்கள் காணப்பட்டன. இவ்வெழுத்துக்கள் கி. மு. இரண்டாம் நூற்றாண்டு முதல் கி.பி.இரண்டாம் நூற்றாண்டுக்கு உட்பட்ட காலத்தில் எழுதப்பட்டவை. இந்தச் சான்றுகளைக் கொண்டு சிலர் சங்க காலத்தைக் கணக்கிடு கிறார்கள். கி. மு. மூன்றாம் நூற்றாண்டில் பாரத தேசத்தை அரசாண்ட அசோகச் சக்கரவர்த்தி காலத்தில் வடஇந்தியாவிலிருந்து பிராமி எழுத்தைப் பௌத்தப் பிக்குகள் தமிழகத்தில் கொண்டு வந்தார்கள் என்றும், இந்தப் பிராமி எழுத்து வந்த பிறகு இதைத் தமிழர் நூல் எழுதப் பயன்படுத்திக் கொண்டனர் என்றும், அதற்கு முன்பு தமிழில் எழுத்து இல்லை என்றும் இப்போது ஒரு சிலர் கூறுகின்றனர். பிராமி எழுத்து தமிழ்நாட்டுக்கு வருவதற்கு முன்பு இங்கு எழுத்தே கிடையாது என்பது இவர்கள் கூற்று. இது தவறான கருத்து. பிராமி எழுத்து தமிழகத்துக்கு வருவதற்கு முன்பு ஏதோ ஒரு வகையான எழுத்து வழங்கி வந்தது. அந்த எழுத்தினால் சங்க நூல்கள் எழுதப்பட்டன.

பிராமி எழுத்தின் தோற்றத்தைப் பற்றி வெவ்வேறு அபிப்பிராயங்கள் கூறப்படுகின்றன. அசோகச் சக்கரவர்த்தி காலத்துக்குப்

பல நூற்றாண்டுகளுக்கு முன்பே பிராமி எழுத்து இருந்து வந்தது. ஆகவே அசோகர் காலத்துக்கு முன்னமே தமிழ்நாட்டில் பிராமி எழுத்து வழங்கி வந்தது என்பது ஒரு கருத்து. பிராமி எழுத்து, தென் இந்தியாவில் தோன்றி வளர்ந்து, பிறகு வட இந்தியாவுக்குச் சென்றது என்பது இன்னொரு கருத்து. தமிழ்நாட்டில் பிராமி எழுத்து வருவதற்கு முன்பு ஏதோ ஒரு வகையான எழுத்து இருந்து வந்தது. பிராமி எழுத்து தமிழ்நாட்டுக்கு வந்து வேரூன்றிய பிறகு பழைய தமிழ் எழுத்து பையப்பைய மறைந்துவிட்டது என்பது வேறொரு கருத்து.

பிராமி எழுத்துக்கு முன்பு தமிழில் வேறு எழுத்து இல்லை என்பதற்குச் சான்று இல்லை. பிராமி எழுத்துக்கு முன்பு ஏதோ ஒரு வகையான தமிழ் எழுத்து வழங்கியிருக்க வேண்டும். வேறு வகையான எழுத்து இருந்ததா இல்லையா என்பதற்குச் சான்று வேண்டுமானால், சங்க காலத்திலே நடப்பட்ட நடுகற்களைக் (வீரகற்களை) கண்டுபிடிக்க வேண்டும். சங்க காலத்து நடுகற்கள் இதுவரையில் கண்டு பிடிக்கப்படவில்லை. சங்க காலத்து நடுகற்கள் போரில் இறந்து போன வீரர்களின் நினைவுக் குறியாக நடப்பட்டவை. அந்த நடுகற்களில் இறந்த வீரனுடைய பெயரையும் சிறப்பையும் எழுதியிருந்தபடியால், அந்த நடுகற்களைக் கண்டுபிடித்தால், அவற்றில் எழுதப்பட்ட எழுத்து பிராமி எழுத்தா அல்லது வேறு வகையான எழுத்தா என்பது விளங்கிவிடும். ஆனால், அந்தக் காலத்து வீர கற்கள் இதுவரையில் ஒன்றேனும் கண்டுபிடிக்கப்படவில்லை.

கடைச்சங்க காலத்தில் எழுதப்பட்ட பிராமி எழுத்துக்கள் தமிழ்நாட்டு மலைக் குகைகளில் கண்டுபிடிக்கப்பட்டிருக்கிறபடியால், அக்காலத்து நடுகற்களிலும் பிராமி எழுத்துதானே எழுதப்பட்டிருக்க வேண்டும் என்று சிலர் கருதக்கூடும். இப்போது தமிழகத்தில் கண்டுபிடிக்கப்பட்டுள்ள பழைய பிராமி எழுத்துக்கள், பௌத்த, சமண முனிவர்கள் தங்கித் தவஞ் செய்வதற்காக அமைக்கப்பட்ட மலைக் குகைகளிலே எழுதப்பட்டவை. ஆனால், பௌத்த, சமணர் அல்லாத துறவிகள் மலைக் குகைகளில் தங்கித் தவஞ் செய்யவில்லை. பௌத்த, சமணங்களுக்காக அமைக்கப்பட்ட மலைக் குகைகளிலே பிராமி எழுத்துக்கள் எழுதப்பட்டிருக்கிறபடியால் இவ்வெழுத்துக்களைப் பௌத்த மதத்தாரும், சமண மதத்தாரும் மட்டும் உபயோகித்திருக்க வேண்டும். பௌத்த, சமண மதத்தவரல்லாத அரசர் முதலியோர் அக்குகைகளைத் தானஞ் செய்திருந்தாலும், அவை வடநாட்டு மதங்களைச் சார்ந்த பௌத்த, சமணருக்காக அமைக்கப்பட்டபடியால் அவற்றில் பிராமி எழுத்தை எழுதியிருக்க வேண்டும். பௌத்த,

சமணரல்லாத ஏனைய மதத்தாரும் நாட்டு மக்களும் அக்காலத்தில் பிராமியரல்லாத ஏதோ ஒரு பழைய தமிழ் எழுத்தை வழங்கி இருக்கக்கூடும். இதன் உண்மையையறிவதற்குத்தான் பழைய காலத்து நடுகற்களைக் கண்டுபிடிக்க வேண்டும் என்று கூறுகிறோம்.

கடைச்சங்க காலத்துக்கு முன்னே, பிராமி எழுத்து வருவதற்கு முன்பு, ஏதோ ஒரு வகையான எழுத்து தமிழ் நாட்டில் வழங்கியிருக்க வேண்டும் என்பதில் ஐயமில்லை. பிராமி எழுத்து வந்த பிறகு தமிழர் புதிய பிராமி எழுத்தை ஏற்றுக்கொள்ளாமல் பழைய எழுத்தையே வழங்கியிருக்க வேண்டும். அப்போது பௌத்த, சமணர் பிராமியையும், மற்றத் தமிழர் பழைய தமிழ் எழுத்தையும் ஆக இரண்டெழுத்துக்களும் சில காலம் வழங்கியிருக்க வேண்டும். மிகப் பழைய காலத்தில் கால்டியா போன்ற தேசங்களில் சமய குருமார் எழுதிவந்த எழுத்து வேறாகவும், அதே சமயத்தில் பாமர மக்கள் எழுதிவந்த எழுத்து வேறாகவும் இருந்ததுபோல, கடைச்சங்க காலத் தமிழகத்திலும் (தொடக்க காலத்தில்) ஜைன, பௌத்த மதத்தவர் வழங்கின பிராமி எழுத்து வேறாகவும், மற்றவர் வழங்கின பழைய எழுத்து வேறாகவும் இருந்தன என்று தோன்றுகிறது. பௌத்த, சமண மதங்கள் தமிழகத்தில் வேரூன்றிய பிறகு அவர்கள் பள்ளிக் கூடங்களைத் தங்கள் பள்ளிகளில் அமைத்துப் பிள்ளைகளுக்குக் கல்வி கற்பித்தபோது பிராமி எழுத்தைப் பிரசாரஞ் செய்தனர். பிராமி எழுத்து பிரசாரஞ் செய்யப்பட்ட பிறகு, பழைய தமிழ் எழுத்து பையப்பைய மறைந்து போயிருக்க வேண்டும் என்று கருதப்படுகிறது. எந்தக் கருத்தானாலும் உண்மை தெரிய வேண்டுமானால், முன்பு கூறியதுபோல, பழைய நடுகற்களைக் கண்டுபிடிக்க வேண்டும். நூற்றுக் கணக்காக நடப்பட்ட சங்க காலத்து நடுகற்கள் பூமியில் புதைந்து கிடக்கின்றன. அவற்றைக் கண்டுபிடித்தால் அவற்றில் எழுதப்பட்டுள்ள அக்காலத்து எழுத்தின் வரிவடிவம் நன்கு விளங்கும்.

இப்போது நமக்குத் தெரிந்திருக்கிற வரையில் பிராமி எழுத்தே தமிழகத்தில் வழங்கி வந்த பழைய எழுத்து என்பதில் ஐயமில்லை. பிராமி எழுத்தில் எழுதப்பட்ட கல்வெட்டெழுத்துகள் கொங்கு நாட்டிலுங் கண்டுபிடிக்கப்பட்டுள்ளன. அவற்றை இங்கு ஆராய்வோம்.

14

கொங்கு நாட்டுப் பிராமி எழுத்துச் சாசனங்கள்

அரசலூர்

கோயம்புத்தூர் மாவட்டத்து ஈரோடு தாலுகாவில் உள்ளது அரசலூர். இது ஈரோடு நகரத்திலிருந்து பன்னிரண்டு மைல் தூரத்திலிருக்கிறது. இங்குள்ள மலைக்கு நாகமலை என்றும் அரசலூர் மலையென்றும் பெயர் உண்டு. இந்த மலையில் தரை மட்டத்திலிருந்து அறுபதடி உயரத்தில் ஆண்டிப்பாறை என்னுங் குகையும் அக்குகையில் கற்படுக்கைகளும் கல்வெட்டு எழுத்துகளும் உள்ளன. கல்வெட்டெழுத்துக்களில் ஒன்று பிராமி எழுத்து. மற்ற இரண்டு வட்டெழுத்து. இங்கு நம்முடைய ஆய்வுக்குரியது பிராமி எழுத்து மட்டுமே.

இங்குக் கல்வெட்டெழுத்துக்கள் இருப்பதை 1961-ஆம் ஆண்டின் தொடக்கத்தில் இந்நூலாசிரியர் மயிலை சீனி. வேங்கடசாமி, ஈரோடு புலவர் செ. இராசு மற்றுஞ் சில நண்பர்கள் சென்று கண்டு, இவ்வெழுத்துக்களைக் காகிதத்தில் மைப்படி எடுத்துச் சுதேசமித்திரன்.[1] செந்தமிழ்ச் செல்வி பத்திரிகைகளில் வெளியிட்டு உலகத்துக்கு அறிமுகப்படுத்தினார்கள். இந்த விவரம் தெரிந்த பிறகு அரசாங்கத்து எபிகிராபி இலாகா இம்மலைக்குச் சென்று இந்தச் சாசனங்களைக் கண்டு 1961-62 ஆண்டு அறிக்கையில் வெளியிட்டது.[2] இந்த இலாகாவின் 1961-62-ஆம் ஆண்டின் 280-283 எண்களுள்ள சாசன எழுத்துகளாக இந்தக் கல்வெட்டெழுத்துக்கள் பதிவு செய்யப் பட்டுள்ளன. எபிகிராபி இலாகாவின் 1963-64-ஆம் ஆண்டின் 4362-4364 -ஆம் எண்ணுள்ள போட்டோ (நிழற்பட) நெகிடிவாகவும் பதிவு செய்யப்பட்டிருக்கிறது.

இந்தப் பிராமிக் கல்வெட்டெழுத்தை (280 ஆப் 1961-62) ஆராய்வோம். இந்தப் பிராமி எழுத்துக்கள் இரண்டு வரிகளாக எழுதப்பட்டுள்ளன. முதல் வரியில் பதினான்கு எழுத்துகளும் இரண்டாவது வரியில் பதிமூன்று எழுத்துக்களும் பொறிக்கப்

பட்டுள்ளன. இந்த எழுத்துக்களை எபிகிராபி இலாகா இவ்வாறு படித்திருக்கிறது.

அரசலூர் பிராமி எழுத்து

எழுத்துப் புணர்(ரு)த்தான் மா(லை)ய்
வண்ணக்கன் (தேவ)ன் (சாத்த)ன்

ஐராவதம் மகாதேவன் அவர்கள் இவ்வெழுத்துக்களை இவ்வாறு படித்துள்ளார்.[3]

ஏழு தானம் பண்வ (வி)த்தான் மணிய்
வண்ணக்கன் (தேவ)ன் (சாத்த)ன்

மணிக்கல் வாணிகனாகிய தேவன் சாத்தன் இந்த ஏழு படுக்கைகளைச் (ஆசனங்களை) செய்வித்தான் என்று இதற்கு இவர் விளக்கங் கூறுகிறார். இவர் 'ஏழு படுக்கைகள்', என்று கூறுவது தவறு. இக்குகையில் மூன்று படுக்கைகள் மட்டும் இருக்கின்றன. ஆகவே, இவர் ஏழு படுக்கைகள் என்று கூறுவது பிழைபடுகிறது. கல்வெட்டில் 'எழுத்தும்'என்னும் வாசகம் தெளிவாகத் தெரிகிறது.

டி.வி. மகாலிங்கம் அவர்கள் இவ்வெழுத்துக்களை வேறு விதமாக வாசித்துள்ளார்.[4]

சித்தம் தீர்த்தம் பூண தத்தான் மாளாய
வண்ணக்கன் தேவன் சாத்தன்

என்று இவர் படிக்கிறார்.

இந்தச் சாசன எழுத்துகளில் இரண்டாவது வரியின் வாசகம் வண்ணக்கன் தேவன் சாத்தன் என்பதில் யாருக்கும் யாதொரு ஐயமும் இல்லை. இதை எல்லோரும் கருத்து மாறுபாடு இல்லாமல் சரியாகவே வாசித்திருக்கிறார்கள். முதல் வரி எழுத்துக்களை வாசிப்பதில் மட்டும் வேறுபாடுகள் காணப்படுகின்றன. ஒவ்வொருவரும் ஒவ்வொரு விதமாக வாசித்துள்ளனர். இதைப் பற்றி ஆராய்ந்து பார்த்து இதன் சரியான வாசகம் இன்னதென்பதை நாம் காண்போம்.

முதல் வரியின் முதல் எழுத்து வட்டமாகவும் நடுவில் புள்ளியுடன் காணப்படுகிறது. இது 'சித்தம்' என்னும் மங்கலச் சொல்லின் குறியீடு

என்று டி.வி. மகாலிங்கம் கருதுகிறார். சாசன எழுத்து இலாகா இதை எ என்று வாசித்திருக்கிறது. ஐ. மகாதேவன் அவர்கள் ஏ என்று வாசித்துள்ளார். மகாலிங்கம் கூறுவது போல இது ‘சித்தம்’ என்பதன் குறியீடு அன்று. பிராமி எழுத்து எ என்பதாகும். முக்கோண வடிவமாகவுள்ளது பிராமி எ என்னும் எழுத்து. அது கல்வெட்டில் வட்டமாகவும் சில சமயங்களில் எழுதப்படுகிறது. உதாரணமாக, மதுரைக்கு அடுத்துள்ள யானைமலைப் பிராமி எழுத்தில் எகர எழுத்து ஏறக்குறைய வட்டமாக எழுதப்பட்டிருப்பது காண்க.இந்த எழுத்து எகரம் என்பதில் ஐயமேயில்லை. ஐ. மகாதேவன் அவர்கள் இதை ஏ என்று வாசிப்பது சரியன்று. ஏனென்றால் இந்த எழுத்தின் உள்ளே ஒரு புள்ளி தெளிவாகக் காணப்படுகிறது. புள்ளியிருப்பதினாலே ஏகாரமன்று, எகரமே என்பது தெளிவாகத் தெரிகிறது. மெய்யெழுத்துகளும் எகர ஒகரக் குற்றெழுத்துகளும் புள்ளி பெறும் என்று இலக்கணம் கூறுகிறது. ஆகவே, அந்த இலக்கணப்படி இது ஏகாரம் அன்று. எகரமே என்பது திட்டமாகத் தெரிகின்றது. (புள்ளி பெற வேண்டிய எழுத்துகளுக்குப் பெரும்பாலும் புள்ளியிடாமலே ஏட்டுச் சுவடியிலும் செப்பேட்டிலும் கல்லிலும் எழுதுவது வழக்கம். அபூர்வமாகத்தான் புள்ளியிட்டிருப்பது தெளிவாகத் தெரிகிறது.)

அடுத்த இரண்டாவது எழுத்தைப் பார்ப்போம். இதை டி.வி. மகாலிங்கம் அவர்கள் தி என்று வாசிக்கிறார். இது ழு என்பது தெளிவு. சாசன எழுத்து இலாகாவும் ஐ. மகாதேவனும் இதை ழு என்றே சரியாக வாசித்திருக்கிறார்கள். முதல் இரண்டு எழுத்தும் சேர்ந்தே எழு என்றாகிறது.

இனி அடுத்த 3-ஆவது-4ஆவது எழுத்துகளைப் பார்ப்போம். இவை த்து என்பவை. சாசன எழுத்து இலாகா த்து என்றே வாசித்திருக்கிறது. மகாலிங்கம் த்த என்று வாசிக்கிறார். ஐ. மகாதேவன் தாந என்று வாசிக்கிறார். இப்படி வாசிப்பதற்கு யாதொரு காரணமும் இல்லை. இவ்வெழுத்துக்கள் ‘த்து’ என்பதே.

ஐந்தாவது எழுத்து ம அல்லது ம் என்பது. புள்ளியில்லையானாலும் ம் என்றே வாசிக்கலாம். ஐ. மகாதேவனும் டி.வி. மகாலிங்கமும் ம் என்றே சரியாக வாசித்துள்ளனர். சாசன எழுத்து இலாகா இந்த எழுத்தை ப் என்று படித்திருக்கிறது. இவ்வெழுத்து ம் என்பதில் ஐயமில்லை. முதல் ஐந்து எழுத்துக்களையும் சேர்த்துப் படித்தால் எழுத்தும் என்றாகிறது.

இனி அடுத்த ஆறு எழுத்துக்களைப் (6 முதல் 11 வரை) பார்ப்போம். 6-ஆவது எழுத்து பு என்பது. 7-ஆவது எழுத்து ண என்பது.

8 ஆவது எழுத்து ரு என்பது. சாசன இலாகா இதை ர என்றும் ர் என்றும் வாசிக்கிறது. டி.வி. மகாலிங்கம் த என்றும், ஐ. மகாதேவன் வ(வி) என்றும் வாசிக்கிறார்கள். இது பிராமி ரு என்பதில் ஐயமில்லை. ர் என்று இருக்க வேண்டிய இது ரு என்று எழுதப்பட்டிருக்கிறது. 9-ஆம் பத்தாம் எழுத்துக்கள் த்தா என்பன. 11-ஆவது எழுத்து ன் என்பது. இந்த எழுத்துக்களை ஒன்றாகச் சேர்த்தால் புணருத்தான் என்றாகிறது. ஐ. மகாதேவன் இவற்றைப் பண்வித்தான் என்றும் டி.வி. மகாலிங்கம் பூணதத்தான் என்றும் வாசிப்பது சரியாகத் தோன்றவில்லை. சாசன இலாகா படித்துள்ள புணர்த்தான் அல்லது புணருத்தான் என்பதே சரியென்று தெரிகிறது. ஆகவே, முதல் பதினொரு எழுத்துக்களைச் சேர்த்து வாசித்தால் எழுத்தும் புணர்த்தான் என்றாகிறது.

இனி முதல் வரியில் உள்ள கடைசி மூன்று எழுத்துக்களைப் பார்ப்போம். பன்னிரண்டாவது எழுத்து ம என்பது.

இதற்கு அடுத்த (13-ஆவது) எழுத்து சரியாக எழுதப்படாததால் பலவித ஊகங்களுக்கு இடமளிக்கிறது. எழுத்தைப் பொறித்த கற்றச்சனுடைய கவனக் குறைவினால் ஏற்பட்ட தவறு இது. இதை ணி என்று கொள்வதே பலவிதத்திலும் பொருத்தமாகத் தோன்றுகிறது. இந்தச் சாசனத்தில் வேறு மூன்று ணகர எழுத்துக்கள் தெளிவாகப் பொறிக்கப்பட்டுள்ளன. ஆனால், இந்த ணி எழுத்தைக் கற்றச்சன் செம்மையாகப் பொறிக்காமல் விட்டுவிட்டான்.

கடைசி (14-ஆவது) எழுத்து ய அல்லது ய் என்பது. இதில் சந்தேகத்துக்கு இடமேயில்லை. இந்த மூன்று எழுத்துக்களையும் சேர்த்து மணிய் என்று வாசிக்கலாம்.

இந்தப் பிராமி எழுத்தின் முழு வாசகமும் இவ்வாறு அமைகிறது:

எழுத்தும் புணரு(ர்)த்தான் மணிய்
வண்ணக்கன் தேவன் சாத்தன்

மணிய் வண்ணக்கன் தேவன் சாத்தன் (முனிவருக்கு இக்குகையைத் தானஞ் செய்தது மட்டும் அல்லாமல், இந்த எழுத்துக்களையும், புணர்த்தினான் (எழுதினான். பொறித்தான்) என்பது இதன் கருத்து.

விளக்கம் : மணிய் வண்ணக்கன் என்பது மணிக்கல் வண்ணக்கன் என்று பொருளுள்ளது. இகர, ஈற்றுச் சொல்லுடன் யகரமெய் சேர்த்து மணிய் என்று எழுதப்படுகிறது. இப்படி எழுதுவது அக்காலத்து வழக்கம். கொங்கு நாட்டில் விலையுயர்ந்த மணிக்கற்கள் அக்காலத்தில் அதிகமாகக் கிடைத்தன.

வண்ணக்கன் என்பது பொன், வெள்ளி நாணயங்களின் பரிசோதனை என்னும் பொருள் உள்ள சொல். சங்க இலக்கியங்களில் சில வண்ணக்கர்கள் கூறப்படுகின்றனர். புதுக்கயத்து வண்ணக்கன் கம்பூர்கிழான் என்னும் புலவர் நற்றிணை 294-ஆம் செய்யுளைப் பாடியவர். வடம வண்ணக்கன் தாமோதரனார் குறுந்தொகை 85-ஆம் செய்யுளைப் பாடியவர். வண்ணக்கன் சோருமருங்குமரனார் என்பவர் நற்றிணை 257-ஆம் செய்யுளைப் பாடியுள்ளார். அரசலூர் மலைக் குகையில் தவஞ் செய்த முனிவருக்குக் கற்படுக்கையைத் தானஞ் செய்த தேவன் சாத்தன் மணிக்கல் வண்ணக்கன்.

மணிக்கல் வண்ணக்கனான தேவன் சாத்தன் இம்மலைக் குகையில் முனிவருக்கு இடங்களைத் தானஞ் செய்ததோடு இந்தச் சாசன எழுத்துக்களையும் பொறித்தான் என்பது இதன் கருத்தாகும். எழுத்தும் புணர்த்தான் என்பதிலுள்ள உம் என்னும் இடைச்சொல். இவனே சாசன எழுத்தையும் பொறித்தான் (எழுதினான்) என்பதைக் குறிக்கிறது.

புகழியூர் [புகளூர்]

திருச்சிராப்பள்ளி மாவட்டம் கரூர் தாலுகாவில் புகளூர் இருக்கிறது. இந்த ஊர், திருச்சிராப்பள்ளி - ஈரோடு இருப்புப் பாதையில் ஒரு நிலையமாக இருக்கிறது. புகளூருக்கு இரண்டு கல் தொலைவில் வேலாயுதம்பாளையம் என்னும் கிராமத்துக்கு அருகில் ஆறுநாட்டார் மலை என்னும் பெயருள்ள தாழ்வான குன்றுகளில் , இயற்கையாக அமைந்துள்ள குகைகள் இருக்கின்றன. இக்குகைகளின் பாறையில் கற்படுக்கைகளும் பிராமி எழுத்துக்களும் காணப்படுகின்றன. பிராமி எழுத்துக்கள் கி.பி. 300-க்கு முற்பட்ட காலத்தில் தமிழ்நாட்டில் வழங்கி வந்தபடியால் இவை கடைச்சங்க காலத்திலே எழுப்பப்பட்டவை என்பது தெளிவாகத் தெரிகிறது. இந்த இடங்கள் கடைச் சங்க காலத்தில் கொங்கு நாட்டுப் பகுதிகளாக இருந்தவை.

பௌத்த, மத, ஜைன மதத் துறவிகள் ஊருக்கு அப்பால் மலைக்குகைகளில் இருந்து தவம் செய்வது அக்காலத்து வழக்கம். அவர்கள் படுப்பதற்காகக் கல்லிலேயே பாய் தலையணைபோல அமைத்துக் கொடுப்பது ஊரார் கடமையாக இருந்தது. அந்த முறையில் இந்தக் குகைகளிலே, கற்படுக்கைகள் அமைக்கப்பட்டிருக்கின்றன. இங்குள்ள பிராமி எழுத்துக்கள் இந்தப் படுக்கைகளை அமைத்துக் கொடுத்தவர்களின் பெயரைக் கூறுகின்றன.

ஆறு நாட்டார் மலையில் உள்ள பிராமி எழுத்துக்களை ஒவ்வொன்றாகப் பார்ப்போம். சாசன எழுத்து (எபிகிராபி) இலாகாவின்

1927-28 -ஆம் ஆண்டின் 343-ஆம் பதிவு எண்ணுள்ள எழுத்துக்கள் இவை (343 டிக 1917 -28). இந்த எழுத்துக்கள் இரண்டு வரியாக எழுதப்பட்டுள்ளன. முதல் வரியில் பத்து எழுத்துக்களும், இரண்டாம் வரியில் ஒன்பது எழுத்துக்களும் இருக்கின்றன. இந்தக் கல்லில் புள்ளிகளும் புரைசல்களும் இருப்பதனால் சில எழுத்துக்கள் செம்மையாகத் தெரியவில்லை. ஆனாலும் கூர்ந்து பார்த்தால் அவற்றைப் படிக்க இயலும் (படம் காண்க).

திரு டி.வி. மகாலிங்கம் இவ்வெழுத்துக்களை இவ்வாறு படிக்கிறார்.[5] 'கருவூர் பொன் வாணிகள், நேர்த்தி அதிட்டானம்' இவ்வாறு படித்து, நேர்த்தி என்றால் நேர்ந்து கொள்ளுதல் (பிரார்த்தனை செய்து கொள்ளுதல்) என்று விளக்கங் கூறுகிறார். கருவூர் பொன் வாணிகள் நேர்ந்துகொண்டு அமைக்கப்பட்ட அதிஷ்டானம் என்று கருத்துத் தெரிவிக்கிறார்.

திரு. ஐராவதம் மகாதேவன் இதைக் கீழ்க்கண்டவாறு படிக்கிறார்.[6] கருவூர் பொன் வாணிகன், நத்தி அதிட்டானம்

வாணிகன் நத்தி என்பதை வாணிகன்+அத்தி என்று பிரித்து, 'கருவூர் பொன் வாணிகன் அத்தியினுடைய அதிட்டானம் (இடம்)' என்று பொருள் கூறுகிறார்.

இவர்கள் 'கருவூர் பொன் வாணிகன்... அதிட்டானம்' என்று வாசித்தது முழுவதும் சரியே. தவறு இல்லை. ஆனால், இரண்டாவது வரியின் முதல் மூன்று எழுத்துக்களை வாசித்தலில் தவறு காணப்படுகிறது. இந்த எழுத்துகளில் கல் பொளிந்து எழுத்துகளின் சரியான உருவம் தெரியவில்லை. இக்காரணத்தினால் மகாலிங்கம் அவர்கள் இவ்வெழுத்துக்களை நேர்த்தி என்று வாசிக்கிறார். மகாதேவன் அவர்கள் நத்தி என்று வாசிக்கிறார். இப்படிப் படிப்பது பொருத்தமாகத் தோன்றவில்லை. இரண்டாவது வரியின் முதலெழுத்தை உற்றுநோக்கினால் அது பொ என்று தோன்றுகிறது. அடுத்துள்ள இரண்டு எழுத்துகளையும் சேர்த்து வாசித்தால் பொத்தி என்று படிக்கலாம். அதாவது கருவூர் பொன் வாணிகனுடைய பெயர் 'பொத்தி' என்பது. ஆகவே, இந்த எழுத்துகளின் முழு வாசகம் இது.

கருவூர் பொன் வாணிகன்
பொத்தி அதிட்டானம்

கருவூரில் பொன் வாணிகம் செய்த பொத்தி என்பவர் இந்த அதிட்டானத்தை (முனிவர் இருக்கையை) அமைத்தார் என்பது இதன் கருத்து. இருக்கையை அமைத்தார் என்றால், குகையிலுள்ள பாறைகளைச் செப்பஞ் செய்து கற்படுக்கைகளை அமைத்தார் என்பது பொருள்.

விளக்கம்: கருவூர், கொங்கு நாட்டையரசாண்ட சேர அரசர்களுக்குச் சங்க காலத்தில் தலைநகரமாக இருந்தது என்பதை அறிவோம். அவ்வூர் அக்காலத்தில் பேர்போன வாணிகப் பட்டணமாக இருந்தது. இங்கு, கிரேக்க ரோமர்கள் (யவனர்கள்) வந்து வாணிகஞ் செய்தார்கள். இவ்வூரில் பொன் வாணிகஞ் செய்தவர்களில் ஒருவர் பெயர் பொத்தி என்பது. பொத்தன், பொத்தி என்னும் பெயர் சங்க காலத்தில் வழங்கி வந்தது. பொத்த குட்டன் என்னுந் தமிழன் ஒருவன் இலங்கை அநுராதபுரத்திலே செல்வாக்குள்ளவனாக இருந்தான். அவன், தான் விரும்பிய படியெல்லாம் இலங்கை மன்னர்களைச் சிம்மாசனம் ஏற்றினான் என்று மகாவம்சத்தின் பிற்பகுதியான சூலவம்சம் என்னும் நூல் கூறுகிறது. பொத்தி என்னும் புலவர் ஒருவர் இருந்தார். அவர் பொத்தியார் என்று கூறப்படுகிறார். அவர் இயற்றிய செய்யுட்கள் புறநானூற்றில் (புறம் 217, 220, 221, 222, 223) உள்ளன.

எனவே, இந்த எழுத்துக்களில் காணப்படுகிற பொன் வாணிகனுடைய பெயர் பொத்தி என்பதில் ஐயமில்லை. மகாதேவன் நெத்தி என்று படிப்பது தவறு. நெத்தி என்னும் பெயர் இருந்ததாகச் சான்று இல்லை. டி.வி. மகாலிங்கம் நேர்த்தி என்று படிப்பதும் பொருத்தமாக இல்லை.

அதிட்டானம் என்பது அதிஷ்டானம் என்னும் சொல்லின் தமிழாக்கம். இங்கு இது இந்தக் குகையைக் குறிக்கிறது.

புகழூர்ச் சாசனம் இன்னொன்றைப் பார்ப்போம். இது, சாசன எழுத்து இலாகாவில் 1927-28-ஆம் ஆண்டு தொகுப்பில் 346-ஆம் எண்ணாகப் பதிவு செய்யப்பட்டிருக்கிறது. இதில் ஒரே வரியில் இருபத்தொரு பிராமி எழுத்துக்கள் பொறிக்கப்பட்டுள்ளன. பாறைக் கல்லில் புரைசல்களும் புள்ளிகளும் கலந்திருப்பதால் சில எழுத்துக்களின் சரியான வடிவம் கண்டுபிடிப்பது கடினமாக இருக்கிறது. ஆனாலும் வாசிக்கக் கூடியதாக இருக்கிறது. இதில் காணப்படுகிற பிராமி எழுத்துகளின் வரிவடிவம் இது. புள்ளியிட்டுக் காட்டப் பட்டிருப்பவை பாறையில் உள்ள புரைசல்கள்

இதன் இப்போதைய எழுத்து வடிவம் இது-

ந ள ளி வ ஊ ர ப பி ட ந தை ம க ன கீ ர ன

கொ ற ற ன

இவ்வெழுத்துக்களுக்குப் புள்ளியிட்டுப் படித்தால் இவ்வாறாகிறது.

நள்ளிவ் ஊர்ப் பிடந்தைமகன் கீரன் கொற்றன்

திரு. டி.வி. மகாலிங்கம் அவர்கள் இதை இவ்வாறு படிக்கிறார்-

நாளாளபஊர் பிடந்தை மகன் கீரன்கொற்றன்

இவ்வாறு படித்துப் பின்னர்க் கீழ்க்கண்டவாறு விளக்கங் கூறுகிறார். ஆதன்+தந்தை = ஆந்தை என்பது போல. பிடன்+தந்தை = பிடந்தை என்றாயிற்று. பிடன் = படாரன். பட்டரான். தந்தை =பெரியவன், மேலானவன், உயர்ந்தவன், புனிதமானவன்.[7] 'பிடன் தந்தை மகன் கீரன் கொற்றன்' என்றும், 'நாளாளப ஊர்' என்றும் இவர் கூறுவது சரியெனத் தோன்றவில்லை.

திரு. ஐ. மகாதேவன் அவர்கள் இந்த எழுத்துக்களைக் கீழ்வருமாறு வாசிக்கிறார்:

நல்லிய் ஊர் ஆ பிடந்தை மகள் கீரன்கொற்ற...

இவ்வாறு வாசித்த இவர் 'நல்லியூர் பிடந்தையின் மக்களான கீரன், கொற்ற(ன்)' என்று விளக்கங் கூறுகிறார். மகள் என்பதை மக்கள் என்று கூறுகிறார்.[8]

திரு. மகாலிங்கம் நாளாளப ஊர் என்று படிப்பது தவறு. திரு மகாதேவன் நல்லி ஊர் என்று படிப்பது ஓரளவு சரி. 7 ஆவது எழுத்தை மகாலிங்கம் அடியோடு விட்டுவிட்டார். மகாதேவன் அவர்கள் அதைப் பிராமி அ என்று வாசித்துள்ளார். அது பிராமி ப் என்னும் எழுத்தாகும். மகாலிங்கம் 'மகன்' என்று படிப்பது சரி. மகாதேவன் 'மகள்' என்று வாசித்து 'மக்கள்' என்று பொருள் கூறுவது சரியெனத் தோன்றவில்லை. மகன் என்பதே சரியானது. கீரன் கொற்றன்

என்பது ஒரே ஆளின் பெயர் என்று மகாலிங்கம் கூறுவது சரி. கீரன், கொற்றன் இரண்டு ஆட்கள் என்று மகாதேவன் கூறுவது சரியெனத் தோன்றவில்லை.

இந்த எழுத்துக்களை நாம் படித்துப் பொருள் காண்போம்.

நள்ளிவ்ஊர்ப் பிடந்தை மகன் கீரன் கொற்ற(ன்)

என்பது இதன் வாசகம். கொற்றன் என்பதில் கடைசி எழுத்தாகிய 'ன்' சாசனத்தில் இல்லை.

இதை விளக்கிக் கூறுவோம்.

முதல் மூன்று எழுத்துகளை நள்ளி என்று படிப்பதே சரியாகும். பிராமி எழுத்துகளில் ல, ள எழுத்துகளுக்கு மிகச் சிறு வேற்றுமைதான் உண்டு. லகரத்தின் வலது பக்கத்தின் கீழே, கீழாக வளைந்த கோடு இட்டால் ளகரமாகிறது. இந்தச் சாசன எழுத்தின் நிழற்படத்தை உற்று நோக்கினால் ளகரமாகத் தோன்றுவதைக் காணலாம். ஆகையால் நள்ளி என்று வாசிப்பதுதான் சரி என்று தெரிகிறது. மேலும், நல்லி என்ற பெயர் சங்க காலத்தில் காணப்படவில்லை. நள்ளி என்னும் ஓர் அரசன் கூறப்படுகிறான்.

''நளிமலை நாடன் நள்ளி'' (சிறுபாண். 107). ''கழல் தொடித் தடக்கைக் கலிமான் நள்ளி'' (அகம் 238: 14). ''திண்தேர் நள்ளி கானம்'' (குறுந். 210:1). ''வல்வில் இளையர் பெருமகன் நள்ளி'' (அகம் 152: 15) ''கொள்ளார் ஓட்டிய நள்ளி'' (புறம் 158:28) என்பன காண்க. கண்டீரக்கோப் பெருநள்ளி சங்கச் செய்யுட்களில் கூறப்படுகிறான். இவன் கொங்கு நாட்டில் கண்டீரம் என்னும் ஊரின் அரசன் . இவன் பெயரால் அக்காலத்தில் நள்ளி என்னும் ஊர் இருந்திருக்க வேண்டும் என்பது இந்தக் கல்வெட்டெழுத்தினால் தெரிகிறது.

இனி, இதற்கு அடுத்தபடியாக உள்ள நான்கு எழுத்துக்களைப் பார்ப்போம். கல்வெட்டில் இவ்வெழுத்துகள் வ் ஊர்ப் என்று காணப்படுகிறது. இதில் முதல் எழுத்தை மகாலிங்கம் அவர்கள் ப என்று படித்து முதல் மூன்று எழுத்துகளுடன் சேர்த்து 'நாளாளப' என்று படித்துள்ளார். மகாதேவன் அவர்கள் ய் என்று படித்து முதல் மூன்று எழுத்துக்களுடன் சேர்த்து 'நல்லிய்' என்று படித்துள்ளார். இந்த எழுத்தை உற்று நோக்கினால் வ் என்று தோன்றுகிறது. இதனுடன் அடுத்துள்ள ஊகார எழுத்தைச் சேர்த்தால் வ்ஊ என்றாகும். வூ என்னும் எழுத்துதான் இவ்வாறு வ்ஊ என்று எழுதப்பட்டிருக்கிறது. சில சமயங்களில் எழுத்துகள் சாசனங்களில் இவ்வாறு எழுதப்

பட்டிருப்பதைக் கல்வெட்டெழுத்துகளிலும் செப்பேடுகளிலும் காணலாம். இந்த நான்கு எழுத்துக்களை (வ்ஊர்ப்) முன் மூன்று எழுத்துகளுடன் கூட்டினால் நள்ளிவ்வூர்ப் என்றாகிறது.

பிறகு, இதற்கு அடுத்த நான்கு எழுத்துகளைப் பார்ப்போம் (8 முதல் 11 எழுத்துகள்). அது பிடந்தை என்றிருக்கிறது. இதை மகாலிங்கமும் மகாதேவனும் பிடந்தை என்று சரியாகவே வாசித்திருக்கிறார்கள். ஆனால், பிடந்தை என்பதை பிட்டன்+தந்தை என்று பிரித்து, பிட்டனுடைய தந்தை என்றும் பிடன் என்பதற்குப் படாரன், பட்டாரன் என்றும் மகாலிங்கம் அவர்கள் விளக்கங் கூறுவது சரியாகவும் இல்லை, பொருத்தமாகவும் இல்லை.

பிட்டன் என்னும் பெயருள்ள சேனைத் தலைவன் ஒருவன் சங்க இலக்கியங்களில் கூறப்படுகிறான் (அகம் 77, 143) (புறம் 172, 186, புறம் 169, 171 செய்யுள்களின் அடிக்குறிப்பு). அவன் பிட்டங்கொற்றன் என்றுங் கூறப்படுகிறான். காவிரிப்பூம்பட்டினத்துக் காரிக்கண்ணனார் புறம் 171ஆம் செய்யுளில் பிட்டங்கொற்றனைக் கூறுகிறார். அச்செய்யுளில் அவர் பிட்டங் கொற்றனை எந்தை என்று கூறுகிறார் (புறம் 171-12). புலவர் ஓர் அரசனை எந்தை என்று கூறவேண்டிய தில்லை. அப்படிக் கூறிய மரபும் இல்லை. பிட்டெனுக்குப் பிட்டெந்தை என்னும் பெயர் இருந்திருக்க வேண்டுமென்று இதனால் தெரிகிறது. பிட்டெந்தை என்னும் பெயரே இந்தச் சாசன எழுத்தில் பிடந்தை என்று எழுதப்பட்டிருக்கிறது என்பது தெரிகிறது.

இதற்கு அடுத்துள்ள மூன்று எழுத்துக்கள் மகன் என்பது. இதை மகாதேவன் 'மகள்' என்று படித்து அது 'மக்கள்' என்னும் பொருளுடைய சொல் என்று கருதுகிறார். மகன் என்பதே சரியான வாசகம்.

கடைசியாக உள்ள ஏழு எழுத்துக்கள் 'கீரன் கொற்றன்' என்று முடிகின்றன. இவற்றை மகாலிங்கமும் மகாதேவனும் சரியாகவே வாசித்திருக்கிறார்கள். ஆனால் மகாதேவன், கீரன், கொற்றன் என்று இரண்டு பெயரைக் குறிக்கின்றன இவை என்று கருதுகிறார். இது தவறு என்று தெரிகிறது. பிட்டந்தையாகிய பிட்டனுக்குக் கொற்றன் என்றும் பெயர் உண்டு என்பதை சங்கச் செய்யுள்களிலிருந்தும் அறிந்தோம். பிட்டங்கொற்றன் என்னும் பெயரை எடுத்துக்காட்டினோம். அதைப் போலவே, அவன் மகனான கீரனும் கொற்றன் என்று இதில் கூறப்படுகிறான். ஆகவே, கீரன் கொற்றன் என்பது ஒரே ஆளைக் குறிக்கிறது.

பிடந்தை மகன் கீரன் கொற்றன் நள்ளியூரில் இருந்தான் என்பதும் அவன் புகழூர் மலைக்குகையில் கற்படுக்கைகளை முனிவர்களுக்காக அமைத்துக் கொடுத்தான் என்பதும் இந்தக் கல்வெட்டெழுத்துக் களினால் அறியப்படுகின்றன. நள்ளியூர் என்று எழுதப்பட வேண்டிய சொல் நள்ளிவ்ஊர் என்று வகர ஒற்றுச் சேர்த்து எழுதப்பட்டிருக்கிறது. ஆகவே, இதை நள்ளியூர் என்று திருத்திப் படிக்க வேண்டும்.

★ ★ ★

புகழூரில் இன்னொரு சாசனம் மேலே சொன்ன சாசனத்தோடு தொடர்புடையதாகக் காணப்படுகிறது. இது, சாசன எழுத்து இலாகாவின் **1963-64-**ஆம் ஆண்டின் **296-**ஆம் எண்ணுள்ளதாகப் பதிவு செய்யப்பட்டிருக்கிறது. இந்தக் கல்வெட்டெழுத்தை திரு. டி.வி. மகாலிங்கம் அவர்கள் தம்முடைய நூலில் ஆராயாமலும் குறிப்பிடாமலும் விட்டுவிட்டார். இதன் காரணம் தெரியவில்லை. ஆனால், திரு. ஐ. மகாதேவன் அவர்கள் இதைத் தம்முடைய கட்டுரையில் ஆராய்கிறார்.[9] இது இரண்டு வரிகளில் எழுதப் பட்டிருக்கிறது. முதல் வரியில் பதினைந்து எழுத்துக்களும் இரண்டாம் வரியில் பதினொரு எழுத்துக்களும் உள்ளன.(படம் காண்க)

இதை, இவர் கீழ்க்கண்டவாறு படிக்கிறார்-

1. நல்லிஊர் ஆ பிடன் குறும்மகள்

2. கீரன் நோறி செயிபித பளி

இவ்வாறு படித்த பிறகு, நல்லியூர் பிடன் மக்களாகிய கீரனும் ஓரியும் செய்வித்த பள்ளி என்று விளக்கங் கூறுகிறார். கீரனும் ஓரியும் என்று இரண்டு மக்கள் இருந்தனர் என்று கூறிய இவர், இன்னொரு இடத்தில் கீரன் நோரி என்பவன் ஒரே மகன் என்று எழுதியுள்ளார்.[10] இதில் மூன்றாவது எழுத்தாகிய லி மாற்றி எழுதப்பட்டிருக்கிறது என்பதையும் எடுத்துக்காட்டியுள்ளார்.

இந்தக் கல்வெட்டெழுத்தை இவர் நேரில் பார்த்துக் கையால் எழுதியிருக்கிறதாகத் தோன்றுகிறது. பார்த்து எழுதியதில் இவர் எழுத்துக்களைத் தவறாக எழுதியிருக்கிறார் என்பது தெரிகின்றது. இந்த

296ஆம் எண்ணுள்ள சாசனம் 346-ஆம் எண்ணுள்ள சாசனத்தோடு தொடர்புடையது என்பதை இவர் அறியவில்லை (296டிக 1963-64, 346 டிக 1926-27).

இவர் காட்டியபடி முதல் வரியின் மூன்றாம் எழுத்து முறைதவறி எழுதப்பட்டிருக்கிறது. இவர் படிக்கிற நல்லி என்பது நள்ளி என்பதாகும். இந்த ல, ள வித்தியாசத்தை மேல் சாசனத்தில் விளக்கிக் கூறியுள்ளேன். முதல் வரியில் 6ஆவது எழுத்தை இவர் பிராமி ஆ என்று வாசித்திருக்கிறார். இது பிராமி ப் என்னும் எழுத்து. அடுத்து வரும் பிடன் என்பதுடன் இவ்வெழுத்தைச் சேர்த்தால் 'நள்ளி ஊர்ப்பிடன்' என்றாகிறது. பிடன் என்பது பிட்டன் ஆகும்.(பழங்காலத்தில் ட எழுத்து ட்ட என்று வாசிக்கப்பட்டது என்று தோன்றுகிறது. வட்டதளி என்பது வட தளி என்று எழுதப்பட்டது காண்க.) மேல் சாசனத்தில் கூறப்படுகிற பிடந்தையும் இந்தப் பிடனும் (பிட்டன்) ஒருவரே என்பது தெளிவாகத் தெரிகிறது.

அடுத்து உள்ள 'குறும்மகள்' என்பதில் மகர ஒற்று மிகையாகக் காணப்படுகிறது. அது 'குறுமகள்' என்றிருக்க வேண்டும். இளம் பெண் என்னும் பொருளுடைய குறும்மகள் என்னுஞ் சொல் சங்கச் செய்யுள்களில் அதிகமாகக் காணப்படுகிறது. அவற்றில் சிலவற்றைக் காட்டுவோம். 'நோவல் குறுமகள்' (அகம் 25-16), 'ஒள்ளிழைக் குறுமகள்' (நற். 253-5), 'மேதையங் குறுமகள்' (அகம் 7-6), 'பொலந்தொடிக் குறுமகள், (அகம் 219-9), 'வாணுதற் குறுமகள்' (அகம் 230-5), 'பெருந்தோட் குறுமகள்' (நற். 221-8), 'ஆயிழை குறுமகள்' (அகம் 161-11), 'மாண்புடைக் குறுமகள்' (நற். 352-11), 'மெல்லிய குறுமகள்' (நற். 93-8), 'வாழியோ குறுமகள்' (நற். 75-4), 'மடமிகு குறுமகள்'(நற். 319-8), 'எல்வளைக் குறுமகள்' (நற். 167-10), 'அணியிற் குறுமகள்' (நற். 184-8) முதலியன. குறும்மகள் என்பதை மகாதேவன் அவர்கள் குறும்மக்கள் என்று படிக்கிறார்.

இச்சாசனத்தில் குறும்மகன் என்று இருப்பதாக ஐ. மகாதேவன் எழுதுகிறார். குறும்மகன் என்பது பிழை என்றும் அது குறுமகன் என்று இருக்க வேண்டும் என்றும் எடுத்துக் காட்டுகிறார். குறுமகன் என்பதற்கு இளையமகன் என்றும் பொருள் கூறுகிறார்.[11] இது முற்றிலும் தவறு. குறுமகன் என்பதற்கு இளையமகன் என்பது பொருள் கிடையாது. அதற்கு கீழ்மகன் என்பது பொருள். ஆனால், குறுமகள் என்றால் இளையமகள், இளம்பெண் என்பது பொருள். இப்பொருளில் இச்சொல் சங்க இலக்கியங்களில் பயின்று வந்திருப்பதை மேலே எடுத்துக் காட்டினோம். குறுமகன் என்பதற்கு இளையமகன் என்பது

பொருள் அன்று. கீழ்மகன், இழிந்தவன் என்பதே பொருள் உண்டு. உதாரணங் காட்டுவோம்.

குறுமகன் (சிலம்பு 15-95), குறுமகனால் கொலையுண்ண (சிலம்பு 29, உரைப்பாட்டுமடை), கோவலன் தன்னைக் குறுமகன் கோளிழைப்பு (சிலம்பு 29, காவற்பெண்டரற்று). உருகெழுமூதூர் ஊர்க் குறுமாக்கள் (சிலம்பு 30-109). பழைய அரும்பதவுரையாசிரியரும் அடியார்க்கு நல்லாரும் குறுமகன் என்பதற்குக் கீழ்மகன் என்று உரை எழுதியிருப்பதைக் காண்க. இதன் பொருளை அறியாமல் ஐ. மகாதேவன், குறுமகள் என்பதன் ஆண்பாற்பெயர் குறுமகன் என்று கருதுகிறார். சில பெண்பாற் பெயர்களுக்கு நேரான ஆண்பாற் பெயர்கள் இல்லை என்பதும் அப்படி வழங்குகிற ஆண்பாற் சொற்களுக்குத் தாழ்ந்த இழிவான பொருள் உள்ளன என்றும் அறிஞர்கள் அறிவார்கள். உதாரணமாக, இல்லாள்-இல்லான் என்னுஞ் சொற்களை எடுத்துக் கொள்வோம். இல்லாள் என்றால் வீட்டரசி, மனைவி, இல்லற வாழ்க்கையை நடத்துகிறவள் என்பது பொருள். இல்லாள் என்னுஞ் சொல்லுக்கு ஆண்பாற் சொல் கிடையாது. இல்லான் என்னுஞ் சொல் புருஷன், கணவன், இல்லறத்தை நடத்துகிறவன் என்னும் பொருள் உடையதன்று, மாறாக வறுமையாளன், தரித்திரமுடையவன் என்பது பொருள். "இல்லானை இல்லாளும் வேண்டாள்" (நல்வழி 34) என்பது காண்க. இதைப் போலவே, குறுமகள் என்பதற்குப் பொருள் வேறு. குறுமகன் என்பதற்குப் பொருள் வேறு. ஐ. மகாதேவன், இச்சாசனத்தில் வருகிற குறுமகள் என்பதைக் குறுமகன் என்று தவறாகப் படித்து அதற்கு எக்காலத்திலும் இல்லாத இளைய மகன் என்று பொருள் கூறியிருப்பது பொருந்தாது. இச்சாசனத்தில் உள்ள சொல் குறும்மகள் (குறுமகள்) என்பதே ஆகும்.

(முந்தைய சாசனத்தில் கீரன் கொற்றன் கூறப்பட்டதுபோல இந்தச் சாசனத்தில் கீரன் கொற்றி கூறப்படுகிறாள். முன் சாசனத்தில் கூறப்பட்ட கீரன் கொற்றன் பிடந்தையின் மகனாக இருப்பதுபோல, இச்சாசனத்தில் கூறப்படுகிற கீரன் கொற்றியும் பிடன்(பிடந்தை) மகள் என்று கூறப்படுகிறாள். எனவே, கீரன் கொற்றனும் கீரன் கொற்றியும் தமயன் தங்கையர் என்றும் இவர்கள் பிடன் (பிடந்தையின்) மக்கள் என்றும் தெரிகின்றனர். பிடனாகிய பிட்டன், 'கொற்றன்' என்று கூறப்பட்டதுபோலவே இவர்களும் கீரன் கொற்றன், கீரன் கொற்றி என்று கூறப்படுவதும் இதனை வலியுறுத்துகிறது. இந்தச் சான்றுகளினாலே, புகழூர்க் குகையில் தமயனும் தங்கையுமான இவர்கள் இருவரும் சேர்ந்து முனிவர்களுக்கு இவ்விடத்தைத் தானஞ்

செய்தார்களென்பது தெரிகின்றது. மேல் இரண்டு பிராமி எழுத்துக்களைக் கொண்டு இக்குகையில் கற்படுக்கைகளைத் தானம் செய்தவர் பரம்பரையை இவ்வாறு அமைக்கலாம்).

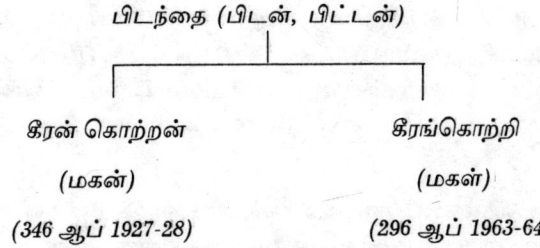

பிடந்தை (பிடன், பிட்டன்)

கீரன் கொற்றன்	கீரங்கொற்றி
(மகன்)	*(மகள்)*
(346 ஆப் 1927-28)	*(296 ஆப் 1963-64)*

குறிப்பு: பக்கம் 223, 228இல்[12] பிராமி எழுத்துகளின் படத்தில் முதல் எழுத்துக்க என்று எழுதப்பட்டுள்ளது தவறு. அந்த எழுத்துக்கள் என்று எழுதப்பட வேண்டும். ஓவியரின் தவறு இது.

புகழூருக்கு அடுத்த வேலாயுதம்பாளையம் என்னுங் கிராமத்து ஆறுநாட்டார் மலைக்குகையில் ஒரு பிராமி எழுத்து இருக்கிறது. இது, சாசன எழுத்து (எபிகிராபி) இலாகாவின் சாசனத் தொகுப்பில் *1927-28* ஆம் ஆண்டு *344* ஆம் எண் உள்ளது.*(நம். 344 டிக 1927-28)* இந்த எழுத்தின் படம் காண்க.

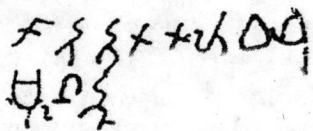

இந்தப் பிராமி எழுத்துகள் பெரும்பாலும் தெளிவாகக் காணப்படுகிற போதிலும் சில எழுத்துக்கள் புரைசல்களுடன் சேர்ந்து காணப்படுகின்றன.

இந்த எழுத்தின் வாசகத்தைத் திரு. ஐராவதம் மகாதேவன் அவர்கள்,

1. கொற்றந்தை ளவன்
2. மூன்று

என்று படித்து, கொற்றந்தை(இ)ளவன்... மூன்று... (ஒரு முற்றுப்பெறாத சாசனம்) என்று விளக்கங் கூறியுள்ளார்.[13] முதல் வரியில் நான்காவது எழுத்து புரைசல்களுடன் சேர்ந்து காணப்படுகிறது. அதை இவர் ந் (தந்தகரம்) என்று வாசிக்கிறார். அதற்கு அடுத்துள்ள எழுத்தும்

(ஐந்தாவது எழுத்து) புரைசல்களுடன் காணப்படுகிறது. அதை இவர் தை என்று வாசிக்கிறார். முதல் வரியில் கடைசி இரண்டு எழுத்துக்களை இவர் வன் என்று வாசிக்கிறார். இரண்டாவது வரியில் முதல் எழுத்து புரைசல்களுடன் சேர்ந்திருக்கிறது. இதை இவர் மு என்று வாசிக்கிறார். இவ்வாறு இவர் வாசித்திருப்பது தவறு என்று தோன்றுகிறது. முதல் வரியின் கடைசி இரண்டு எழுத்துக்கள் இவர் படிப்பதுபோலவன் அல்ல. அவை எயி என்னும் எழுத்துக்கள். இரண்டாவது வரியில் முதல் எழுத்து புரைசலுடன் சேர்ந்து மு போலக் காணப்பட்டாலும் அது ம என்னும் எழுத்தே.

திரு. டி.வி.மகாலிங்கம் அவர்கள் இந்த எழுத்துக்களைப் படித்து ஏறக்குறைய சரியான முடிவுக்கு வந்திருக்கிறார். ஆனால், இதன் கருத்தைத் தெளிவாகவும் நன்றாகவும் விளக்காமல் விட்டுவிட்டார்.[14] இந்தச் சாசனத்தின் முதல் வரியில் ஐந்தாவது எழுத்து புரைசல்களுடன் சேர்ந்து இன்ன எழுத்து என்று தெளிவாகத் தெரியவில்லை. ஞை என்றும் தை என்றும் சொ என்றும் படிக்கும்படி இது காணப்படுகிறது. ஐராவதம் மகாதேவன் அவர்கள் இதைத் தை என்று வாசித்திருப்பதை மேலே சுட்டிக்காட்டினோம். டி.வி. மகாலிங்கம் அவர்கள் இதை எ என்று வாசித்திருப்பது சரிதான். இதை எ என்றும் ஏ என்றும் வாசிக்கலாம்.கடைசி எழுத்தை மகாதேவன் அவர்கள் ன் என்று வாசித்துள்ளார். மகாலிங்கம் அவர்கள் யி என்று வாசிக்கிறார். இது ய போலவும் தோன்றுகிறது. இந்த யகரத்தின் கீழே ஒரு கோடு ர கரத்தைக் குறிப்பது போன்று காணப்படுகிறது. இதை மகாலிங்கம் கவனித்திருக்கிறார். ஆனால், இது கல்லில் இயற்கையாக உள்ள புரைசல் என்று தோன்றுகிறது. இரண்டாவது வரியில் உள்ள மூன்று எழுத்துக்களை மகாலிங்கம் அவர்கள் சரியாகவே மன்று என்று வாசித்துள்ளார்.

1.கொற்றக் கொள எயி

2.மன்று

என்று வாசித்துக் கொற்ற என்பதற்கு 'அரசனுக்குரிய' அல்லது 'வீரமுடைய' என்று விளக்கங்கூறி மன்று என்பது மண்டபத்தைக் குறிக்கிறது என்று கூறி முடிக்கிறார். ஆனால், இவர் படித்த கொள என்பதற்கு இவர் விளக்கங்கூறவில்லை. அதைப் பற்றி ஒன்றுமே கூறாமல் விட்டுவிட்டார். எயி என்று இருப்பது எயினரைக் குறிக்கிறது என்று கூறுகிறார். இவர் படித்துள்ள வாசகமும் தெளிவு இல்லாமல் குழப்பமாகவே இருக்கிறது.

இந்த எழுத்துகளை நாம் படிப்போம்.

முதல் வரியில் முதல் நான்கு எழுத்துக்களில் ஐயம் ஒன்றும் இல்லை. அவை கொற்றக் என்னும் எழுத்துகள். ஐந்தாவது எழுத்து அதிகப் புரைசல்களுடன் சேர்ந்து காணப்படுகிறது. அதைத் தை என்றும் கொ என்றும் படித்தார்கள். அதைக் க என்று படிப்பதே பொருத்தமும் சரியும் ஆகும். ககரத்தை அடுத்துக் கல்லில் புரைசல் இருக்கிறது. அதனுடன் அடுத்த ள கரத்தைச் சேர்த்துக் கள என்று வாசிக்கலாம். இதற்கு அடுத்த எழுத்துகள் எயி என்பவை. இதன் பக்கத்தில் ஒரு எழுத்து இருக்கவேண்டும். அது இந்தப் படத்தில் காணப்படவில்லை. அது ல் ஆக இருக்கலாம். அதைச் சேர்த்துப் படித்தால் கடைசி மூன்று எழுத்துகள் எயில் என்றாகிறது. இரண்டாவது வரியில் உள்ள மூன்று எழுத்துகளின் வாசகம் மன்று என்பது. (மகரத்தின் கீழேயுள்ள புரைசல் மு போலத் தோன்றுகிறது.)எனவே, இந்த எழுத்துகளை,

1. கொற்றக்கள எயி(ல்)

2. மன்று

என்று வாசிக்கலாம்.

கொற்றக் களத்து (கொற்றக்களம்-வெற்றிக்களம்) எயிலைச் சேர்ந்த மன்று என்பது இந்த வாசகத்தின் கருத்து. கொற்றக்களம் என்பது ஒரு இடத்தின் பெயர். கொற்றக்களம் என்னும் ஊரில் இருந்த எயிலுக்கு (கோட்டைக்கு) உரியது இந்த மன்று (குகை). அதாவது, கொற்றக்களத்து எயிலைச் சேர்ந்தவர்கள் இந்த மன்றத்தை முனிவர்களுக்குத் தானமாகக் கொடுத்தார்கள் என்பது இதன் திரண்ட பொருளாகும்.

★ ★ ★

புகழூரில் உள்ள இன்னொரு கல்வெட்டெழுத்தைப் பார்ப்போம். இதுவும் மேற்சொன்ன இடத்திலேயே இருக்கிறது. இது சாசன எழுத்து

இலாகாவில் 1927-28-ஆம் ஆண்டில் 347ஆம் எண்ணுள்ளதாகப் பதிவு செய்யப்பட்டிருக்கிறது. இந்த எழுத்து எழுதியுள்ள பாறையில் புரைசலும் புள்ளியும் கலந்திருப்பதனால் சில எழுத்துக்கள் தெளிவாகத் தெரியவில்லை. (படம் காண்க).

இந்த எழுத்துகளை ஐ.மகாதேவன் அவர்கள்

.......ணாகன் மகன் (இ)ளங்கீரன்

என்று வாசிக்கிறார்.[15]

இந்தப் பிராமி எழுத்தின் இன்னொரு படம் இவ்வாறு காணப்படுகிறது.

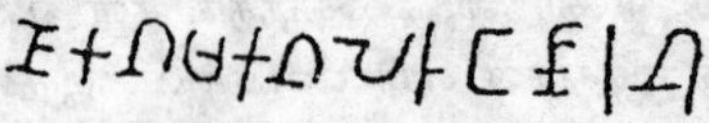

திரு.டி.வி. மகாலிங்கம் அவர்கள் இதை இவ்வாறு வாசித்திருக்கிறார்.[16] 'ணாகன் மகன் பெருங்கீரன்'. இவர் இவ்வாறு படிப்பது சரியான வாசகமே.

நாகன் என்று இருக்க வேண்டியது ணாகன் என்று டண்ணகரத்தில் தொடங்கப்பட்டிருப்பது பிராகிருத பாஷையின் சாயல் என்று இவர் கூறுகிறார். எழுத்தைப் பொறித்த கற்றச்சனுடைய பிழைஎன்றும் கருதலாம். பிராமி எழுத்துக்களில் நகரத்துக்கும் ண கரத்துக்கும் மிகச் சிறு வேறுபாடுதான் உண்டு. இந்த வேறுபாட்டைச் சிற்பி உணராதபடியால் இத்தவறு ஏற்பட்டிருக்கிறது.

நாகன், கீரன் என்னும் பெயர்கள் சங்க காலத்தில் மனிதருக்குப் பெயராக வழங்கி வந்தன. இப்பெயர்கள் சில அடைமொழிகளுடன் சேர்த்து வழங்கி வந்தன. இளநாகன், இளிசந்தநாகன், வெண்ணாகன், நன்னாகன், மூப்பேர்நாகன் முதலிய பெயர்களைக் காண்க. அல்லங்கீரன், இளங்கீரன், புல்லங்கீரன், கழார்க்கீரன், கீரங்கீரன், குறுங்கீரன், நக்கீரன், மோசிகீரன், மூலங்கீரன் முதலிய பெயர்களைக் காண்க. இந்தக் கல்வெட்டெழுத்தில் கூறப்பட்டவன் பெருங்கீரன் என்பவன். இவன் நாகனுடைய மகன். நாகனுடைய மகன் பெருங்கீரன் இந்தக் குகையில் கற்படுக்கையை அமைத்ததாக இந்தச் சாசனம் கூறுகிறது.

கீழ்க்கண்டவை புகழூர் பிராமி எழுத்துக் கல்வெட்டுகளில் சரித்திர ஆராய்ச்சிக்கு மிக முக்கியமானவை. 1927ஆம் ஆண்டில் கண்டுபிடிக்கப்பட்ட இவை, எபிகிராபி இலாகாவின் 1927-28-ஆம் ஆண்டு அறிக்கையில் கூறப்படுகின்றன.[17] ஒரே கருத்துள்ள இந்தச் சாசனம் இரண்டு இடங்களில் எழுதப்பட்டிருக்கிறது. இரண்டு சாசனங்களாகக் கருதப்பட்டாலும் உண்மையில் இவை இரண்டும் ஒன்றே. இரண்டின் வாசகமும் ஒன்றே. இரண்டாவது சாசனத்தில் சில

எழுத்துகள் மறைந்துவிட்டன. ஆனால், இரண்டு சாசன எழுத்துக்களையும் ஒப்பிட்டுப் பார்த்து, விடுபட்டுள்ள எழுத்துகளைச் சேர்த்துப் படித்துப் பொருள் தெரிந்து கொள்ளக் கூடியதாக இருக்கிறது. இந்தச் சாசன எழுத்துக்கள் இவை:

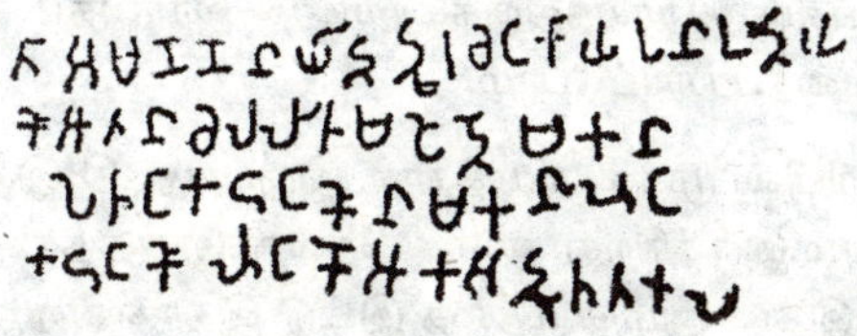

இவற்றின் வாசகம் இது:

தி அமண்ணன் யாற்றூர் செங்காயபன் உறைய

கோ ஆதன் சேல்லிரும் பொறை மகன்

பெருங் கடுங்கோன் மகனிளங்

கடுங்கோ ளங்கோ ஆக அறுத்த கல்

இரண்டாவது பிராமி எழுத்தின் படம் சிதைந்திருப்பதனால் அந்தப் படம் இங்குக் கொடுக்கப்படவில்லை.

இந்த இரண்டு சாசனக் கல்வெட்டுகளும் ஒரே பொருளைக் குறிக்கின்றன. அமணன் யாற்றூர் செங்காயபன் உறையகோ ஆதன் சே(ர)லிரும் பொறை மகன் பெருங் கடுங்கோன் மகனிளங்கடுங்கோ இளங்கோ ஆக இருந்தபோது அறுத்த கல் என்பது இதன் பொருள்.

இடையில் எழுத்து மறைந்துபோன இரண்டாவது சாசனத்திலும் இதே செய்தி கூறப்படுகிறது. இரண்டு சாசனங்களின் கடைசிச் சொற்களில் மட்டும் சிறு வேறுபாடு காணப்படுகிறது. அது, முதல் சாசனத்தில் அறுத்த கல் என்றும் இரண்டாவது சாசனத்தில் அறுபித (அறுபித்த) கல் என்றும் காணப்படுகின்றன.

இவ்விரண்டிலும் மூன்று அரசர்களின் பெயர்கள் கூறப்படுகின்றன. கோ ஆதன் சே(ர)லிரும்பொறையும் அவன் மகனான பெருங்கடுங்கோனும் அவன் மகனான இளங்கடுங்கோன் இளவரசனாக இருந்தபோது அமண முனிவராகிய ஆற்றூர் செங்காயபன் என்பவர் (மலைக்குகையில்)வசிப்பதற்கு அறுத்துக் கொடுத்த கல் (மலைக்குகை) என்று இச்சாசனங்கள் கூறுகின்றன.

சமண முனிவர்கள் மலைக்குகைகளில் வசித்துக் கற்பாறைகளில் படுத்து உறங்குவது அக்காலத்து வழக்கம் என்று அறிவோம். அரச

பரம்பரையைச் சேர்ந்த இளங்கடுங்கோ மலைக்குகையின் கற்றரையைச் செம்மையாக அமைத்து முனிவருக்குத் தானமாகக் கொடுத்தான் என்பது இதன் கருத்து.

இந்தச் சாசன எழுத்துக்களை ஐ.மகாதேவன் ஆராய்ந்திருக்கிறார்.[18] டி.வி. மகாலிங்கம் ஆராய்ந்திருக்கிறார்.[19] ஐராவதம் மகாதேவன் அவர்கள் கூறுவதைப் பார்ப்போம்.[20]

முதல் வரியில் முதல் எழுத்தாக இருப்பது தி.இது தா என்று வாசிக்கும்படியும் இருக்கிறது. ஐ.மகாதேவன் இதை தா என்று படித்து இதற்கு முன்பு இ என்னும் எழுத்தை இட்டு இதா என்று வாசிக்கிறார். இதா என்று வாசித்து 'இதோ' என்று பொருள் கூறுகிறார்.ஆனால் இங்குக் காணப்படுவது தி என்னும் ஒரு எழுத்துதான். இதன் பொருள் திரு என்பது. இந்தச் சாசனம் எழுதப்பட்ட சமகாலத்தில் வெளியிடப்பட்ட சாதவாகன அரசர்களின் நாணயங்களில் பிராமி எழுத்துக்கள் காணப்படுகின்றன. அவற்றில் சிலவற்றில் முதல் எழுத்து தி என்றும் த்ரி என்றும் எழுதப்பட்டுள்ளன. இது திரு (ஸ்ரீ) என்பதைக் குறிக்கிறது என்பது இங்குக் கருதத்தக்கது. ஆகவே, இச்சாசனத்தின் முதலில் உள்ள தி என்பது திரு என்னும் சொல்லாக இருக்கலாம். இதைவிட வேறு பொருள் கொள்வதற்கு இல்லை. 'இதோ' என்று கூறுவதாக மகாதேவன் கருதுவது பொருத்தமாக இல்லை. அமணன் என்று இருக்க வேண்டிய சொல் அமண்ணன் என்று ணகர ஒற்று இடப்பட்டிருக்கிறது. இது கற்றச்சனின் தவறாக அல்லது எழுதியவரின் தவறாக இருக்கலாம். யாற்றூர், செங்காயபன் என்னும் சொற்களில் யாதொரு கருத்து வேறுபாடும் இல்லை.

முதல் வரியின் கடைசியில் உறைய என்னுஞ் சொல் இருக்கிறது. இதை மகாதேவன் உறைய் என்று வாசித்துள்ளார். இது தவறு என்று தோன்றுகிறது. உறைய என்பதே இதன் வாசகம். ''ஆற்றூர் செங்காயபன் உறைய... அறுத்த கல்'' என்று வாக்கியம் செம்மையாக முடிகிறது காண்க. இதற்கு மாறாக வாசிப்பது தவறு என்று தோன்றுகிறது.

இனி இந்தச் சாசனங்களில் வருகிற அரசர்களின் பெயர்களைப் பார்ப்போம். முதல் சாசனத்தில் கோ ஆதன் சேரலிரும்பொறை என்று பெயர் காணப்படுகிறது. இரண்டாவது சாசனத்தில் இது (சே)ல்லிரும்புறை என்று எழுதப்பட்டிருக்கிறது. இரும்பொறை என்பதே சரியான வாசகம். சேரலிரும்பொறை என்னும் பெயரில் இரண்டாவது எழுத்தாகிய ரகரம் கல்வெட்டில் விடப்பட்டிருக்கிறது. சங்க இலக்கியங்களில் சேரலிரும்பொறை என்னும் பெயரைக்

காண்கிறோம். குடக்கோ இளஞ்சேரலிரும்பொறை,அஞ்துவஞ்சேரல் இரும்பொறை, கோப்பெருஞ்சேரலிரும்பொறை, தகடூர் எறிந்த பெருஞ்சேரல் இரும்பொறை, யானைக் கட்சேய் மாந்தரஞ்சேரல் இரும்பொறை என்னும் பெயர்களைக் காண்க. இதனால், சேரலிரும்பொறை என்னும் பெயர் இந்தச் சாசனங்களில் சேல்லிரும்பொறை என்று தவறாக எழுதப்பட்டிருப்பது நன்கு தெரிகின்றது.

ஆனால், ஐராவதம் மகாதேவன் செல்லிரும்பொறை என்று படிக்கிறார். இதற்குச் சான்றாக இவர் காட்டுகிற சான்றுகளாவன; செல்லிக்கோமான் (அகம் 216), செல்வக் கோமான் (பதிற்று 67), செல்வக்கடுங்கோ (பதிற்று. பதிகம் 8). சேரமான் இக்கற் பள்ளித் துஞ்சிய செல்வக் கடுங்கோ வாழியாதன் (புறம் 387). செல்லிக்கோமான், செல்வக்கோமான், செல்வக் கடுங்கோ என்னும் பெயர்களில் செல் இருக்கிற படியால், இந்தக் கல்வெட்டில் வருகிற பெயர் செல்லிரும்பொறை என்று இவர் எழுதுகிறார். இதைப் பற்றி வாதிக்க வேண்டுவதில்லை. இவர் கூறுவதில் உள்ள செல், செல்வம் என்னும் சொல் இச்சாசனத்தில் இடம் பெறவில்லை. சேரல் என்பதே தவறாக சேலிரும்பொறை என்று எழுதப்பட்டிருக்கிறது.

இந்தச் சாசனங்களில் கூறப்படுகிற அரசர்கள் யார் என்பது பற்றிப் பார்ப்போம். திரு. ஐ. மகாதேவன், இச்சாசனங்களில் கூறப்படுகிற அரசர்களைப் பதிற்றுப்பத்து 7, 8, 9 -ஆம் பத்துக்களின் தலைவர்களுடன் பொருந்திக் கூறுகிறார். 'கோ ஆதன் செல்லிரும்பொறை' என்று கல்வெட்டில் கூறப்படுகிறவன் 7-ஆம் பத்தின் தலைவனாகிய செல்வக் கடுங்கோ வாழியாதன் என்றும், கடுங்கோன் என்று கல்வெட்டில் கூறப்படுகிறவன் 8-ஆம் பத்தின் தலைவனாகிய தகடூர் எறிந்த பெருஞ்சேரலிரும்பொறை என்றும், இளங்கடுங்கோ என்று கல்வெட்டில் கூறப்படுகிறவன் 9-ஆம் பத்தின் தலைவனான இளஞ்சேரலிரும்பொறை என்றும் பொருந்திக் கூறுகிறார்.

கல்வெட்டில் கூறப்படுகிற முதல் அரசன் பெயர் கோ ஆதன் சே(ர)ல்லிரும் பொறை என்பது ஐ. மகாதேவன் செல்லிரும்பொறை என்று வாசிப்பது தவறு. 7-ஆம் பத்தின் தலைவன் செல்வக் கடுங்கோ வாழியாதன் என்று கூறப்படுகிறான். இதில் வருகிற கடுங்கோ என்னும் பெயர் இந்தக் கல்வெட்டுகளில் கூறப்படவில்லை. கல்வெட்டுகள் கூறுகிற கோ ஆதன் சே(ர)லிரும்பொறைக்குக் கடுங்கோ என்னும் பெயர் இருந்திருந்தால் அப்பெயரைச் சாசனங்கள் கூறியிருக்குமன்றோ? மற்ற இரண்டு அரசர்களைப் பெருங்கடுங்கோன், இளங்கடுங்கோன்

என்றும் கல்வெட்டுகள் சிறப்பாகக் கூறுகின்றன. முதல் அரசனுக்கு கடுங்கோ என்னும் பெயரைக் கல்வெட்டுக்கள் கூறாதபடியால், சேலிரும்பொறையும் செல்வக்கடுங்கோ வாழியாதனும் வெவ்வேறு அரசர் என்பதும் இருவருக்கும் யாதொரு பொருத்தமும் இல்லை என்பதும் வெளிப்படை திரு.மகாதேவன் செல் என்னும் பிழையான பொருளற்ற சொல்லை வைத்துக்கொண்டு செல்வக் கடுங்கோவுடன் பொருத்துவது ஏற்கத்தக்கதன்று. 'செல்லிரும் பொறை' என்று எந்த அரசனுக்கும் பெயர் இருந்ததில்லை என்பதைச் சங்க இலக்கியம் பயின்றோர் நன்கறிவார்கள்.

கல்வெட்டுகள் இரண்டாவது அரசனாகக் கூறுகிற பெருங்கடுங் கோனைப் பதிற்றுப்பத்தின் 8-ஆம் பத்துத் தலைவனான தகடூர் எறிந்த பெருஞ்சேரல் இரும்பொறையுடன் திரு. மகாதேவன் பொருத்திக் கூறுவதும் தவறு. இவ்விரண்டு அரசர்களுக்கும் யாதொரு பொருத்தமும் இல்லை. ஏனென்றால் 8-ஆம் பத்தில் பெருஞ்சேரலிரும்பொறையைப் பாடுகிற அரிசில் கிழார் அவனுடைய அமைச்சனாக இருந்தவர். மேலும், அவன் செய்த தகடூர்ப் போரில், போர்க்களத்தில் உடன் இருந்தவர். அவர் இவ்வரசனைப் பாடிய செய்யுட்களில் இவனைக் கடுங்கோன் என்று ஓரிடத்திலாவது கூறவில்லை. தகடூர் எறிந்த பெருஞ்சேரலிரும்பொறைக்குக் கடுங்கோன் என்று பெயர் இருந்திருக்குமானால் அந்தச் சிறப்பான பெயரை அவர் கூறாமல் விட்டிருப்பாரா? ஆகவே சாசனங்கள் கூறுகிற பெருங்கடுங்கோன் பதிற்றுப்பத்து 8-ஆம் பத்துத் தலைவனாகிய பெருஞ்சேரலிரும்பொறை யல்லன் என்பது வெளிப்படை ஐ. மகாதேவன் இருவரையும் ஒருவராக இணைத்துப் பிணைப்பது ஏற்கத்தக்கதன்று.

கல்வெட்டுகள் கூறுகிற இளங்கடுங்கோவைப் பதிற்றுப்பத்து 9-ஆம் பத்தின் தலைவனான இளஞ்சேரல் இரும்பொறையுடன் திரு. மகாதேவன் பொருத்திக் கூறுவதும் தவறாக இருக்கிறது. இளஞ்சேரலிரும்பொறை மீது 9-ஆம் பத்துப் பாடின பெருங் குன்றூர்கிழார் அச்செய்யுட்கள் ஒன்றிலேனும் அவனைக் கடுங்கோ அல்லது இளங்கடுங்கோ என்று கூறவே இல்லை. இந்தச் சிறப்பு அவனுக்கு இருந்திருக்குமானால் இதனை அவர் கூறாமல் விட்டிருப்பாரா? இப்பெயர் இவனுக்கு இல்லாதபடியால் அவர் இப்பெயரைக் கூறவில்லை என்பது வெளிப்படையாகத் தெரிகிறது.

மேலும், சாசனங்கள் பெருங்கடுங்கோவின் மகன் இளங்கடுங்கோ என்று கூறுகின்றன. திரு. மகாதேவன், பெருங்கடுங்கோவைத் தகடூர் எறிந்த பெருஞ்சேரலிரும்பொறை என்றும், இளங்கடுங்கோவை அவன்

மகனான இளஞ்சேரல் இரும்பொறை என்றுங் கூறுகிறார். இதிலும் இவர் தவறுபடுகிறார். தகடூர் எறிந்த பெருஞ்சேரலிரும்பொறையின் மகன் இளஞ்சேரலிரும்பொறை என்று இவர் கூறுவது தவறு. பெருஞ்சேரலிரும்பொறையின் தம்பியாகிய குட்டுவன் இரும்பொறையின் மகன் இளஞ்சேரலிரும்பொறை என்று பதிற்றுப்பத்துக் கூறுகிறது.

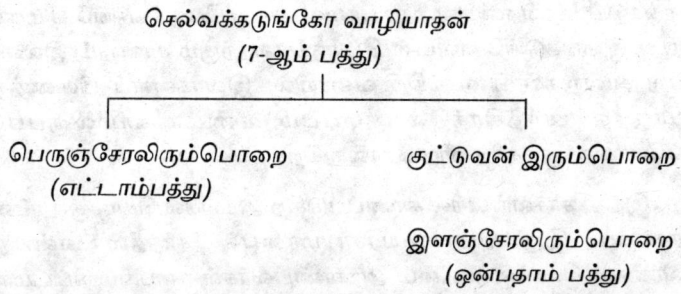

செல்வக்கடுங்கோ வாழியாதன்
(7-ஆம் பத்து)

பெருஞ்சேரலிரும்பொறை
(எட்டாம்பத்து)

குட்டுவன் இரும்பொறை

இளஞ்சேரலிரும்பொறை
(ஒன்பதாம் பத்து)

எனவே, கல்வெட்டுகளில் கூறப்படுகிற அரசர்களைப் பதிற்றுப்பத்து 7, 8, 9-ஆம் பத்து அரசர்களுடன் பொருத்துவது பொருத்தமாக இல்லை. தவறாகவே இருக்கிறது. (பாலை பாடிய) பெருங்கடுங்கோ, (மருதம் பாடிய) இளங்கடுங்கோ என்னும் இரண்டு சேர அரசர்களைச் சங்க இலக்கியங்கள் கூறுவதைத் திரு.மகாதேவன் அறியவில்லை. இவ்விரு பெயர்களும் சாசனப் பெயர்களுடன் பொருந்துவது வெளிப்படை. இப்பெயர்களுடன் அவர் பொருந்திக் கூறாமல் அல்லது மறுத்துக் கூறாமல் விட்டது இந்தப் பெயர்களை அவர் அறியாததுதான் காரணம். சங்க காலத்துக் கல்வெட்டுக்களை அறிவதற்குச் சங்க காலத்து இலக்கியங்கள் மிகவும் பயன்படுகின்றன.

பாலை பாடிய பெருங்கடுங்கோவும் மருதம் பாடிய இளங்கடுங்கோவும் இக்கல்வெட்டுகளில் கூறப்படுகிற பெருங்கடுங்கோவும் இளங்கடுங் கோவுமாக இருக்கக்கூடுமோ? கல்வெட்டுகளில் கூறப்படுகிற இவர்கள், தந்தையும் மகனும் என்று கூறப்படுகின்றனர். அன்றியும், ‘பாலைபாடிய’, ‘மருதம்பாடிய’ என்னும் அடைமொழிகள் சாசனங்களில் கூறப்படவில்லை. சங்க இலக்கியங்கள் கூறுகிற இவர்கள் தந்தையும் மகனுமா என்று தெரியவில்லை. பாலை பாடிய பெருங்கடுங்கோ, மருதம் பாடிய இளங்கடுங்கோ இருவரையும் சாசனங்கள் கூறுகிற பெருங்கடுங்கோ இளங்கடுங்கோவுடன் பொருத்திக் கூறலாம் என்று தோன்றுகிறது. ஆனால், உறுதியாகத் துணிந்து கூற இயலவில்லை.

எனவே, புகழூர்ச் சாசனங்கள் குறிப்பிடுகிற கோ ஆதன் சேரலிரும்பொறை, அவன் மகன் பெருங்கடுங்கோன், அவன் மகன்

இளங்கடுங்கோன் ஆகிய மூவரையும் பதிற்றுப்பத்து 7,8,9ஆம் பத்துகளின் அரசர்களாகிய செல்வக்கடுங்கோ வாழியாதன், தகடூர் எறிந்த பெருஞ்சேரலிரும்பொறை, இளஞ்சேரலிரும்பொறை என்பவர்களுடன் பொருத்துவதற்குப் போதிய சான்று இல்லை. அதைப்போலவே, சாசனங்கள் கூறுகிற பெருங்கடுங்கோன் இளங்கடுங்கோன் என்பவரைப் பாலை பாடிய பெருங்கடுங்கோ மருதம் பாடிய இளங்கடுங்கோவுடன் பொருத்துவதற்கும் சான்றும் இல்லை. வேறு சான்றுகள் கிடைக்கிற வரையில், இவர்களைப் பிணைத்துப் பொருத்திச் சரித்திரத்தில் குழப்பம் உண்டாக்காமலிருப்பதே இப்போதைக்குச் சரி என்று தோன்றுகிறது.

இந்தச் சாசனங்களில் காணப்படுகிற அரசர்கள் கொங்கு நாட்டை அரசாண்ட இரும்பொறையரசர் மரபைச் சேர்ந்தவர் என்பதும் இவர்களும் கொங்கு நாட்டை அரசாண்டவர்கள் என்பதும் திட்டமாகத் தெரிகின்றன. ஆனால், இவர்களின் வரலாறு தெரியவில்லை.

கொங்கு நாட்டு மலைகளில், இன்னும் சில பிராமி எழுத்துக் கல்வெட்டுக்கள் இருக்கும் என்று தோன்றுகிறது. அவற்றைத் தேடிக் கண்டுபிடிக்க வேண்டும். முக்கியமாகக் கொங்கு நாட்டவர் இதைப்பற்றி முயற்சி செய்வார்களாக.

அடிக்குறிப்பு

1. 1961-ஆம் ஆண்டு ஜுன் மாதம் 4-ஆம் தேதி ஞாயிற்றுக் கிழமை சுதேசமித்திரன் (உள்ளூர்) சென்னைப் பதிப்பு.)
2. Annual Report on Indian Epigraphy for 1961-62. p.10).
3. Corpus of Tami Brahmi Inscriptions by Iravatham Mahadevan, Seminar on Inscriptions. 1966, p. 67.)
4. Early South Indian Palaeography by T.V. Mahalingam. 1967. pp. 290-298.)
5. Early South Indian Palaeography. 1967. p. 281-282.)
26. Seminar on Inscriptions. 1966. No. 66. 67.)
7. Early South Indian Palaeography. 1967. page283-84.)
8. Seminar on Inscriptions. 1966. `Historical Tamil Inscriptions', Iravatham Mahadevan. Paper read at the Tamil Conference Seminar held at Kula Lumpur. 1966. No. 58, p.66.)

9. Seminar on Inscriptions. 1966. Historical Tamil Brahmi Inscriptions. I.Mahadevan. Paper read at the Tamil Conference Seminar held at Kula Lumpur. 1966. No. 59. Page.66.)
10. (Historical Tamil Brahmi Inscriptions. Kula Lumpur. 1966.)
11. Historical Tamil Brahmi Inscriptions.
12. இந்தப் பதிப்பில் பக்க எண்கள் 280, 284 பார்க்க (ப-ர்)
13. Corpus of the Tamil-Brahmi Inscriptions, Seminar on Inscriptions. 1966. No.65. page 67.
14. Early South Indian Palaeography. 1967. pp. 282,83.
15. Corpus of the Tamil-Brahmi Inscriptions, Seminar on Inscriptions. 1966. No.67. page 67.
16. Early South Indian Palaeography. 1967. p. 284
17. Annual Report on S.I. Epigraphy. 1977-1978. Pt.II. Para I.
18. Carpus of the Tamil Brahmi Inscriptions.
19. Early South Indian Palaeography. p-279-80.
20. Historical Tamil Brahmi Inscriptions. I.Mahadevan, Paper read at the Tamil Conference Seminar held at Kula Lumpur,1966.

BIBLIOGRAPHY

1. The Silappadikaram, English Translation by V.R. Ramachandra Dikshitar. 1939.

2. MySore and Coorg from Inscriptions, Lewis. Rice. 1909.

3. Indian Culture

4. Roman Trade with Deccan, Dr.B.A. Salitore, Preceedings of the Deccan History Conference, Hyderabad Session, 1945.

5. Epigraphia Carnatica

6. Ancient karnaṭaka: History of Tulµva.Baskar Anand Saletore, 1936.

7. Ancient India and South Indian History and Culture, Dr. S. Krishnaswami Aiyengar.

8. Cera Kings of the Sangam Period, K.G. Sesha Aiyer, 1937.

9. A Comprehensive History of India, Vol.II, Edited by K.A.Nilakanta Sastri, 1957.

10. The Chronology of Early Tamils, K.N. Sivaraja Pillai, 1932.

11. The Colas, Vol, K.A.Nilakanta Sastri.

12. The Secret Chamber, V.T.Indo –Chudan, 1969.

13. The History of the Tamils, P.T. Srinivasa Iyengar, 1929.

14. Kanchipuram in Early South Indian History, T.V. Mahalingam, 1969.

15. 'Historical Tamil Brahmi Inscriptions', Iravatham Mahadevan, 1966.

16. Early South Indian Palaeography, T.V.Mahalingam. 1967.

17. Mahavamso, English Translation, W. Geiger, 1912.

18. Dipavamso, Edited and Translated by H. Oldenberg, 1879.

19. South Indian Epigraphy, Annual Report on, Madras.

20. Indian Antiquary.

21. The Journal of the Numismatic Society of India.

22. Journal of Bombay Branch of Royal Asiatic Society.

23. Roman History from Coins, Michael Grant, 1968.

24. The Commerce Between Roman Empire and India, Warmington, 1928.

25. 'Roman Coins Found in India,' R. Seweel, pp.591-637. I.R.A.S., 1904.

26. 'Corpus of Tamil-Brahmi Inscriptions.' Iravatham Mahadevan, Seminar on Inscriptions. 1966.

27. Salem Manual.

28. Salem Gazeteer.

29. Coimbatore Manual.

30. Coimbatore Gazeteer.

தமிழ் நூல்கள்

1. அகநானூறு (அகம்)

2. புறநானூறு (புறம்)

3. நற்றிணை (நற்)

4. குறுந்தொகை (குறுந்)

5. ஐங்குறுநூறு (ஐங்)

6. பதிற்றுப்பத்து (பதிற்று)

7. சிலப்பதிகாரம் (சிலம்பு)

8. முதல் திருவந்தாதி (நாலாயிரத் திவ்யப் பிரபந்தம்), பொய்கையாழ்வார்

9. களவழிநாற்பது, பொய்கையார்

10. சேரன் செங்குட்டுவன், மயிலை சீனி. வேங்கடசாமி

11. சேர மன்னர் வரலாறு, ஔவை சு. துரைசாமிப்பிள்ளை

12. சேரன் செங்குட்டுவன், மு. இராகவையங்கார்

13. சேரவேந்தர் செய்யுட்கோவை, மு. இராகவையங்கார்.

14. சேரன் வஞ்சி, டாக்டர் எஸ். கிருஷ்ணசாமி அய்யங்கார்.

15. கவிராஜ மார்க்கம் (கன்னட மொழிச் செய்யுளிலக்கணம்) நிருபதுங்கவர்மன்

16. கேரளம் ஐந்தும் ஆறும் நூற்றாண்டுகளில், எளங்குலம் குஞ்சன் பிள்ளை (மலையாளம்)

17. புறத்திரட்டு, வையாபுரிப்பிள்ளை, சென்னை பல்கலைக்கழகம்.

18. துளு நாட்டு வரலாறு, மயிலை சீனி. வேங்கடசாமி.

19. கொங்கு மண்டல சதகம், கார்மேகக் கோனார்

20. கொங்கு நாடு, புலவர் குழந்தை, 1968.
21. சேரர் வரலாறு, துடிசைகிழார்
22. கொங்குநாடு, கி.அ. முத்துசாமிக்கோனார்
23. தேவாரம், அப்பர் - சம்பந்தர்
24. பெரிய திருமொழி (நாலாயிரத் திவ்யப் பிரபந்தம்), திருமங்கையாழ்வார்.